രാത്രികളിൽ സംഭവിക്കുന്നത്

ബാബു കിളിരൂർ

കോട്ടയത്തിനടുത്ത് കിളൂരൂരാണ് സ്വദേശം. ഹൈസ്കൂൾ പഠനകാലത്ത് ആദ്യകഥാ സമാഹാരവും നോവലും പ്രസിദ്ധീകരിച്ചു. ആനുകാലിക പ്രസിദ്ധീകരണങ്ങളിൽ നോവലുകൾ, കഥകൾ, ലേഖനങ്ങൾ എഴുതുന്നു. അമേരിക്കൻ മലയാളികളുടെ പ്രസിദ്ധീകരണമായ ജനനി മാസികയിൽ നാടകം ജീവിതം എന്ന സ്ഥിരം പംക്തി വർഷങ്ങളായി കൈകാര്യം ചെയ്തിരുന്നു. നാഷനൽ ഫിലിം ഡിവിഷൻ നിർമ്മിച്ച ഹാബേലിന്റെ വയലുകൾ എന്ന ഫീച്ചർ ഫിലിമിൽ പ്രധാന കഥാപാത്രത്തെ അവതരിപ്പിച്ചു. ആകാശവാണിയിൽ അവതരിപ്പിക്കുവാൻ നാടകങ്ങളും കഥകളും എഴുതുന്നതോടൊപ്പം നാടകങ്ങളിൽ അഭിനയിക്കുകയും ചെയ്യുന്നു. പ്രമുഖ പ്രൊഫഷണൽ നാടക സമിതികളുടെ പ്രശസ്തമായ അനേകം നാടകങ്ങളിൽ വ്യത്യസ്ത കഥാപാത്രങ്ങളെ അവതരിപ്പിച്ചു. നോവലുകളും കഥകളും അടക്കം ഇരുപത്തിയൊന്ന് പുസ്തകങ്ങൾ പ്രസിദ്ധീകരിച്ചിട്ടുണ്ട്. ഇപ്പോൾ പുസ്തക പ്രസാധനരംഗത്ത് പ്രവർത്തിക്കുന്നു.

വിലാസം:

ബാബു കിളിരൂർ, കോട്ടയം- 686 020,

ഫോൺ: 9947824176, 7356697299

ബാബു കിളിരൂർ

രാത്രികളിൽ സംഭവിക്കുന്നത്

(നോവൽ)

മാക്സ് ബുക്സ്
കോട്ടയം
2021

Ratrikalil Sambhavikkunathu
By Babu Kiliroor
Malayalam Novel

Published by:-
MAX BOOKS
Maxlive Media Solutions Pvt Ltd.
Muppathiyil Building, Muttambalom Post,
Kanjikuzhy, Kottayam 686 004
maxlivemediasolutions@gmail.com
maxbookskerala@gmail.com
Ph: 90740 98776

Cover Design: Ani Varavila

Printed in India
at Penta Offset, Kottayam
Edition:
First Editon October 2021
Copies: 1000

ISBN: 978-93-91085-15-5

അത്യന്തം ആകാംക്ഷ ജനിപ്പിക്കുന്ന വിധത്തിൽ
ലാളിത്യത്തോടെ അവതരിപ്പിക്കുന്ന ഈ നോവൽ
മനുഷ്യഹൃദയങ്ങളുടെ സമ്മർദ്ദങ്ങൾ ഗംഭീരമായി വരച്ചിടുന്നു.
രചനയുടെ കൗശലം നിറച്ചുനിർത്തി
വായനക്കാരനെ വേറിട്ട തലങ്ങളിലൂടെ കയറ്റിയിറക്കുന്ന
സർഗ്ഗാത്മകത ഇവിടെ ആവോളം ആസ്വദിക്കാനാകും.
ഇത്തരമൊരു കൃതിയുടെ സൗന്ദര്യവും മറ്റൊന്നല്ല.

അജീഷ് ചന്ദ്രൻ
പ്രസാധകൻ

ഒന്ന്

കാലം 1970

തിങ്കളാഴ്ച രാവിലെ ഏഴുമണി!

മീനമാസക്കാലമാണ്.

ഗ്രാമത്തിലെ കൊയ്ത്തുകഴിഞ്ഞ വിസ്തൃതമായ പാടശേഖരം ഉണർന്നുതുടങ്ങുന്നു.

ആ സമയം വയലിലൊരിടത്ത് ഹൃദയത്തെ നിശ്ചലമാക്കുന്ന ഒരു ഭീകരദൃശ്യം കണ്ട് തേവൻ മൂപ്പൻ നടുങ്ങിത്തരിച്ചു നിന്നുപോയി.

''യെന്താ നീലി ഞാനീക്കാണുന്നത്?'' തേവൻമൂപ്പൻ വലതു കൈ കൊണ്ട് ശക്തമായി നെഞ്ചത്തടിച്ച് ആകാശത്തേയ്ക്കു നോക്കി അല റിച്ചോദിച്ചു. പിന്നെ ശ്വാസം നിലച്ചതുപോലെ കുറച്ചുസമയം ഒരേ നില്പങ്ങനെ നിന്നു. അപ്പോൾ മൂപ്പന്റെ മുന്നിലൂടെ കൈ ഞൊടിച്ചു കൊണ്ട് നിമിഷങ്ങൾ കടന്നുപൊയ്ക്കൊണ്ടിരുന്നു.

തേവൻമൂപ്പന്റെ നീലി മരിച്ചിട്ട് ഇപ്പോൾ പത്തുവർഷമായിരിക്കുന്നു. നീലി മരിച്ചശേഷം മൂപ്പനൊരു പ്രത്യേക സ്വഭാവരീതിയുണ്ടായി. മന സ്സിനെ നടുക്കുന്ന ഏതെങ്കിലും കാഴ്ച കണ്ടാൽ നെഞ്ചത്തടിച്ച് ആകാ ശത്തേയ്ക്കു നോക്കി അലറിച്ചോദിക്കും.

''യെന്താ നീലി ഞാനീക്കാണുന്നത്?'' കേൾക്കാൻ പാടില്ലാത്തത് കേൾക്കുമ്പോഴാകട്ടെ ചോദ്യം ഇങ്ങനെയാണ്. ''യെന്താ നീലി ഞാനീ കേക്കുന്നത്?''

''ചോദിക്കുന്നത് ആകാശത്തെത്തിയ നീലിയോടാണ്. ഈ ചോദ്യ ങ്ങൾക്കുത്തരം മുകളിൽ നിന്നും നീലി കൊടുക്കുമോ?''

എഴുപത് വയസ്സ് കഴിഞ്ഞെങ്കിലും അരോഗദൃഢഗാത്രനായ മൂപ്പൻ ഇടതു നെഞ്ച് പൊത്തിപ്പിടിച്ചുകൊണ്ട് മുഖം താഴ്ത്തി വീണ്ടും കൺ മുമ്പിലെ കാഴ്ചയിലേക്ക് മടങ്ങിവന്നു.

വയലിൽ ഒരു യുവതി നഗ്നയായി കമഴ്ന്നു കിടക്കുകയായിരുന്നു. വെളുത്തു തുടുത്ത യുവതിയുടെ നിതംബം വരെ കറുത്ത മുടി ഒഴുകി ക്കിടന്നു.

ഒരു രതികേളിക്കുശേഷം ഇണയായ പുരുഷനെ അർദ്ധാലിംഗനം ചെയ്യുന്ന രീതിയിലാണ് അവൾ കിടന്നിരുന്നത്. ശരീരത്തിന്റെ മുക്കാൽ ഭാഗം വെള്ളം വറ്റിയ തോട്ടിലും വലതുകാലും ബാക്കി ശരീരവും

തോടിന്റെ ചെറിയ വരമ്പിലോട്ട് കയറിയുമാണ് കിടന്നത്. വലതുകാൽ വരമ്പിലേയ്ക്ക് കയറ്റിവെച്ച നിലയിലായിരുന്നു.

''യിതെന്തൊരു കിടപ്പാ... ആരാ, ഈ ചതി ചെയ്ത് ഇതിനെ യിങ്ങനെ കൊന്നിട്ടത്?'' തേവൻ ഇടറുന്ന തൊണ്ടയോടെ ആ ശരീരത്തിലേയ്ക്കു നോക്കി ആരോടെന്നില്ലാതെ തൊണ്ട പൊട്ടുന്ന ശബ്ദത്തിൽ വിളിച്ചു ചോദിച്ചു.

തലയ്ക്കു മുകളിലൂടെ വട്ടമിട്ടു പറക്കുന്ന വലിയ കാക്കകളുടെ ആസുരമായ കരച്ചിലും ചിറകടിശബ്ദവുമാണ് തേവന്റെ ചോദ്യത്തിനു ലഭിച്ച മറുപടി.

കാലുതൊട്ട് തലവരെ ചുട്ടുപൊള്ളുന്നതായി തേവനു തോന്നി. ഒന്നനങ്ങുവാൻ പോലും വയ്യാത്ത അവസ്ഥയിൽ മൂപ്പനങ്ങനെ നിന്നുപോയി.

കാക്കാട് ഗ്രാമത്തിന്റെ പടിഞ്ഞാറെ അതിർത്തിയിലാണ് കാക്കച്ചി പാടശേഖരം. പാടം കഴിഞ്ഞാൽ യാത്രാബോട്ട് പോകുന്ന വലിയ തോടാണ്. തോട്ടിലൂടെ യാത്രാബോട്ടുകൾ കൂടാതെ വലിയ കേവുവള്ളങ്ങളും വളവരവച്ച യാത്രാവഞ്ചികളും പോകുമായിരുന്നു.

വലിയ തോട് വേമ്പനാട്ടുകായലിലേയ്ക്കാണ് ഒഴുകിയെത്തിയത്. കായലിലെത്തുന്ന ബോട്ടുകളും വള്ളങ്ങളും ആലപ്പുഴയ്ലേയ്ക്കും കാവാലത്തേയ്ക്കും വൈക്കത്തേയ്ക്കും ഒക്കെ യാത്ര പോയി.

തേവൻമൂപ്പൻ ആ യുവതിയുടെ ശരീരത്തിൽ നിന്നും കണ്ണുകളെടുക്കാതങ്ങനെ നിന്നു.

അവളുടെ അരഭാഗത്തിനു താഴേയ്ക്കു രക്തം ചുറ്റിനും കറുത്ത നിറത്തിൽ കട്ടപിടിച്ചു കിടന്നിരുന്നു. ചുറ്റുപാടും ചോനനുറുമ്പുകൾ വരിവരിയായും സംഘം ചേർന്നും വന്നുകൊണ്ടിരുന്നു.

''ഇതു കാണാനാണോ ഇന്നു രാവിലെ ഈ വരമ്പിലൂടെ ഞാനെത്തിയത്...?'' തേവൻമൂപ്പൻ വീണ്ടും വലിയ ശബ്ദത്തിൽ ആരോടെന്നില്ലാതെ ചോദിച്ചു.

പാടത്ത് വെള്ളം കയറിക്കിടക്കുന്ന കാലമൊഴിച്ചാൽ എല്ലാ ദിവസവും രാവിലെ തേവൻ മൂപ്പൻ വയൽ വരമ്പിലൂടെ നടക്കാറുണ്ട്. സാധാരണ വലിയ നടവരമ്പിലൂടെയാണ് നടക്കുന്നത്. ഏകദേശം ഒരു മണിക്കൂർ നടന്നിട്ട് തിരിച്ച് വീട്ടിലെത്തിയിട്ടാണ് പിന്നെ ഭക്ഷണം...

ഇന്ന് നടവരമ്പിലൂടെ നടക്കാതെ വയലിന്റെ കരയോട് ചേർന്നുള്ള ചെറിയ വരമ്പിലൂടെ നടന്നു വന്നതുകൊണ്ടാണ് തേവന് ഈ ദൃശ്യം കാണേണ്ടിവന്നത്!

വയലിൽ വളരെ താഴ്ന്ന് വട്ടമിട്ട് പറക്കുന്ന കാക്കകൾ വല്ലാത്ത സ്വരത്തിൽ അലച്ചുകൊണ്ടിരുന്നു. താഴെ കിടക്കുന്നത് തങ്ങൾക്കുള്ള

ഇരയാണെന്ന് അവറ്റകൾ മനസ്സിലാക്കിയിരുന്നു. തണുത്തുറഞ്ഞ രക്തത്തിന്റെ ഗന്ധം കാക്കകളെ മത്തുപിടിപ്പിച്ചിട്ടുണ്ട്.

തലയ്ക്കു മുകളിൽ ചുറ്റിത്തിരിയുന്ന കാക്കകളെ തേവൻമൂപ്പൻ മുഖമുയർത്തി നോക്കിനിന്നു. താഴെ കിടക്കുന്ന ശവശരീരം കൊത്തിക്കീറി അലങ്കോലപ്പെടുത്താനുള്ള ആഗ്രഹത്തോടെ താഴേയ്ക്കു തല ചെരിച്ച് നോക്കിക്കൊണ്ടുള്ള അവറ്റയുടെ വട്ടമിട്ടുള്ള പറക്കൽ കണ്ടപ്പോൾ മറ്റൊരു ഭീതിയും കൂടി മൂപ്പന്റെ മനസ്സിലേയ്ക്ക് ഇരച്ചുവരുന്നു.

കാക്കകൾ മൂപ്പന്റെ അടുത്ത സുഹൃത്തുക്കളാണ്. അയാൾ ചില പ്രത്യേക ശബ്ദങ്ങൾ പുറപ്പെടുവിക്കുമ്പോൾ കാക്കകൾ പറന്നെത്തുമായിരുന്നു. അതുപോലെതന്നെ മറ്റൊരു ശബ്ദം കേൾപ്പിക്കുമ്പോൾ അവ പറന്നുപോവുകയും ചെയ്തു.

പെട്ടെന്ന് കാക്കകളെ നോക്കിനിന്നുകൊണ്ട് അവയെ അകറ്റാനുള്ള പ്രത്യേക ശബ്ദം ഉയർത്തിയിട്ടും അത് കേൾക്കാത്ത രീതിയിൽ മൂപ്പനെ ധിക്കരിച്ചുകൊണ്ട് അവ വട്ടമിട്ടു പറന്നുകൊണ്ടിരുന്നു. കാക്കകളുടെ കരച്ചിൽ ഭീതിജനകമായ രീതിയിൽ നിമിഷംപ്രതി വർദ്ധിച്ചുവരികയും ചെയ്തു.

അതൊരു കടുത്ത അശുഭലക്ഷണമായി മൂപ്പനു തോന്നി. മൂപ്പൻ ഒരു നിമിഷം കണ്ണുകളടച്ച് ആരെയോ ധ്യാനിച്ചു നിന്നു. പിന്നെ വരമ്പിൽ നിന്നും താഴേയ്ക്കിറങ്ങി, മൃതദേഹം കിടക്കുന്ന തോട്ടിലെത്തി. തോടിന്റെ ഉപരിതലം ഉണങ്ങിയിരുന്നെങ്കിലും അടിയിൽ ജലത്തിന്റെ സാന്നിദ്ധ്യമുണ്ടായിരുന്നു. ആ സാന്നിദ്ധ്യത്തിനുള്ളിൽ ജലസസ്യങ്ങളുടെയും ചെറിയ ജലജീവികളുടെയും കൂട്ടത്തിൽ വരാൽ മത്സ്യങ്ങളുടെയും പരമ്പരകളുടെ തുടർച്ച സമാധിപൂണ്ടു കിടന്നിരുന്നു, അടുത്ത മഴയും വെള്ളപ്പൊക്കവും കാത്ത്!

തോട്ടിലേയ്ക്കിറങ്ങിയ മൂപ്പന്റെ ഭീതി വളരെ വർദ്ധിച്ചു. ആരും കാണാതെ ഓടിപ്പോയാലോ എന്നും ഒരു നിമിഷം അയാൾ ചിന്തിച്ചു. പക്ഷേ, എന്തോ ഒന്ന് അതിന് സമ്മതിക്കുന്നതുമില്ല!

ജീവിതത്തിൽ നടുക്കുന്ന കാഴ്ചകൾ എത്രയെത്ര കണ്ടിട്ടുള്ളതാണ് മൂപ്പൻ! പക്ഷേ! അന്നം വിളയുന്ന വയലിൽ ആദ്യമായിട്ടാണ് അരുംകൊല ചെയ്തിട്ടിരിക്കുന്ന ഒരു മൃതദേഹം കാണുന്നത്. ആരാണിത് ചെയ്തത്.... എങ്ങനെയാണ് കൊന്നത്.... എങ്ങനെ കൊന്നതാണെങ്കിലും ഒരു തുണിക്കഷണം പോലും ശരീരത്തിലിടാതെ ഇങ്ങനെ?

ഭയവും സംഭ്രമവും വേദനയും എല്ലാംകൂടി മൂപ്പന്റെ മനസ്സിനെ ഒരഗ്നികുണ്ഡമാക്കി മാറ്റി.

വയലിലെ ഈ തോട്ടിൽ മരിച്ചു കിടക്കുന്നത് ആരാണെന്നറിയുവാനുള്ള അത്യധികമായ ഒരുത്ക്കണ്ഠയും മൂപ്പന്റെ മനസ്സിൽ ജ്വലിച്ചു

നിന്നു. തോട്ടിൽ നില്ക്കുന്ന മൂപ്പന്റെ കാലുകളിൽ നേരിയ തണുപ്പനുഭവപ്പെട്ടുവെങ്കിലും ശരീരം വിയർപ്പിൽ കുളിച്ചു. ഇളംവെയിൽ ശക്തി പ്രാപിച്ചുവരുന്നു.

സമയം ഏഴുമണി കഴിഞ്ഞ് നാലഞ്ച് മിനിറ്റുകൾ വയലിലെ കാറ്റിൽ പറന്നുപോയി.

തേവൻമൂപ്പൻ സാവധാനം യുവതിയുടെ അരികിൽ മുട്ടുകുത്തി നിന്നു. ചോണനുറുമ്പുകൾ ഇപ്പോൾ ആ ശരീരത്തിലൂടെ ഘോഷയാത്ര തുടങ്ങിയിരുന്നു. കറുപ്പുനിറത്തിൽ കട്ടപിടിച്ചുകിടക്കുന്ന രക്തത്തിൽ വലിയ ഈച്ചകൾ പാറിപ്പറക്കുന്നു.

കമഴ്ന്നു കിടക്കുന്ന യുവതിയുടെ മുഖം നേരെയാക്കുവാൻ ശ്രമിച്ചിട്ട് മൂപ്പന് കഴിഞ്ഞില്ല! തേവൻമൂപ്പൻ പെട്ടെന്ന് ഒരിക്കലും അങ്ങനെ ചെയ്യുവാൻ പാടില്ല എന്ന വീണ്ടുവിചാരം മറന്ന് ആ മൃതദേഹം പതുക്കെ മലർത്തിയിട്ടു. നഗ്നമായ ആ ശരീരം തോടിന്റെ നടുവിൽ വീണുകിടന്നു. ആ നിമിഷം യുവതിയുടെ മുഖം തേവൻ വ്യക്തമായി കണ്ടു.

''യെന്താ നീലി ഞാനീ കാണുന്നത്...?'' തേവൻമൂപ്പൻ പെട്ടെന്ന് നിശ്ശബ്ദമായിട്ടലറി. ഒച്ചയിലലറുവാൻ സാധിക്കാത്തവിധത്തിൽ അയാളുടെ ശബ്ദം തൊണ്ടയിൽ മരിച്ചുപോയിരുന്നു.

ഏതോ ദുഃസ്വപ്നം കണ്ടു നടുങ്ങിയ ഭാവമായിരുന്നു യുവതിയുടെ മുഖത്ത് മരണശേഷവും മായാതെ നിന്നിരുന്നത്. കണ്ണുകൾ പകുതിയടഞ്ഞ നിലയിലായിരുന്നു. ചുണ്ടുകൾ മുറിഞ്ഞ് വികൃതമായി കാണപ്പെട്ടു. അവിടെ ചോര കട്ടപിടിച്ചിരുന്നു.

ഇമകളനക്കാതെ ശ്വാസം നിലച്ചതുപോലെ തേവൻമൂപ്പൻ ആ മുഖം നോക്കി അതേ നില തുടർന്നു. പെട്ടെന്ന് വെടിയേറ്റതുപോലെ അയാൾ മനസ്സിൽ നിശ്ശബ്ദമായിട്ടലറി വിളിച്ചു. പാർവതീ...

ആ ഗ്രാമത്തിന് പ്രിയപ്പെട്ട പാർവതി ആയിരുന്നു അത്. ഗ്രാമത്തിലെ സുന്ദരിയായിരുന്നു അവൾ. പാവപ്പെട്ടവളുമായിരുന്നു അവൾ. അമ്മയില്ലായിരുന്നു അവൾക്ക്... അവൾ... അവൾ... പാർവതി...

താഴെ വീഴാതിരിക്കാൻ ശ്രമിച്ചുകൊണ്ട് വിറയ്ക്കുന്ന ശരീരവുമായി തേവൻ സാവാധനമെഴുന്നേറ്റു. ഒരു വൻമരം കൊടുങ്കാറ്റിൽ ഉലയുന്നതുപോലെ മൂപ്പൻ നിന്നനില്പിൽ ആടുന്നുണ്ടായിരുന്നു.

''എന്റെ കുന്നുംപുറത്തമ്മേ...'' ഗ്രാമത്തിന്റെ പരദേവതയെ അയാൾ ഉറക്കെ വിളിച്ചു. ഹൃദയം പൊട്ടിയുള്ള ആ വിളി അന്തരീക്ഷത്തിൽ മറ്റൊലിക്കൊണ്ടു.

പെട്ടെന്ന് തലയിൽ ഒരു കാക്ക ശക്തമായിട്ടു കൊത്തിയപ്പോൾ തേവൻമൂപ്പൻ നടുങ്ങിത്തരിച്ചു. കഠിനമായ വേദനയെടുത്തെങ്കിലും അതയാൾ ശ്രദ്ധിച്ചതേയില്ല. മൂപ്പന്റെ തലയ്ക്കു മുകളിൽ വട്ടമിട്ടു പറക്കുന്ന കാക്കകളുടെ പട ക്രൂരമായി അലറുന്നുണ്ടായിരുന്നു. ആ കറുത്ത

പിശാചുക്കൾ തന്നെ കൊത്തിക്കീറുമെന്ന് മൂപ്പൻ ഭയപ്പെട്ടു. തന്നോടുള്ള സൗഹൃദഭാവം ആ പക്ഷിസമൂഹത്തിൽ നിന്നും അകന്നുപോയിരിക്കുന്നു, ഇപ്പോൾ ഈ സമയത്തേയ്ക്കെങ്കിലും എന്നയാൾക്കു തീർച്ചയായി.

തേവൻമൂപ്പൻ തോട്ടിൽ നിന്നും വരമ്പിലേയ്ക്ക് കയറിയപ്പോൾ പെട്ടെന്ന് മുളകീറുന്നതുപോലുള്ള ശബ്ദത്തിൽ ഒരു സ്ത്രീ അലറിക്കര യുന്നതായിട്ടയാൾക്കു തോന്നി. ആ കരച്ചിലിനു പുറകെ ആരോ അരി കിൽ നിന്നുകൊണ്ട് കിതയ്ക്കുന്നതായും മൂപ്പനുതോന്നി.

എന്റെ കുന്നുംപുറത്തമ്മേ... വീണ്ടും മൂപ്പൻ ഗ്രാമത്തിന്റെ പരദേ വതയെത്തന്നെ വിളിച്ചു. അയാൾ കുന്നുംപുറത്തമ്മയോടുതന്നെ ചോദിച്ചു. ഞാനിതാരോടു പറയും? എങ്ങനെ പറയും? എങ്കിലും ആരാ ണിവളെ ഇങ്ങനെ....?

പെട്ടെന്നാണ് വീട്ടിലേയ്ക്കോടിച്ചെന്ന് ഇളയമകനോട് പറയാം എന്നോർത്തത്. അവൻ എട്ടുമണി കഴിയാതെ വീട്ടിൽ നിന്നും പോകില്ലല്ലോ!

പാർവതിയുടെ മൃതദേഹം ഒന്നുംകൂടി നോക്കിയിട്ട് വയലിന്റെ കിഴക്കുഭാഗത്തുള്ള വീട്ടിലേയ്ക്കോടാനായി തിരിഞ്ഞതാണ് തേവൻ. പെട്ടെന്നാണ് വയൽക്കരയുള്ള പറമ്പിൻതിട്ടയിൽ നിന്നും ഇടിനാദം പോലൊരു കൈയടി ശബ്ദം അയാൾ കേട്ടത്. അങ്ങോട്ടേയ്ക്ക് വെട്ടി ത്തിരിഞ്ഞു നോക്കിയപ്പോൾ തേവൻമൂപ്പന്റെ ശ്വാസം നിലച്ചുപോയി.

തെങ്ങിൻതിട്ടയിൽ തൈത്തെങ്ങിന്റെ ചുവട്ടിൽ നില്ക്കുകയായിരുന്ന ആളാണ് കൈ കൊട്ടിയത്. ജീവിതത്തിൽ തേവൻമൂപ്പന് ആകെയുള്ള ശത്രുക്കളിൽ ഒരാൾ. അച്ഛനും മകനുമാണ് ശത്രുക്കൾ. ഇത് മകനാണ്. കുഞ്ഞമ്പു എന്നു വിളിക്കുന്ന രഘുരാമൻ. വലിയരാമനാണ് അച്ഛൻ.

തേവൻമൂപ്പനും കുഞ്ഞമ്പുവും പരസ്പരം നോക്കിനിന്നു. മദ്യപനും സ്ത്രീലടമ്പനും വഴക്കാളിയും ഒപ്പം പണക്കാരനുമാണ് കുഞ്ഞമ്പു. കള്ളുകച്ചവടമാണ് പ്രധാനതൊഴിൽ. ഒപ്പം കള്ളവാറ്റും!

‘‘എന്താടോ മൂത്തപൊലയനെ അവിടെ കാക്കകൾക്കൊരു സൊഖ ക്കേട്.... തന്നെ കണ്ടിട്ടാണോ?’’ കുഞ്ഞമ്പു പ്രാകൃതമായ രീതിയിൽ വിളിച്ചുചോദിച്ചു.

അതിനൊരു മറുവാക്കു പറയാതെ കുടിനീരിറക്കി നിന്നു തേവൻ പുലയൻ.

‘‘നടവരമ്പിക്കൂടെ എന്നും സവാരി നടത്തുന്ന താനെന്താ കൂവേ ഇന്നു വഴിമാറിവന്നത്?’’ ഇങ്ങനെ ചോദിച്ചുകൊണ്ട് കുഞ്ഞമ്പു വയ ലിലേയ്ക്ക് ചാടിയിറങ്ങി. ആ ചാടിയത് തന്റെ നെഞ്ചിലേയ്ക്കാണെ ന്നാണ് തേവന് തോന്നിയത്.

‘‘ഈ കാക്കകൾക്കെന്തിന്റെ സോക്കേടാ?’’ അങ്ങനെ പറഞ്ഞുതീർ ന്നപ്പോഴേയ്ക്കും കുഞ്ഞമ്പു തേവൻ പുലയന്റെ അടുത്തെത്തിക്കഴി ഞ്ഞിരുന്നു.

പെട്ടെന്ന് കുഞ്ഞമ്പു തോട്ടിൽ കിടക്കുന്ന പാർവതിയുടെ ശരീരം കണ്ടു. ആദ്യനോട്ടത്തിൽ അവന് ഒന്നും മനസ്സിലായില്ല. തെല്ലുനേരം കഴിഞ്ഞാണ് അത് നഗ്നയായ ഒരു പെൺകുട്ടിയുടെ മൃതദേഹമാണെന്ന് തിരിച്ചറിയുന്നത്. അടുത്തനിമിഷം അത് പാർവതിയാണെന്നും അവനറിഞ്ഞു. ''ഹയ്യോ'' അവൻ ചാടി തോട്ടിലേയ്ക്കിറങ്ങി ആ ശരീരത്തിനരികിൽ നിന്നു. ''ഹയ്യോ...'' അവൻ അവളുടെ മുഖത്തേയ്ക്കു നോക്കി എല്ലാ നിയന്ത്രണവുംവിട്ടലറി ചോദിച്ചു. ''ആരാ നിന്നെ ഇങ്ങനെ ബലാംത്സംഗം ചെയ്ത് ഈ രീതിയിൽ കൊന്നുകളഞ്ഞത്...?''

അവൻ അവളെ ആപാദചൂഡം നോക്കി. ഇന്നലെവരെ താൻ കാണാൻ കൊതിച്ച പാർവതിയുടെ നഗ്നമായ ശരീരം ഈ രീതിയിൽ കാണേണ്ടിവരുമെന്ന് അവൻ പകൽസ്വപ്നത്തിൽ പോലും ഓർത്തിരുന്നില്ല.

പെട്ടെന്ന് തോടിന്റെ കരയിൽ നില്ക്കുന്ന തേവൻമൂപ്പനെ നോക്കി അവൻ ഉഗ്രമായി ചോദിച്ചു. ''എടാ പൊലയൻ കെളവാ, നീയാണിവളെ കൊന്നിവിടെ ഇട്ടത് അല്ലേ? എന്നിട്ട് പിന്നേം ഇവളെ കണ്ടാസ്വദിക്കുകാ അല്ലേ?''

ഒന്നും മിണ്ടാതെ തേവൻമൂപ്പൻ കുഞ്ഞമ്പുവിനെ തറച്ചുനോക്കി. തെല്ലുനേരം അവരങ്ങനെ പരസ്പരം നോക്കിനിന്നു. തേവൻമൂപ്പന്റെ മനസ്സിലേയ്ക്ക് വീണ്ടും കരുത്ത് കടന്നുവന്നു. അയാളുടെ കണ്ണുകൾ തീക്ഷ്ണങ്ങളായി.

''ഞാൻ മോഹിച്ച പെണ്ണാ ഇവള്..!'' കുഞ്ഞമ്പു തോട്ടിൽ നിന്നും ചാടിക്കയറി തേവൻമൂപ്പന്റെ മുന്നിലേത്തി. ''എനിക്കൊരു രാത്രി ഇവളോടൊത്ത് കഴിയുന്നതിനു മുമ്പു നീ ഇവളെ ഇത്തരത്തിലാക്കിയല്ലോടാ പട്ടീ...''

തേവൻമൂപ്പൻ വളരെ ശാന്തനായി കുഞ്ഞമ്പുവിനെ നേരിടാൻ തയ്യാറായി. കുഞ്ഞമ്പുവിന്റെ അച്ഛനും താനും ഒരേ പ്രായമാണല്ലോ എന്നയാൾ വെറുതേ മനസ്സിലോർത്തു.

''ഇവളെ ഞാൻ സ്വന്തമാക്കാനിരുന്നതാടാ...'' വീണ്ടും കുഞ്ഞമ്പു അലറി. ശത്രുവിനെ ഉറ്റുനോക്കിക്കൊണ്ട് മൂപ്പൻ അനങ്ങാതെ നിന്നു.

ദേഷ്യത്തേക്കാളേറെ കുഞ്ഞമ്പുവിന്റെ മുഖത്ത് കാപട്യവും കൗശലവുമാണ് നിറഞ്ഞിരിക്കുന്നതെന്ന് തേവൻ മൂപ്പൻ പെട്ടെന്ന് കണ്ടുപിടിച്ചു. ഒരു പക്ഷേ, ഇവൻ തന്നെയായിരിക്കും ഇതിന്റെ പിന്നിലെന്ന് മൂപ്പന് തോന്നി.

കൊലപാതകത്തിന് ഒട്ടും മടികാണിക്കാത്ത കുടുംബപാരമ്പര്യമുള്ളവനാണ്! ഇവന്റെ അച്ഛൻ രണ്ടാൾക്കാരെ...

''നീയെന്താടാ പൊലയാ ഒന്നും മിണ്ടാതെ നില്ക്കുന്നത്? ഇവളെ ഞാൻ സ്വന്തമാക്കാനിരുന്നതാണെന്ന് നിനക്കറിയാൻ വയ്യായിരുന്നോ...?''

പാർവതിയുടെ മൃതദേഹം കാണുന്നതിനു മുമ്പുണ്ടായിരുന്ന മാന

സികാവസ്ഥയിലേയ്ക്ക് തേവൻമൂപ്പൻ ഇപ്പോൾ എത്തിച്ചേർന്നിരിക്കുന്നു. ശരീരത്തിനും മനസ്സിനും പഴയ കരുത്ത് കൈവന്നിരിക്കുന്നു.

‘‘കുഞ്ഞമ്പു..... നിനക്ക് നിലവിൽ രണ്ടു ഭാര്യമാരില്ലേ? ചേട്ടത്തിയും അനിയത്തിയും, പോരാത്തതിന് ഒരു വെപ്പാട്ടിയുമില്ലേ? പിന്നെന്തിനാ വീണ്ടും ഇവളെ കൊതിക്കുന്നത്?’’ വളരെ വളരെ ശാന്തമായ സ്വരത്തിൽ മൂപ്പൻ ചോദിച്ചു. ആ ശാന്തതയും മൂർച്ചയേറിയ ചോദ്യവും നീയെന്നുള്ള വിളിയും കുഞ്ഞുമ്പുവിനെ കോപത്തിന്റെ കൊടുമുടിയിലെത്തിച്ചു. അയാൾ എല്ലാ നിയന്ത്രണവും വിട്ട് ഒരു നിമിഷം തേവൻ മൂപ്പനെ നോക്കിനിന്നുകൊണ്ട് പല്ലുകൾ ഞെരിച്ചു.

‘‘എടാ അടിമേ! നിന്നെ ഞാൻ വലിച്ചു കീറുമെടാ...’’ അലറിക്കൊണ്ട് തേവൻമൂപ്പന്റെ ചെറിയൊരു നരപോലും വന്നിട്ടില്ലാത്ത സമൃദ്ധമായ മുടിയലവൻ കുത്തിപ്പിടിച്ചു. ഒരു കാട്ടുപൂച്ചയുടേതുപോലെ മൂർച്ചയുള്ള അവന്റെ നഖങ്ങൾ മൂപ്പന്റെ തലയിലാഴ്ന്നിറങ്ങി.

വേദനയേക്കാളേറെ മൂപ്പന്റെ മനസ്സിനെ മുറിവേല്പിച്ചത് അടിമേ എന്നുള്ള വിളിയാണ്. തന്റെ അപ്പനേയും മുത്തപ്പനേയും നായന്മാരും ക്രിസ്ത്യാനികളും ഈഴവരും വിളിച്ചിരുന്നത് അടിമേ എന്നായിരുന്നു വല്ലോയെന്ന് പെട്ടെന്നയാൾ ഓർത്തു.

എടാ അടിമേ! എന്നുവിളിക്കുമ്പോൾ എന്നാ തമ്പ്രാ എന്നു വിളി കേട്ടുകൊണ്ട് മുത്തപ്പൻ വായ്ക്കൽ കൈപൊത്തിനില്ക്കുന്ന ദൃശ്യം ഇന്നും തേവൻമൂപ്പന്റെ വിദൂര ഓർമ്മയിലുണ്ട്. അപ്പനും അങ്ങനെതന്നെ യായിരുന്നു. തേവന്റെ കാലത്താണ് ആ വിളി അവസാനിച്ചത്. തേവനെ ചെറുപ്പം മുതൽക്കു തന്നെ മൂപ്പനെന്ന് എല്ലാവരും വിളിക്കാൻ തുടങ്ങി.

‘‘നിന്നെ ഞാനും അച്ചായിയും കൂടി നോട്ടമിട്ടിട്ട് കാലം കുറെയായി... ഇന്നു നിന്നെ ഞാൻ കൊല്ലുമെടാ അടിമേ’’ വീണ്ടും കുഞ്ഞമ്പു മുരണ്ടു.

ജാതിമതഭേദമില്ലാതെ അനേകം ചെറുപ്പക്കാരെ മല്ലയുദ്ധം പഠിപ്പി ച്ചിട്ടുള്ള തേവൻമൂപ്പൻ പെട്ടെന്ന് വലതുകരം ചുരുട്ടി കുഞ്ഞമ്പുവിന്റെ നാഭിക്കിട്ടാഞ്ഞിടിച്ചു. കുഞ്ഞമ്പു മുടിയിൽ പിടിച്ചാക്രമിക്കുമ്പോൾ താൻ അനുഭവിച്ച വേദനയുടെ മുഴുവൻ പ്രതികാരവും തേവൻമൂപ്പന്റെ ഇടി യിൽ നിറഞ്ഞുനിന്നിരുന്നു.

ഇരുമ്പുകുടം കൊണ്ട് നാഭിയ്ക്കടി കിട്ടിയതുപോലെ തോന്നി കുഞ്ഞ മ്പുവിന്. അറിയാതെ അവൻ ഒരലർച്ചയോടെ മൂപ്പന്റെ തലമുടിയിലെ പിടിവിട്ട് നിലത്തേയ്ക്ക് കുത്തിയിരുന്നുപോയി.

അവന്റെ തലയ്ക്കു നേരെ കാലുയർത്താനൊരുങ്ങിയപ്പോൾ നിമി ഷാർദ്ധനേരത്തിനിടയ്ക്ക് അത് തെറ്റാണെന്ന് തേവൻമൂപ്പനു തോന്നി.

പണ്ട് ദ്വാപരയുഗത്തിൽ തന്റെ ശത്രുവായ ദ്രുപദ രാജാവിനെ ശിഷ്യൻ അർജ്ജുനൻ കൈയും കാലും കെട്ടി മുമ്പിൽ കൊണ്ടുവന്നി ട്ടപ്പോൾ തലയ്ക്കിട്ട് തൊഴിക്കുവാൻ ദ്രോണാചാര്യർ ഒരുങ്ങിയതാണ്.

പെട്ടെന്ന് അർജ്ജുനൻ ഭക്തിപൂർവ്വം അത് തടഞ്ഞു. അരുത് ഗുരുനാഥാ! ശത്രുവാണെങ്കിലും ശിരസ്സിൽ തൊഴിക്കരുത്...

അക്കാര്യമാണ് തേവൻമൂപ്പൻ അറിയാതെയോർത്തുപോയത്. ആ ഓർമ്മയിൽ കുഞ്ഞമ്പുവിന്റെ തലയ്ക്കിട്ടു കൊടുക്കാതെ ശരീരത്തിനിട്ട് പന്തടിക്കുംപോലെ തേവൻമൂപ്പൻ ആഞ്ഞുതൊഴിച്ചു. അറിയാതെ ഉള്ളിലുയർന്ന ഒരലർച്ചയോടെ കുഞ്ഞുമ്പു ദൂരേയ്ക്കു തെറിച്ചുവീണു.

ആലപ്പുഴയിൽ നിന്നും വന്ന ബോട്ടിൽ വെട്ടിക്കാട്ടുമുക്കിലെ ജട്ടിയിലിറങ്ങുന്ന യാത്രക്കാർ എളുപ്പവഴിയിലൂടെ ഗ്രാമത്തിലേയ്ക്കു പോകുന്നത് വയലിന്റെ തിട്ടയിലുള്ള തെങ്ങിൻതോപ്പിലെ നാട്ടുവഴിയിലൂടെയാണ്. ഇപ്പോൾ അതുവഴി വന്ന ആൾക്കാർ വയലിൽ നടക്കുന്ന ഈ കാഴ്ച കണ്ട് അങ്ങോട്ടേയ്ക്കോടിവന്നു.

അപ്പോഴും അന്തിമവിധി കഴിഞ്ഞിട്ടും അടുത്ത വിധിയും കാത്ത് തോട്ടിൽ പാർവതിയുടെ നഗ്നമായ മൃതദേഹം ഉറുമ്പും ഈച്ചയും അരിച്ച് നിർവികാരമായി കിടന്നു. മുകളിൽ കാക്കകളുടെ പട വർദ്ധിച്ചു വന്നു. അവറ്റയുടെ കാ കാ എന്ന കരച്ചിൽ കടലിരമ്പംപോലെ ഉയർന്നു കൊണ്ടുമിരുന്നു.

രണ്ട്

കാക്കാട് ഗ്രാമം

രാവിലെ പതിനൊന്നു മണിയോടെയാണ് ഗ്രാമം പാർവതിയുടെ കൊലപാതകവിവരം അറിയുന്നത്. പെട്ടെന്ന് അതൊരു കാട്ടുതീയായി ഗ്രാമത്തിലെ എല്ലാ വീടുകളുടേയും ഉള്ളിലേയ്ക്ക് പടർന്നുകയറി.

കേട്ടവർ കേട്ടവർ അയ്യോ എന്ന നെഞ്ചലയ്ക്കുന്ന വിളിയുമായി പാടശേഖരത്തിലേയ്ക്ക് പാഞ്ഞു. നാട്ടിലുള്ള എല്ലാ പ്രായക്കാരും ആണും പെണ്ണുമടക്കം വയലിലെത്തി. തോട്ടിലെ വെറും ചെളിനിലത്ത് നഗ്നയായി ഉറുമ്പും ഈച്ചയും അരിച്ചു കിടക്കുന്ന പാർവതിയെ കണ്ട് എല്ലാവരും അമ്പരന്നു. പിന്നെ നടുങ്ങിത്തരിച്ചു. കുറച്ചുനേരം കഴിഞ്ഞ് വേദനയോടെ അക്കാഴ്ചയിലെ ഭീകരതയിൽ നിന്നും കണ്ണുകൾ പിൻവലിച്ചു.

സ്ത്രീകളിൽ പലരും പാർവതിയുടെ കിടപ്പ് കാണാനാവാതെ കണ്ണുകൾ പൊത്തി. പലരും പൊട്ടിക്കരയുന്നുണ്ടായിരുന്നു. ഗ്രാമത്തിലെ എല്ലാ ആൾക്കാർക്കും നേരിട്ടും അല്ലാതേയും പാർവതിയെ അറിയാമായിരുന്നു. ഗ്രാമത്തിന്റെ പാട്ടുകാരി ആയിരുന്നല്ലോ അവൾ. ഭജനസംഘത്തിലെ പ്രധാന ഗായികയുമായിരുന്നു.

എല്ലാ രാഷ്ട്രീയപാർട്ടികളുടെയും വേദികളിൽ അവൾ സിനിമാ ഗാനങ്ങളും നാടൻപാട്ടുകളും പാടി. ഗ്രാമത്തിലെ പൊതുപരിപാടികളിലും അവൾ പാടുവാൻ എത്തി. വയലിലെ ജോലി അവസാനിച്ചശേഷമുള്ള മാസങ്ങളിൽ പെണ്ണാളുകൾ പാർവതിയുടെ അരികിൽ കൊയ്ത്തുപാട്ടും നടീൽ ഗാനങ്ങളും പഠിക്കുവാൻ വരുമായിരുന്നു. നായർ സ്ത്രീകളെ അവൾ തിരുവാതിരയും പഠിപ്പിച്ചു.

''കായലിനക്കരെ പോകാനെനിക്കൊരു
കളിവള്ളമുണ്ടായിരുന്നു
ഒത്തിരിദൂരം തുഴഞ്ഞു തരാനൊരു
മുത്തശ്ശിയുണ്ടായിരുന്നു...''

അതായിരുന്നു അവളുടെ ഇഷ്ടഗാനം!

പാർവതിയുടെ നിശ്ചേതനമായ ശരീരം കണ്ട് ആ ശരീരത്തോട് ആരോ കാട്ടിയ ക്രൂരതയറിഞ്ഞ് നടുങ്ങിനിന്ന ഗ്രാമം അവളുടെ സുന്ദര മുഖവും പാട്ടും ഓർത്തങ്ങനെ നിന്നു.

ഗ്രാമത്തിന്റെ മനസ്സിലൂടെ അവൾ പാട്ടും പാടി കൊച്ചുവള്ളം തുഴ ഞ്ഞെത്തുകയും പോവുകയും ചെയ്തു.

വയലിലെ ഗ്രാമത്തിൽ ജനങ്ങൾ തടിച്ചുകൂടിയിട്ടും ചെറിയൊരു ശബ്ദംപോലും ഉയർന്നില്ല. ഇടയ്ക്കിടെ സ്ത്രീകൾ പാർവതിയെ വിളിച്ച് പൊട്ടിക്കരയുന്ന ശബ്ദവും തേങ്ങലുകളും മാത്രമാണ് നിശ്ശബ്ദതയെ ഇല്ലാതാക്കിയത്.

പെട്ടെന്നാണ് ഗ്രാമത്തിലെ സുന്ദരിയും മദ്ധ്യവയസ്കയും വേശ്യ യുമായ ഗ്രേസിയുടെ ശബ്ദം രോഷത്തോടെ ഉയർന്നത്. ഗ്രാമത്തിലെ വായനശാലയിൽ നിന്നും ദിവസവും ഓരോ പുസ്തകമെടുത്തു വായി ച്ചുതീർക്കുന്ന ഗ്രേസി നല്ല ഭംഗിയായ രീതിയിലാണ് സംസാരിക്കുന്നത്. ഗ്രാമത്തിലെ വായനശാലയിൽ നിന്നും സ്ഥിരമായി പുസ്തകമെടുത്തു വായിക്കുന്ന മറ്റൊരാളും കൂടിയുണ്ട്, തേവൻമൂപ്പൻ!

ഗ്രേസിയുടെ ശബ്ദം വയലിൽ പ്രതിദ്ധ്വനിക്കുന്നുണ്ടായിരുന്നു. ''നമ്മുടെ നാട്ടിലുമുണ്ടല്ലോ ചെകുത്താന്മാർ! ഇത്ര കെടക്കപ്പൊറുതി ഇല്ലായിരുന്നെങ്കില് ഇവന്മാർക്കൊക്കെ എന്റെയരികിൽ വന്നാമത്യാരു ന്നല്ലോ! ഞാനവന്റെയൊക്കെ മതീംകൊതീം തീർക്കായിരുന്നല്ലോ! കഴ്വർ ടാമക്കള്...'' എല്ലാവരും അതു കേട്ടുനിന്നു. ഗ്രേസി പറഞ്ഞത് ശരിയാ ണല്ലോ എന്നാണെല്ലാവരും ഓർത്തത്!

''എന്നാലും എന്റെ കർത്താവേ, ഈ വയലിൽ ഈ കുട്ടിയെ എങ്ങനെ കൊണ്ടുവന്നു കിടത്തി.'' ഗ്രേസിയുടെ ശബ്ദം പെട്ടെന്ന് ഇടറുകയും ചെയ്തു. ''ഇവിടന്ന് എത്ര മൈല് ദൂരത്താ ഇവള് താമസിക്കുന്നത്? കൊറഞ്ഞത് രണ്ടര മൈലെങ്കിലും വരില്ലേ? ഹ! ഇതെങ്ങനെ സംഭവിച്ചു.

ഇതിനെ എത്ര പേരു ചേർന്നാ ഇങ്ങനെ ആക്കിയത്! വാടാ! തന്ത യില്ലാക്കഴുവേറികളെ, ചൊണയൊണ്ടെങ്കി എന്റെയടുത്തു വാടാ''.

നല്ലപ്പോഴാണ് ഗ്രേസി ഈ രീതിയിൽ സംസാരിക്കുന്നത് എല്ലാവരും കേൾക്കുന്നത്. ആ സംസാരം കേട്ട് വയലിൽ നില്ക്കുന്ന സ്ത്രീകളിൽ ചിലർ ആദരപൂർവം അവളെ നോക്കി. ഇങ്ങനെയൊക്കെ പറയുവാൻ അവർക്കും മനസ്സിൽ ആഗ്രഹമുണ്ടായിരുന്നു. പക്ഷേ, തന്റേടമുള്ളത് ഗ്രേസിക്കു മാത്രമാണ്.

എപ്പോഴും മനോഹരമായി വസ്ത്രധാരണം ചെയ്യുന്ന ഗ്രേസി കാഴ്ച യിൽ സുന്ദരിയും കുലീനയുമാണ്. എല്ലാവരോടും സ്നേഹത്തോടെയും ആദരവോടെയും അവൾ സംസാരിച്ചു.

എപ്പോഴെങ്കിലും ഏതെങ്കിലും സ്ത്രീയെ നോക്കി അവൾ ചിരിച്ചാലും സംസാരിച്ചാലും ആ സ്ത്രീയുടെ മനസ്സു പുകയും. തന്റെ ഭർത്താവോ അച്ഛനോ മകനോ ആങ്ങളയോ ഇന്നലെ അവളുടെ കൂടെ കിടന്നു കാണുമോ എന്ന ആധിയാണ് അവരുടെ മനസ്സിനെ അപ്പോൾ പുകച്ചത്. എങ്കിലും ഗ്രേസിയെ ആരും അകറ്റിനിർത്തിയതുമില്ല.

ഇപ്പോൾ വയലിൽ ആൾത്തിരക്കു വന്നതിനാൽ കാക്കകളുടെ പട പതുക്കെ പതുക്കെ അപ്രത്യക്ഷമായി. ഒന്നോ രണ്ടോ കാക്കകൾ മാത്രം ആകാശത്ത് വട്ടം കറങ്ങി.

''പോലിസെത്താറായില്ലേ?'' വയലിൽ കൂടിനിന്നിരുന്നവർ അപ്പോൾ അങ്ങോട്ടേയ്ക്കു പാഞ്ഞുവന്ന വാർഡ് മെമ്പർ കെ. സി. പീറ്ററോട് ചോദിച്ചു.

''വരും, വരും. നിങ്ങളൊക്കെ വരുംമുമ്പേ ഞാനീ കുട്ടിയെ കണ്ടു. മോഹാലസ്യം വരുമെന്നു തോന്നിയെങ്കിലും വന്നതില്ല. പിടിച്ചുനിന്നു... ഹൗ പിടിച്ചുനിന്നു...'' വീണ്ടും ഇങ്ങനെതന്നെയാണ് പീറ്റർ പറഞ്ഞു പോയത്.

''നല്ലകാര്യം കെ. സി. പീറ്ററെ!'' സ്കൂൾമാഷും പൊതുപ്രവർത്തകനു മായ കൈമൾസാർ പറഞ്ഞു. ''എന്നിട്ട് നേരെ പോലീസ് സ്റ്റേഷനി ലേയ്ക്കു പോയോ? പോകാരുന്നില്ലേ? നിങ്ങളുടെ പോലീസ്സല്ലേ''

''അതെയതേ..'' വടിപോലെ തേച്ചിട്ടിരുന്ന ഖദർ ഷർട്ടിട്ടപ്പോൾ വിയർപ്പിൽ നനഞ്ഞിരിക്കുന്നത് മാഷ് കാണത്തക്ക രീതിയിൽ നിന്നു കൊണ്ട് പീറ്റർ പറഞ്ഞു. ''എങ്കിലും ഞാൻ പോയില്ല. അവരെന്നെപ്പിടിച്ച് പ്രതിയാക്കിയാലോ? പേടിക്കേണ്ടത് പേടിച്ചല്ലേ പറ്റൂ? അതോണ്ട് മരിച്ച പെണ്ണു താമസിച്ചിരുന്ന വാർഡിലെ മെമ്പറുടെ വീട്ടിലേയ്ക്കോടി.''

''ആ മെമ്പർ കമ്മ്യൂണിസ്റ്റല്ലേ?'' ആരോ ചോദിച്ചു.

''അതിനെന്താഡോ? പെൺവിഷയത്തിൽ പാർട്ടിവ്യത്യാസമോ ജാതിവ്യത്യാസമോ ഉണ്ടോ? അല്ലാ പെൺവിഷയമല്ലാ ഇവിടെ കൊല പാതകമാണല്ലോ വിഷയം. അവിടെയെന്താഡോ പാർട്ടിഭേദം?''

കെ. സി. പീറ്റർ ഒരു വഷളൻ ചിരി ചിരിച്ചു. പിന്നെ പെട്ടെന്ന് പതറിക്കൊണ്ട് ചുറ്റുപാടും നോക്കി ആർക്കെങ്കിലും തന്റെ പെരുമാറ്റത്തിൽ എന്തെങ്കിലും സംശയമുണ്ടോ? മണിയാങ്കേരിപ്പള്ളിയിലെ മാതാവേ, ആർക്കും എന്നെപ്പറ്റി ഒരു സംശയവും വരരുതേ! പോലീസെന്നെ ചോദ്യം ചെയ്യരുതേ... രണ്ടു ദിവസം മുമ്പ് ഞാനവളുടെ വീട്ടിൽ ചെന്നതും അവളോട് സംസാരിച്ചതും ചിലരൊക്കെ കണ്ടതുമാണ്... മാതാവേ അതാരും പോലീസിനോട് പറയരുതേ! അവളുടെ മുറി പോലീസ് പരിശോധിക്കുമ്പോൾ തനിക്കെതിരായിട്ടൊരു തെളിവും അവിടെനിന്നും ലഭിക്കരുതേ...!

കെ. സി പീറ്റർ പാർവതിയുടെ വീട് സ്ഥിതിചെയ്യുന്ന വാർഡിലെ മെമ്പർ സഖാവ് റഹീമിന്റെ വീട്ടിലെത്തിയ ഉടൻ കുറച്ചുനേരം ഒന്നും മിണ്ടാതെ തറയിലോട്ടിരുന്നുപോയി. പിന്നെ ഒരു മൊന്ത വെള്ളം മടമടാന്ന് കുടിച്ചുതീർത്തിട്ട് ഒന്നു രണ്ടുനിമിഷം കണ്ണുകളടച്ചുപിടിച്ചങ്ങനെ ഇരുന്നു. അതും കഴിഞ്ഞാണ് വിവരം പറയുന്നത്.

''സഖാക്കളെ! ഞാനെന്താ ഈ കേക്കുന്നത്?'' റഹിം നെഞ്ചത്തു കൈ വച്ചുകൊണ്ടുറക്കെ ആരോടെന്നില്ലാതെ ചോദിച്ചുപോയി. ''ഇതെങ്ങനാടോ ഇത്രേം ദൂരം... അതും വയലില്... ആ നല്ല പെങ്കൊച്ചിനെ ആരോ ചതിച്ചതാണല്ലോ''

അതിനൊരു മറുപടിയും പറയാതെ കുടിനീരുമിറക്കി കെ. സി. പീറ്റർ നിശ്ശബ്ദനായിട്ടിരുന്നുപോയി. വല്ലാത്ത ഹൃദയവേദനയോടെ സഖാവ് റഹിം പാർവതിയെ ഓർത്ത് നിശ്ചലനായി നിന്നു. സഖാവിന്റെ മനസ്സിലിരുന്ന് പാർവതി പാടി. ''കായലിനക്കരെ പോകാനെനിക്കൊരു കളിവള്ളമുണ്ടായിരുന്നു...''

''വാ! റഹീമേ നമുക്കു പോകാം.''

''ശരി...'' റഹിം വസ്ത്രം മാറിയിട്ട് പെട്ടെന്ന് എന്തോ ഓർത്തിട്ടെന്നപോലെ പീറ്ററോട് ചോദിച്ചു. ''താനെങ്ങനെയാ പാർവതി മരിച്ചുകിടക്കുന്നത് അറിഞ്ഞത്?''

''ഞാൻ കണ്ടതാടോ'' പറഞ്ഞുതീർന്നതും ഹയ്യോ എന്ന് അറിയാതെ പീറ്ററിന്റെ മനസ്സു കുതിച്ചതും ഒരേ സമയത്തായിരുന്നു. വേണ്ടായിരുന്നു. കണ്ടെന്ന് പറയേണ്ടായിരുന്നു. ആരെങ്കിലും പറഞ്ഞറിഞ്ഞതാണ് എന്നറിയിച്ചാൽ മതിയായിരുന്നു.

''താനെങ്ങനെ കണ്ടു?'' സഖാവ് റഹിം അത്ഭുതത്തോടെ ചോദിച്ചു

''തന്റെ വാർഡാണെങ്കിലും ആ ഭാഗത്തുകൂടി പോകാറേയില്ലെന്ന് താൻ തന്നെയല്ലേ എപ്പോഴും പറയാറ്? അതിലെ താൻ വരാറേയില്ലെന്ന് എല്ലാവരും കുറ്റപ്പെടുത്തുന്നുമുണ്ടല്ലോ! പിന്നെ ഇന്നുമാത്രമെന്താ ഇത്ര രാവിലെ അതിലെ പോകാൻ കാരണം? അതും പാടത്തു മരിച്ചുകിടക്കുന്ന പാർവതിയെ താൻ കാണുകയും ചെയ്തു. അതെങ്ങനെയാ?''

റഹിം പറഞ്ഞത് കേട്ട് മുഖമടച്ച് അടി കിട്ടിയതുപോലെ കെ. സി. പീറ്റർ ആടിപ്പോയി. അയാൾ വല്ലാതെ വിളറിപ്പോയി. പിന്നെ ഒരു കണക്കിന് സമനില വീണ്ടെടുത്ത് റഹിമിനോട് പറഞ്ഞു. ''ഇപ്പോ താനെന്നെ പോലീസ് രീതിയിൽ ചോദ്യം ചെയ്യാതെ എന്റെ കൂടെ വാ.... ആ പെണ്ണ് പാടത്ത് ചത്തുകിടക്കുന്നു. ഹൗ! ചത്തു കിടക്കുന്നു. താൻ വാ.''

''ശരി!'' സഖാവ് റഹിം ചില നിമിഷങ്ങൾ കെ. സി. പീറ്ററെ നോക്കി നിന്നു. പീറ്ററെ രാഷ്ട്രീയമായി കുടുക്കാൻ ഇതിലെന്തെങ്കിലും വക കിട്ടുമോ എന്നായിരുന്നു അപ്പോൾ റഹിം ചിന്തിച്ചത്. ഒന്നിച്ചു പഠിച്ച ബാല്യകാലസുഹൃത്താണ് കെ. സി. പീറ്റർ. പക്ഷേ, രാഷ്ട്രീയത്തിൽ കെ. സി. പീറ്റർ ശത്രുവാണ്. എങ്കിലും...

''പോകാം വാ...'' ഒരു മൂളലോടെ കെ. സി. പീറ്ററെ തറച്ചൊന്നു നോക്കിയിട്ട് റഹിം കെ. സി. പീറ്ററോടൊപ്പം ഓടുന്ന വേഗതയിൽ നടന്നുതുടങ്ങി. പീറ്റർ റഹിമിനെ കാണുവാൻ വരുന്ന വഴി പാർവതിയുടെ വിവരം, കണ്ണിൽ കണ്ടവരോടെല്ലാം പറഞ്ഞുകൊണ്ടാണ് പോന്നത്. അതോടെ ഗ്രാമത്തിൽ വാർത്ത കാട്ടുതീപോലെ പടർന്നു. പീറ്ററും റഹിമും കൂടി വരമ്പുതാണ്ടിയും പുരയിടങ്ങളിൽ കയറിയിറങ്ങിയും ബണ്ട് റോഡിലൂടെ നടന്നും വയലിലെത്തി. അപ്പോൾ ആൾക്കാർ വരുന്നതേ ഉണ്ടായിരുന്നൊള്ളൂ.

സഖാവ് റഹിം ഒറ്റത്തവണയെ പാർവതിയുടെ ശരീരത്തിലേയ്ക്ക് നോക്കിയതുള്ളൂ. ഒരാർത്തനാദം അയാളിൽ നിന്നും അറിയാതുയർന്നു. അയാളുടെ മനസ്സിലേയ്ക്ക് ഒരു ചമ്പകപ്പൂവ് ആരോ കശക്കിയെറിഞ്ഞു.

''വാ...'' കെ. സി. പീറ്ററുടെ കൈ പിടിച്ചുവലിച്ചുകൊണ്ട് റഹിം പറഞ്ഞു.''നമുക്ക് പോലീസിൽ അറിയിക്കാം.''

''നമുക്കോ?'' പീറ്റർ നടുങ്ങി. ''അതിന് ടൗണിൽ പോകണ്ടേ? ഹൗ! ടൗണിൽ പോകണ്ടേ?''

''വേണ്ടാ!'' റഹിം നടന്നുതുടങ്ങി. ഒപ്പം പീറ്ററും. ''നമുക്ക് ചാക്കോച്ചൻ മുതലാളിയെക്കൊണ്ട് പോലീസിന് ഫോൺ ചെയ്യിക്കാം.''

വയലിന്റെ തിട്ടയിലേക്കുള്ള തെങ്ങിൻതോപ്പിലൂടെ നടന്ന് വലിയ തോടിന്റെ കരയിലെത്തിയശേഷം അവർ ചാക്കോച്ചൻ മുതലാളിയുടെ ബംഗ്ലാവിലേയ്ക്കു നടന്നു. തോടിന്റെ കരയിലാണ് അദ്ദേഹത്തിന്റെ കൂറ്റൻ ബംഗ്ലാവ്...!

കാക്കാട് ഗ്രാമത്തിൽ അന്ന് ആകെ അഞ്ചു ഫോണാണുണ്ടായിരുന്നത്. ഒരെണ്ണം പോസ്റ്റോഫിസിലും ബാക്കി നാലെണ്ണം നാല് വീടുകളിലും.

ചാക്കോച്ചൻ മുതലാളിയുടെ വീട്ടിൽ, പൊഴയിൽ സ്വാമിയുടെ മഠത്തിൽ, അബ്ദുൾ സാഹിബിന്റെ മാളികയിൽ, അഡ്വ. സത്യവാൻ നായരുടെ ഭവനത്തിൽ. അങ്ങനെ നാല്!

''നമ്മുടെ ഫോണിനും നാലു ജാതിയാ! ക്രിസ്ത്ര്യൻ, ബ്രാഹ്മിൻ, മുസ്ലീ, ഹിന്ദു... പോരേ സോഷ്യലിസ്സം'' എഴുത്തുകാരനും നടനുമായ അടിയോറമഠം അനിൽ ഇങ്ങനെ പറഞ്ഞു ചിരിക്കുമായിരുന്നു.

മുതലാളി ബംഗ്ലാവിന്റെ വരാന്തയിൽ ഇരിക്കുന്നുണ്ടായിരുന്നു.

''ലാൽസലാം സഖാവേ...'' മുതലാളി സഖാവ് റഹീമിനെ സ്വീകരിച്ചു. എഴുന്നേറ്റില്ല. പകരം അങ്ങനെ പറഞ്ഞ ശേഷം കാലിന്മേൽ കയറ്റിവെയ്ക്കുകയും ചെയ്തു.

ചാക്കോച്ചൻ റഹീമിനോട് സ്നേഹത്തോടെ ലോഹ്യം ചോദിച്ചു. അതേ സമയം വാർഡുമെമ്പറായ കോൺഗ്രസ്സുകാരൻ കെ. സി. പീറ്ററെഅവ ഗണിക്കുകയും ചെയ്തു. കെ. സി. പീറ്റർ മുതലാളിയുടെ ആശ്രിതനാണ്.

''ഇരിക്ക്'' ചാക്കോച്ചൻ മുതലാളി റഹീമിനെ ക്ഷണിച്ചു. മുതലാളിക്കെതിരെയുള്ള കസേരയിലിരുന്നിട്ട് സഖാവ് റഹീമും കാലിന്മേൽ കാൽ കയറ്റിവെച്ചു. ഇപ്പോൾ മുതലാളിയും സഖാവും ഒരേ രീതിയിലാണ് ഇരിക്കുന്നത്.

റഹിമിന്റെ ഇരിപ്പുകണ്ട് മുതലാളി മനോഹരമായി ചിരിച്ചു മുതലാളി ഇപ്പോൾ കമ്മ്യൂണിസ്റ്റുകാരനാണ്. കോൺഗ്രസ്സുകാരൻ വരുമ്പോൾ കോൺഗ്രസ്സുമാണ്.

സഖാവ് റഹിമിന്റെ ഇരുത്തം കണ്ട് വർദ്ധിച്ച അസൂയയോടെ ഒതുങ്ങി മാറിനില്ക്കുകയായിരുന്നു കെ. സി. പീറ്റർ.

''പിന്നെന്താ സഖാവേ വിശേഷം'' വളരെ ബഹുമാനം പ്രകടിപ്പിക്കുന്ന രീതിയിൽ ചാക്കോച്ചൻ തിരക്കി.

അപ്പോൾ സഖാവ് റഹിമും കെ. സി. പീറ്ററും കൂടി കാര്യങ്ങൾ പറയുവാൻ തുടങ്ങി.

അതെല്ലാം കേട്ടയുടൻ പൊട്ടിച്ചിരിച്ചുകൊണ്ട് മുതലാളി ആഹ്ലാദത്തോടെപറഞ്ഞു. ''രസമായിരിക്കുന്നല്ലോ! കൊന്നു കൊണ്ടിട്ടതാ അല്ലേ?''

''അതേ!'' റഹിമും പീറ്ററും കൂടി ഒന്നായ് പറഞ്ഞു.

''ബലാത്കാരം ചെയ്തതായിരിക്കും...'' മുതലാളി ആഹ്ലാദത്തോടെ തന്നെ തുടർന്നു. ''അഞ്ചാറെണ്ണം ഒരുപോലെ പണിയെടുത്തുകാണും. അതാ ചത്തുപോയത്, അല്ലേ?'' ഇത് പറഞ്ഞപ്പോൾ മുതലാളിയെ കിതച്ചു. ''ഒന്നും ഉടുക്കാതെയാണോടോ കെടക്കുന്നത്. അങ്ങനെയാണോ അവിടെ കൊണ്ടിട്ടത്.?''

''അതേ!''

''എന്നാലൊന്നു പോയി കണ്ടാലോ? രസമായിരിക്കുമല്ലോ!'' ചാക്കോച്ചൻ മുതലാളി പെട്ടെന്നെഴുന്നേറ്റു.

പരനാറി! സഖാവ് റഹിം ചാക്കോച്ചൻ മുതലാളിയെ നോക്കി അറിയാതെ മനസ്സിൽ പറഞ്ഞുപോയി. പറയാതിരിക്കുന്നതെങ്ങനെ?

'' അല്ലേൽ വേണ്ടാ'' കാരുണ്യപൂർവം മുതലാളി ഇരുന്നു. ''അപ്പോൾ ഞാനെന്താവേണ്ടത്? പോലീസിൽ അറിയിക്കണം. അല്ലേ?''

മുതലാളി വീണ്ടും എഴുന്നേറ്റു. പുതിയതായി വന്ന എസ്. ഐ വളരെ ചെറുപ്പക്കാരനാണെന്ന് കേട്ടിരുന്നു. അയാളെ ബംഗ്ലാവിലേയ്ക്കൊരു തവണ ക്ഷണിക്കണമെന്നു കരുതിയതുമാണ്. ഏതായാലും ഇത്തവണ ഇങ്ങോട്ടുവരുമ്പോൾ അതും നടക്കും. ഒരു വെടിക്ക് അഞ്ചാറുപക്ഷി. സി. ഐയെ പലതവണ ബംഗ്ലാവിലേയ്ക്ക് ക്ഷണിച്ചിട്ടുള്ളതാണ്. വന്നിട്ടേയില്ല. ഒരുപക്ഷേ, ഇത്തവണ.... ഫോണിൽ ചാക്കോച്ചൻ മുതലാളി കാര്യങ്ങളെല്ലാം പോലീസ് സ്റ്റേഷനിൽ അറിയിച്ചു.

''റോഡിലൂടെ ജീപ്പിൽ വന്നാൽ ഇത്രയും ദൂരം നടന്നെത്താൻ പോലീസുകാർക്ക് സമയം കൊറേ വേണ്ടിവരും സഖാവേ!'' ചാക്കോച്ചൻ മുതലാളി ചിരിച്ചു. ''അതുകൊണ്ടു ബോട്ടയച്ചുകൊടുക്കാം. പോലീസുകാരതിൽ വരട്ടെ. സഖാവും കൂടി ബോട്ടിൽ പോയി അവരെ കൂട്ടിക്കൊണ്ടുവന്നാൽ രസമായിരിക്കും.''

രസമല്ലാ സാമ്പാറായിരിക്കും, അല്ലെങ്കിൽ കാളനായിരിക്കും എന്ന് മനസ്സിൽ പറഞ്ഞിട്ട് സഖാവ് റഹിം പോകാമെന്നു സമ്മതിച്ചു.

ബംഗ്ലാവിന്റെ മുമ്പിലുള്ള വലിയതോട്ടിൽ ചാക്കോച്ചൻ മുതലാളിയുടെ രണ്ട് ചെറിയ യാത്രാബോട്ടുകൾ കെട്ടിയിട്ടിരുന്നു. ഡ്രൈവർ ബംഗ്ലാവിൽത്തന്നെ ഉണ്ടായിരുന്നതുകൊണ്ട് അഞ്ചുമിനിട്ടിനകം സഖാവ് റഹിം പോലീസിനെ കൊണ്ടുവരുവാൻ ബോട്ടിൽ യാത്രയായി.

ഓച്ഛാനിച്ച് ഒതുങ്ങിനിന്നിരുന്ന വാർഡ് മെമ്പർ കെ. സി. പീറ്ററെ ബംഗ്ലാവിനുള്ളിലെ മുറിയിലേയ്ക്ക് നടക്കുന്നതിനിടയിൽ ചാക്കോച്ചൻ മുതലാളി വിളിച്ചു. ''വാടാ''

മുറിയിൽ സിംഹാസനംപോലുള്ള കസേരയിലിരുന്നുകൊണ്ട് ചാക്കോച്ചൻ മുതലാളി പിന്നെ കല്പിച്ചു. ''ഇരിക്കെടാ പീറ്ററേ''

പടോന്ന് വീഴുംപോലെ പീറ്ററിരുന്നു. ഇപ്പോൾ ചാക്കോച്ചൻ മുതലാളി കോൺഗ്രസ്സാണ്. വെറും കോൺഗ്രസ്സല്ലാ കോൺഗ്രസ്സ് അദ്ധ്യക്ഷനാണ്.

''എന്നിട്ട് പറയെടാ പീറ്ററേ അവളുടെ കിടപ്പിനെപ്പറ്റി''

''വയലിലെ തോട്ടിൽ കിടക്കുന്നു.'' പീറ്റർ ഉദാസീനമട്ടിൽ പറഞ്ഞു.

എന്തോ വീണ്ടും വീണ്ടും പാർവതിയുടെ കിടപ്പിനെപ്പററി ചോദിക്കുമ്പോൾ പീറ്ററുടെ മനസ്സു വിറയ്ക്കുന്നു. പക്ഷേ, ചാക്കോച്ചൻ മുതലാളി പലതും ചോദിച്ചു കൊണ്ടേയിരുന്നു.

''നല്ല രസമായിരിക്കും'' എന്ന് ആസ്വദിച്ചുപറഞ്ഞുകൊണ്ട് ചാക്കോച്ചൻ മുതലാളി ഇടയ്ക്കിടയ്ക്ക് പലതും പറഞ്ഞുകൊണ്ടിരുന്നു. എന്തു രസത്തേപ്പറ്റിയാണോ ഈ മുതലാളി എപ്പോഴും ഇടയ്ക്കിടയ്ക്ക് പറയുന്നതെന്ന് പലപ്പോഴും എന്നപോലെ അപ്പോഴും പീറ്റർ ഓർത്തുപോയി.

വീണ്ടും വർത്തമാനത്തിൽ കൂടി സമയം കടന്നുപൊയ്ക്കൊ

ണ്ടിരുന്നു. പെട്ടെന്ന് ഇരുന്നിടത്ത് നിന്നും അസ്വസ്ഥത വർദ്ധിച്ച് പീറ്റർ ചാടി എഴുന്നേറ്റു. അയാൾ ഇടനെഞ്ച് പൊത്തിപ്പിടിച്ചിരുന്നു.

''യെന്താടാ?'' ചാക്കോച്ചൻ മുതലാളി ശബ്ദമുയർത്തി ചോദിച്ചു. ''നിനക്കെന്താ ചങ്കു കെഴയ്ക്കുന്നോ?''

''ഞാൻ പാടത്തേയ്ക്കു പോകാ മൊതലാളി? എന്തായാലും ഞാനിവിടത്തെ വാർഡ്മെമ്പറല്ലേ?''

''യെന്നാശരി. നെനക്ക് വെഷമം വല്ലതുമൊണ്ടേൽ താണ്ടേ ആ മൂലയ്ക്കിത്തിരി വെഷം ഇരിപ്പുണ്ട്. എടുത്ത് മാട്ടിക്കോ!''

ആർത്തിയോടെ കെ. സി. പീറ്റർ മുറിയുടെ കോണിലുള്ള ടീപ്പോയിലേയ്ക്കു നോക്കി, ടീപ്പോയിയുടെ മുകളിൽ ഒരു പൈന്റ് കുപ്പിയിൽ കാൽഭാഗത്തോളം റം ഇരിക്കുന്നതയാൾ കണ്ടു. ഒറ്റച്ചാട്ടത്തിനതെടുത്ത് ഒരു തുള്ളി വെള്ളംപോലും ചേർക്കാതെ അയാൾ വായിലേയ്ക്കു കമഴ്ത്തി.

''നല്ല രസം തോന്നുന്നു അല്ലേടാ?''

കെ. സി. പീറ്ററുടെ കുടികണ്ട് ചാക്കോച്ചൻ മുതലാളി പൊട്ടിച്ചിരിച്ചു.

''യെന്നാ നീ പൊയ്ക്കോ..'' കുപ്പിയും കൈയിലെടുത്ത് അതു കേട്ട പാടെ കെ. സി. പീറ്റർ വെളിയിലേയിക്കിറങ്ങി വയലിലേയ്ക്കോടി, പോകുംവഴി കുപ്പി വഴിയിൽ കളയുകയും ചെയ്തു.

അങ്ങനെയാണ് കെ. സി. പീറ്റർ ഇപ്പോൾ ആൾക്കൂട്ടത്തിലെത്തിയിരിക്കുന്നത്. പീറ്റർ വന്നതിനുശേഷം അടുത്തുള്ള ഗ്രാമങ്ങളിൽ നിന്നും കൂടി വിവരം കേട്ടറിഞ്ഞ് ആൾക്കാർ വന്നുകൊണ്ടിരുന്നു. ഇപ്പോൾ വയലിൽ നിശ്ശബ്ദതയ്ക്കു പകരം ആരവമാണ്. എല്ലാവരുടേയും കാഴ്ച വസ്തുവായി പാർവതി വയലിലെ തോട്ടിൽ വെറുങ്ങലിച്ചങ്ങനെ കിടന്നു. അവളിപ്പോൾ പ്രദർശനവസ്തുവാണ്. ശരീരം അനാഥവുമാണ്.

എല്ലാവരിൽ നിന്നും അകന്ന് വയലിന്റെ തിട്ടയിൽ മാവിൻചുവട്ടിൽ കെ. സി. പീറ്ററിരുന്നു. പോലീസ് തന്നെ ചോദ്യം ചെയ്താൽ എന്തെല്ലാം കള്ളത്തരങ്ങളാണ് സത്യസന്ധമായി തോന്നത്തക്ക രീതിയിൽ അവതരിപ്പിക്കേണ്ടതെന്നാലോചിക്കുകയായിരുന്നു അയാൾ.

അപ്പോഴാണ് മീൻകാരൻ ആന്റണി വിളിച്ചുപറഞ്ഞത്. ''ബോട്ടിൽ പോലീസ് വന്നേ..''

അതുകേട്ട് കെ. സി. പീറ്റർ ചാടിയെഴുന്നേറ്റു.

മൂന്ന്

പോലീസ് സംഘം വന്നപ്പോൾ വയലിലെ ആരവം പെട്ടെന്ന് നിലയ്ക്കുകയും എല്ലാവരും ഒതുങ്ങി നില്ക്കുകയും ചെയ്തു.

സർക്കിൾ ഇൻസ്പെക്റ്ററുടെയും സബ് ഇൻസ്പെക്റ്ററുടെയും നേതൃത്വത്തിൽ പതിനഞ്ച് പോലീസുകാരാണ് സംഘത്തിലുണ്ടായിരുന്നത്.

ഇത്രയധികം പോലീസുകാർ വന്നതെന്തിനെന്ന് ചിലർ അമ്പരക്കുകയും ചിലരിൽ ഭീതി ജനിക്കുകയും ചെയ്തു. പോലീസുകാർ വന്നയുടൻ ഗ്രേസി നിലത്തേയ്ക്ക് കാറിത്തുപ്പിയിട്ട് അവിടെനിന്നും നടന്നകന്നു. അവൾക്ക് ഈ ലോകത്തിൽ കണ്ണെടുത്താൽകാണരുതാത്ത ഒരേയൊരു വർഗം പോലീസാണ്. കാരണം അവളുടെ അച്ഛൻ പോലീസുകാരനായിരുന്നു. സ്നേഹിച്ചു കല്യാണം കഴിച്ച അമ്മയെ അച്ഛൻ... ബാക്കി ഓർക്കാതിരിക്കാൻ അവൾ ശ്രമിച്ചു. പകരം കഴിഞ്ഞയാഴ്ച കണ്ട സിനിമയിലെ പ്രേമരംഗം ഓർക്കാൻ തുടങ്ങി അവൾ...

വയലിൽ ആൾക്കാർ വർദ്ധിച്ചു വർദ്ധിച്ചു വരുന്നതിനിടയിൽ പഞ്ചായത്തു പ്രസിഡന്റിന്റെ നേതൃത്വത്തിൽ ചിലർ ചേർന്ന് പാർവതിയുടെ ശരീരം കഴുത്തുമുതൽ പുതിയ പുല്പായ കൊണ്ട് മറച്ചിരുന്നു. പോലീസ് സംഘം വസപ്പോൾ സി. ഐ. യുടെ നിർദ്ദേശപ്രകാരം ആരോ ആ പായെടുത്തുമാറ്റി. പാർവതിയുടെ നഗ്നമായ ശരീരം കണ്ട് സി. ഐ.യടക്കമുള്ളവരുടെ ഹൃദയം വല്ലാതായിപ്പോയി. അവർ തൊപ്പിയൂരി മൃതദേഹത്തോട് ആദരവ് പ്രകടിപ്പിച്ചു.

പോലീസ് സംഘം വരുന്നതു കണ്ട് ചാടിയെഴുന്നേറ്റ പീറ്റർ പക്ഷേ, വീണ്ടും അവിടെത്തന്നെ ഇരിക്കുകയാണ് ചെയ്തത്. അയാളുടെ ഹൃദയം പെരുമ്പറകൊട്ടിക്കൊണ്ടിരുന്നു.

സാധാരണ ഇതുവഴി വരാത്ത താൻ രാവിലെ ഇവിടെ വരുവാനും പാർവതിയുടെ മൃതദേഹം കാണുവാനും ഇടവന്നത് എന്തുകൊണ്ട് എന്ന് പോലിസ് ചോദിക്കുമ്പോൾ എന്തു മറുപടി പറയും എന്ന കാര്യം എത്ര ആലോചിച്ചിട്ടും പീറ്റർക്ക് രൂപപ്പെട്ടു കിട്ടിയില്ലാ എന്നതാണ് സത്യം! ആരെങ്കിലും പാർവതിയുടെ മൃതദേഹം അവിടെ കിടപ്പുണ്ടോ എന്ന് നോക്കാൻ പറഞ്ഞുവിട്ടതാണോ എന്നു ചോദിച്ചാൽ അല്ലാ എന്നു മറുപടി പറയാം. പിന്നെ എന്തിനുവന്നു എന്നു ചോദിച്ചാൽ എന്താണ് മറുപടി പറയുന്നത്? എന്റെ മണിയാങ്കേരി മാതാവേ എന്നെ രക്ഷിക്കണേ!

പോലീസുകാർ ബോട്ടിൽ വന്നിറങ്ങിയപ്പോൾ കരയിൽ ചാക്കോച്ചൻ മുതലാളി നില്പുണ്ടായിരുന്നു. ബോട്ടിൽ നിന്നും ആദ്യമിറങ്ങിയത് സഖാവ് റഹിമാണ്. പിന്നെ പോലീസുകാരെല്ലാവരുമിറങ്ങി. അതിനും പുറകെയാണ് സി. ഐ. യും എസ്. ഐയും ഇറങ്ങിയത്. ചാക്കോച്ചൻ ആദ്യം എസ്. ഐയെ ശ്രദ്ധിച്ചതേയില്ല. സി. ഐയെ നോക്കി, പോലിസുകാരടക്കം കരയിൽ നില്ക്കുന്ന എല്ലാവരും കേൾക്കത്തക്ക വിധത്തിൽ ശബ്ദമുയർത്തി 'നമസ്കാരം സർക്കിൾ അങ്ങത്തെ' എന്ന് നേരിയ പരിഹാസവും തമാശയും കലർത്തി പറയുകയും ചെയ്തു.

സർക്കിൾ ഇൻസ്പെക്റ്റർ ശങ്കരമേനോൻ പുഞ്ചിരിയോടെ ആ അഭിവാദ്യം സ്വീകരിച്ചു. അദ്ദേഹത്തിന്റെ പുറകിൽ നില്ക്കുകയാ

യിരുന്ന സബ് ഇൻസ്പെക്റ്റർ രാജേന്ദ്രൻ ചാക്കോച്ചൻ മുതലാളി യെത്തന്നെ നോക്കിനിന്നു. മുതലാളിയുടെ മുഖത്തിന് കുറുക്കന്റെ മുഖവുമായി വളരെയധികം സാമ്യമുണ്ടെന്ന് പെട്ടെന്ന് എസ് ഐ രാജേ ന്ദ്രനു തോന്നി. കുറുക്കനും കുറുക്കന്റെ കൗശലവും മനസ്സിലും ഉണ്ടായി രിക്കുമെന്നും പുറകേ തോന്നി.

''പുതിയ എസ്. ഐ ആണല്ലേ?'' സി. ഐ യുടെ പുറകിൽ നില്ക്കുന്ന രാജേന്ദ്രനെ നോക്കി ചാക്കോച്ചൻ മുതലാളി പെട്ടെന്നു തിരക്കി. അതിനു മറുപടി പറയാതെ എസ്. ഐ രാജേന്ദ്രൻ മുതലാളിയെ വെറുതെ നോക്കിനിന്നു. മുതലാളിയ്ക്ക് ആ നോട്ടം രസിച്ചില്ല. എസ്. ഐ യുടെ കണ്ണുകൾ കത്തുന്നു എന്ന് ചാക്കോച്ചന് പെട്ടെന്നു തോന്നി.

ആറടി ഉയരമുള്ള സർക്കിൾ ഇൻസ്പെക്റ്റർ ശങ്കരമേനോന്റെ തോളറ്റം പൊക്കമേ എസ്. ഐ. രാജേന്ദ്രനുള്ളുവെന്ന് ചാക്കോച്ചൻ പെട്ടെന്നു കണ്ടുപിടിച്ചു. നിറമോ ശരിക്കും കറുപ്പ്! പക്ഷേ, പ്രത്യേക മുഖ ഗാംഭീര്യം. തിളങ്ങുന്ന കണ്ണുകൾ, മനോഹരമായ മേൽമീശ. എങ്കിലും ഇയാൾ തന്റെ മുമ്പിൽ വെറും തൃണം എന്നാണ് ചാക്കോച്ചൻ മുതലാളി മനസ്സിൽ വിചാരിച്ചത്. ജാതിയിൽ തീരെ താഴ്ന്ന ഇവൻ സംവരണം കൊണ്ടോ വല്ല ശുപാർശകൊണ്ടോ ആവും എസ്. ഐ ആയതെന്നും മുതലാളിക്കു തോന്നി.

രാജേന്ദ്രനും മുതലാളിയും ചില നിമിഷങ്ങൾ പരസ്പരം നോക്കി നിന്നു. പിന്നെ പരിഹാസച്ചിരിയോടെ മുതലാളി നോട്ടം മാറ്റിക്കളഞ്ഞു.

''കേട്ടോ സർക്കിൾ സാർ'' ചാക്കോച്ചൻ സി.ഐ.യെ നോക്കിക്കൊണ്ടു പറഞ്ഞു. ''റോഡിൽക്കൂടി ജീപ്പിൽ വന്നാൽ ഇങ്ങെത്താൻ രണ്ടരമൈൽ നടക്കണം. അതുകൊണ്ടാ ഞാൻ ബോട്ടയച്ചത്.''

''മനസ്സിലായി''. പിന്നെ ആരും കാണാതെ എസ്.ഐ.യെ ഒരുമാത്ര നേരത്തേക്ക് അദ്ദേഹമൊന്നു പാളിനോക്കി. മേലധികാരിയുടെ ആ നോട്ടം ആദരപൂർവ്വം സ്വീകരിച്ചുകൊണ്ട് എസ്. ഐ പതുക്കെയൊന്നു മന്ദഹസിച്ചു.

അവർ വയലിലേയ്ക്ക് നടന്നു തുടങ്ങി. ഇടയ്ക്ക് എസ്.ഐ രാജേന്ദ്രൻ സ്വന്തം പോക്കറ്റിൽ തപ്പിനോക്കി, ബോട്ടിൽ നിന്നും ലഭിച്ച രണ്ടു സാധനങ്ങൾ ടൗവലിൽ പൊതിഞ്ഞുവെച്ചിരിക്കുന്നത് ഭദ്രമാണെ ന്നുറപ്പ് വരുത്തി. ബോട്ടിൽ ഇങ്ങോട്ടേയ്ക്ക് വന്നുകൊണ്ടിരിക്കുമ്പോൾ ബോട്ടിനുള്ളിലൊരു മൂലയിൽ രണ്ടുമൂന്നു വളക്കഷണങ്ങൾ പൊട്ടിക്കി ടക്കുന്നത് രാജേന്ദ്രൻ ഇടയ്ക്ക് ശ്രദ്ധിച്ചിരുന്നു.

ബോട്ടിൽ വരുന്നവഴി സി.ഐ. പാർവതിയുടെ കാര്യങ്ങൾ ചോദിച്ചറി യുവാനാരംഭിച്ചു. കൊല്ലപ്പെട്ട പാർവതിയുടെ വിവരങ്ങൾ സഖാവ് റഹിം പറയുന്നത് സിഐയും എസ്.ഐയും ശ്രദ്ധിച്ചുകൊണ്ടുമിരുന്നു. കൂടെ യുണ്ടായിരുന്ന റൈറ്റർ ഡയറിയിലത് രേഖപ്പെടുത്തുന്നുമുണ്ടായിരുന്നു.

പാർവതിയുടെ അഡ്രസ്സാണ് റഹിം ആദ്യം പറഞ്ഞത്. ഏകദേശം ഇരുപത് വയസ്സ് പ്രായംവരും. സുന്ദരിയും പാട്ടുകാരിയുമാണ്. ഏഴാം വാർഡിൽ യു.പി. സ്കൂളിനരികിൽ താമസിക്കുന്നു. വീട്ടിനു മുമ്പിൽ വാഹനങ്ങൾ പോകുന്ന മെയിൻ റോഡാണ്. അഞ്ചുസെന്റ് സ്ഥലവും ചെറിയ വീടും സ്വന്തമായുണ്ട്. തെക്കൻ കേരളത്തിൽ നിന്നും ഏറെ വർഷങ്ങൾക്കു മുമ്പു വന്നതാണ്. അച്ഛനും മകളും കൂടെ മുത്തശ്ശിയു മാണുണ്ടായിരുന്നത്. കുറച്ചു വർഷങ്ങൾക്കു മുമ്പ് മുത്തശ്ശിയും മരണ പ്പെട്ടു. ഇപ്പോൾ മകൾക്ക് അച്ഛൻ മാത്രം!

''അച്ഛന്റെ പേരെന്താണ്?''

''രാഘവൻ. രാഘവനാശാനെന്നാണ് എല്ലാവരും വിളിക്കുന്നത്.''

''എത്ര വയസ്സുണ്ടാകും? ആരോഗ്യവാനാണോ?''

''ഏകദേശം അമ്പതമ്പത്തിയഞ്ച് വയസ്സുണ്ടാകും സാർ. മുടിയും താടിയും ഒക്കെ നരച്ച്... നല്ല ആരോഗ്യവാനാണ്.''

''അദ്ദേഹത്തിനെന്താ ജോലി?''

''വിവാഹ ബ്രോക്കറാണ്. കൂട്ടത്തിൽ സ്ഥലവും വീടും ഒക്കെ വിൽക്കാൻ സഹായിക്കുകയും ചെയ്യും. അതിനും പുറമേ പുരാണ പാരായണവുമുണ്ട്. അതിമനോഹരമായി ഭാഗവതവും രാമായണവും വായിക്കും. നല്ല ഈണമാണ്. ആ പാരമ്പര്യമാണ് മകൾക്കും. പാർവതിക്ക് രാമായണത്തിലെയും ഭാഗവതത്തിലെയും പല ഭാഗങ്ങളും കാണാതെ അറിയാം...'' റഹിം അത്രയും പറഞ്ഞിട്ട് വിഷാദത്തോടെ ചിരിച്ചു. അയാ ളുടെ കണ്ണുകൾ പതുക്കെ നിറഞ്ഞുവോ?

പാർവതിയെപ്പറ്റി പറയുമ്പോൾ റഹിം കൂടുതൽ വാചാലനാകുന്നത് സി. ഐ.യും എസ്. ഐയും പ്രത്യേകം ശ്രദ്ധിച്ചു. റഹിം വീണ്ടും തുടർന്നു. ''പാരായണം ഉള്ള ചില രാത്രികളിൽ രാഘവനാശാൻ വീട്ടിൽ വരാറില്ല.''

അതു പറഞ്ഞപ്പോൾ റഹിം എന്തോ ഒരു നിമിഷം ചിന്തിച്ചതും ആ മുഖത്ത് വീണ്ടും ഒരു വിഷാദച്ചിരി പടർന്നതും രണ്ട് പോലീസ് ഉദ്യോ ഗസ്ഥരും ശ്രദ്ധിക്കാതിരുന്നില്ല.

''അങ്ങനെ ചില രാത്രികളിൽ ആശാൻ വീട്ടിൽ വരാതിരിക്കുന്ന കാര്യം നാട്ടുകാർക്കെല്ലാവർക്കും അറിയാമോ?''

''മിക്കവർക്കും അറിയാം.''

''അപ്പോൾ ഇന്നലെ രാത്രിയിൽ അദ്ദേഹം വീട്ടിലുണ്ടായിരുന്നില്ല ഇല്ലേ?''

''ഇല്ല കാണാനിടയില്ല. ഉണ്ടായിരുന്നെങ്കിൽ...''

''ഇത് സംഭവിക്കില്ലായിരുന്നു അല്ലേ?''

''അതെ!''

''അച്ഛൻ വീട്ടിലില്ലെങ്കിൽ ആ രാത്രിയിൽ ആരാണ് കൂട്ടിന് വരുന്നത്?''

“തൊട്ടയൽപക്കത്തു വീടുണ്ട്. അവിടത്തെ അമ്മ വന്നു കൂട്ടുകിടക്കും. ആ അമ്മ ഐശ്വര്യവതിയാണ്, എന്നോട് വലിയ സ്നേഹവുമാണ്.”

“അതെന്താ അങ്ങനെയൊരു സ്നേഹം??” സി.ഐ എടുത്തടിച്ചതുപോലെ ചോദിച്ചപ്പോൾ സഖാവ് റഹിം പെട്ടെന്നു വിളറിപ്പോയി. പോലീസുകാരടക്കം എല്ലാവരും അത് ശ്രദ്ധിച്ചു.

“റഹിം ആ വാർഡിലെ മെമ്പറല്ലേ സർ അതുകൊണ്ടാണ്.” എസ്. ഐ. രാജേന്ദ്രൻ പുഞ്ചിരിയോടെ പറഞ്ഞപ്പോൾ റഹിമിന്റെ മുഖത്തൊരാശ്വാസം വന്നുകയറി. അയാളെന്തിനോ ദീർഘമായി നിശ്വസിച്ചു.

“ഇന്നലെ രാത്രിയിലപ്പോൾ ആ അമ്മയും വന്നു കാണില്ല അല്ലേ?” റഹിമിന്റെ കണ്ണുകളിലേയ്ക്ക് നോക്കിക്കൊണ്ടു സി. ഐ. ചോദിച്ചു.

അതിന് റഹിം മറുപടി പറഞ്ഞില്ല, റഹിമിന്റെ മുഖം വീണ്ടും വല്ലാതായി.

ആ അമ്മയുടെ പേര് ഗീതമ്മ എന്നാണെന്ന് ഒരു ചോദ്യത്തിന് മറുപടിയായി റഹിം പറയുകയും ചെയ്തു.

പിന്നെ കുറേ നേരത്തേയ്ക്ക് ചോദ്യവും ഉത്തരവും ഉണ്ടായില്ല. ബോട്ട് ഓടിക്കൊണ്ടിരുന്നു. തോട്ടിൽ കഴുത്തറ്റം വെള്ളത്തിൽ നിന്നുകൊണ്ട് കുളിക്കുന്ന സ്ത്രീകൾ നിറയെ പോലീസുകാരുമായി ഒരു ബോട്ട് പോകുന്നതു കണ്ട് ഉത്കണ്ഠപ്പെട്ടു.

“നമ്മൾ ബോട്ടിൽനിന്നിറങ്ങുന്നതിനടുത്താണാ പാർവതിയുടെ ശരീരം കിടക്കുന്നത്?”

“അതെയതെ! ബോട്ടിറങ്ങി കുറച്ചു നടന്നാൽ വയലിലെത്താം. അവിടാണ് പാർവതി...”

“ബോട്ട് സാധാരണ എവിടെയാണ് കിടക്കുന്നത്?”

‘നമ്മൾ ഇറങ്ങുന്നിടത്തു തന്നെ. ചാക്കോച്ചൻ മുതലാളിയുടെ വീടിനു മുമ്പിൽ.”

“ശരി”

വീണ്ടും കുറച്ചുനേരത്തേയ്ക്ക് മൗനം. ബോട്ടോടുന്ന ശബ്ദം മാത്രം ഉയർന്നുകൊണ്ടിരുന്നു. അതിനിടയിൽ വളക്കഷണങ്ങൾ കിടക്കുന്നത് എസ്. ഐ. രാജേന്ദ്രൻ ആരും കാണാതെ സർക്കിൾ ഇൻസ്പെക്റ്ററുടെ ശ്രദ്ധയിൽപെടുത്തി. അഞ്ചുമിനിട്ടു കഴിഞ്ഞപ്പോൾ രാജേന്ദ്രൻ ബോട്ടിനുള്ളിൽ വെറുതേ നടക്കുന്ന രീതിയിൽ വളക്കഷണങ്ങൾ കിടക്കുന്നതിന്റെ അരികിൽച്ചെന്നു. ചുവപ്പുനിറത്തിലുള്ള വളക്കഷണങ്ങളായിരുന്നു എല്ലാം. വളക്കഷണങ്ങളിൽ ചുറ്റി നീളമുള്ള രണ്ടു മൂന്നു മുടിയിഴകളും അദ്ദേഹം കണ്ടു. സ്ത്രീയുടെ മുടിയിഴകളാണ് അതെന്ന് ഒറ്റനോട്ടത്തിൽ തന്നെ അദ്ദേഹത്തിനു മനസ്സിലായി.

രാജേന്ദ്രൻ പിന്നെ പഴയ സ്ഥാനത്തുതന്നെ വന്നിരുന്ന് വീണ്ടും സംസാരം ആരംഭിച്ചു. പാർവതിയുടെ ഒരു കാര്യവും പിന്നെയുള്ള

വർത്തമാനത്തിൽ കടന്നുവന്നതേയില്ല. സി. ഐ യും സംഭാഷണത്തിൽ പങ്കുചേർന്നു.

ഇപ്പോൾ അവർ കൃഷിയേപ്പറ്റിയാണ് സംസാരിക്കുന്നത്. വലിയ തോടിനങ്ങേക്കരയിൽ ഉയരത്തിൽ നിർമ്മിച്ച വീതിയുള്ള ബണ്ടാണുള്ളത്. അത് തോടിന്റെ ആരംഭം തൊട്ട് കായലിൽ ചേരുന്നിടം വരെ നീണ്ടുകിടക്കുന്നു. ബണ്ടിൽ കൃത്യമായ അകലത്തിൽ നിരനിരയായി തൈത്തെങ്ങുകൾ നിറച്ച് തേങ്ങയും ചുമന്ന് അഹങ്കാരത്തോടെ തലയുയർത്തി നിന്നിരുന്നു. ചില തെങ്ങുകളിൽ കള്ള് ചെത്തുന്നുണ്ടായിരുന്നു. ബണ്ടിനപ്പുറത്ത് താഴേ കായൽ നിരപ്പിനും താഴെയൊയി കടലുപോലെ കൊയ്ത്തു കഴിഞ്ഞ പാടശേഖരം ചക്രവാളത്തിൽ ലയിച്ചുകിടന്നു. കായൽ നികത്തിയ വയൽ! മനുഷ്യൻ ഹിമാലയത്തിൽ കയറിയതിനെക്കാൾ സാഹസികതയാണ് കൺമുമ്പിൽ നീണ്ടുകിടക്കുന്ന വയലുണ്ടാക്കിയതിന്റെ ചരിത്രത്തിനുള്ളിൽ നിറഞ്ഞു നില്ക്കുന്നത്.

''മൂരിക്കനെ റഹിം കണ്ടിട്ടുണ്ടോ?'' സി. ഐ. ചോദിച്ചു.

റഹിം ഉണ്ടെന്നോ ഇല്ലെന്നോ പറയാതെ കൃഷിക്കുവേണ്ടി മുരിക്കൻ നടത്തിയ 'സാഹസിക കഥകൾ' വിവരിക്കുവാൻ തുടങ്ങി. കർഷകത്തൊഴിലാളികൾ അനുഭവിക്കുന്ന ഇല്ലായ്മകളെക്കുറിച്ചും റഹിം വാചാലനായി. ജോലിസമയം കുറയ്ക്കാനും ഇത്ര മണിക്കൂർ മാത്രം ജാലി ചെയ്യാമെന്ന വ്യവസ്ഥ ഉണ്ടാക്കാനും തന്റെ പാർട്ടി നടത്തുന്ന സമരരീതികളെക്കുറിച്ച് സഖാവ് റഹിം വിശദീകരിച്ചു. ജോലി ചെയ്യുന്ന ആണാൾക്കും പെണ്ണാൾക്കും കൃത്യമായ കൂലി നിരക്ക് നടപ്പിൽ വരുത്താനും പാർട്ടിക്കു കഴിഞ്ഞു. വയലിൽ ജോലിക്കു കയറാനും, ഇറങ്ങാനും സൈറൺ കൂവി. അതോടൊപ്പം ചുവന്ന കൊടിയും കാണിച്ചു. ആ ജോലി ചെയ്യുവാൻ പ്രത്യേകം സഖാക്കളുമുണ്ടായിരുന്നു.

''നമ്മൾ കൊയ്യും വയലെല്ലാം

നമ്മുടേതാകും പൈങ്കിളിയേ'' സഖാവിന്റെ പ്രസംഗം കേട്ടപ്പോൾ സർക്കിൾ ഇൻസ്പെക്ടർ സ്വയമറിയാതെ പാടിപ്പോയി. ''ആ പാട്ടിൽ പറയുംപോലെ സംഗതി എന്നെങ്കിലും നടക്കുമോ റഹിമേ?'' സി.ഐ. പുഞ്ചിരിയോടെ തിരക്കി.

''തീർച്ചയായും സാർ.'' ആത്മവിശ്വാസത്തോടെ, കമ്മ്യൂണിസ്റ്റ്കാരന്റെ നെഞ്ചുറപ്പോടെ റഹിം പറഞ്ഞു. ''അതു നടന്നുകൊണ്ടിരിക്കുന്നു.''

അതോടെ ആ സംസാരം നിന്നു. വീണ്ടും പാർവതിയെ ചുറ്റിപ്പറ്റിയായി വർത്തമാനം.

''പാർവതി മരിച്ചുകിടക്കുന്നത് റഹിമിന്റെ വാർഡിലാണോ?'' എസ്. ഐ. തിരക്കി.

''അല്ല! അവിടെ കോൺഗ്രസ്സാണ്. കെ. സി. പീറ്ററാ മെമ്പർ''

''അതുശരി! ഈ പീറ്ററെന്താ കൂടെ വരാഞ്ഞത്.'' വീണ്ടും എസ്. ഐയുടെ ചോദ്യം.

''അതറിയില്ല. പീറ്ററാണ് എന്നെ വിവരം അറിയിച്ചത്!'' റഹിം മറുപടി പറഞ്ഞു. വേറെ ചിലതൊക്കെ കൂടി പറയാൻ ഭാവിച്ചെങ്കിലും പെട്ടെന്നത് വേണ്ടായെന്നു വയ്ക്കുകയും ചെയ്തു.

അപ്പോഴേയ്ക്കും ബോട്ട് കരയ്ക്കടുത്തു. റഹിമും പോലീസുകാരും ഇറങ്ങിയശേഷം സി. ഐയുടെ അനുമതിയോടെ രാജേന്ദ്രൻ വളക്കഷ ണങ്ങളും മുടിയും കൂടി ടൗവലിൽ ശേഖരിച്ചു.

''സ്ത്രീയുടെ മുടിയാണല്ലേ?'' സി. ഐ തിരക്കി.

''അതേ സർ''

''സൂക്ഷിച്ചോളൂ''

''സർ...''

രാജേന്ദ്രൻ ടൗവലിൽ അത് പൊതിഞ്ഞ് ഭദ്രമായി പോക്കറ്റിൽ സൂക്ഷിച്ചു. മൃതദേഹത്തിനരികിലേയ്ക്ക് നടക്കുന്നതിനിടയിൽ പോക്കറ്റിലിട്ടത് ഭദ്രമായിട്ടിരിപ്പുണ്ടോ എന്നാണ് എസ്.ഐ രാജേന്ദ്രൻ പരിശോധിച്ചത്.

സി.ഐയുടെ നേതൃത്വത്തിൽ ഇൻക്വസ്റ്റ് ആരംഭിച്ചു. ക്രൂരമായി ബലാംത്സംഗം ചെയ്തു കൊന്നതാണെന്ന് ഒറ്റ നോട്ടത്തിൽതന്നെ പോലീസിനു മനസ്സിലായി.

സി.ഐയുടെ അരികിൽ പഞ്ചായത്ത് മെമ്പർമാരും പ്രസിഡന്റും നിന്നിരുന്നു. കഷണ്ടി കയറിയ തലയും തറവാടിത്തം നിറഞ്ഞു തുളു മ്പുന്ന മുഖവുമായി ഒരു ദീർഘകായൻ സി.ഐയുടെ തൊട്ടടുത്തു നില്പു ണ്ടായിരുന്നു. പഞ്ചായത്തു പ്രസിഡന്റായിരുന്നു അത്. തന്റെ പഞ്ചായ ത്തിൽ ഇത്തരമൊരു ക്രൂരകൃത്യം നടന്നതിന്റെ ദുഃഖം അദ്ദേഹത്തിന്റെ മുഖത്ത് തെളിഞ്ഞുനിന്നു.

''ഞാനറിയുന്ന കുട്ടിയാണിവൾ.'' ഡബിൾ മുണ്ടും കഴുത്തിൽ തോർത്തുമായി നിന്നിരുന്ന പ്രസിഡന്റ് കുട്ടിയച്ചായൻ പറഞ്ഞു. ''ഇവിടെ അടുത്ത് ഞങ്ങൾക്കൊരു സ്കൂളുണ്ട്. സ്കൂളിലെ എല്ലാ ആനിവേഴ്സ റിക്കും കുറച്ചുകാലമായി അവൾ പാടുവാനെത്തുമായിരുന്നു.''

''അവൾ പഠിച്ച സ്കൂളായിരുന്നോ ഇത്'' സി.ഐ ചോദിച്ചു.

''അല്ലാ, അവൾ അപ്പുറത്ത് കവലയ്ക്കപ്പുറമുള്ള മറ്റൊരു സ്കൂളി ലാണ് പഠിച്ചത്!''

''എങ്ങനെയുള്ള കുട്ടിയായിരുന്നു അവൾ?''

''നല്ലവൾ!'' നിറഞ്ഞ സ്നേഹത്തോടെയും ദുഃഖത്തോടെയും പ്രസിഡന്റ് പറഞ്ഞു. ''അവൾക്കിങ്ങനെ വന്നുവല്ലോ!''

''ആ കുട്ടിയുടെ അച്ഛൻ ഇതുവരെ വന്നില്ല അല്ലേ?'' സി.ഐചോദിച്ചു.

''വന്നില്ല. ഇന്നു വരുമായിരിക്കും. വന്നാൽ ഈ വിവരം അറിയു മ്പോൾ എന്താകുമോ എന്തോ!''

പാർവതിയുടെ ഫോട്ടോ പല പോസുകളിൽ, ആംഗിളുകളിൽ കാമറയിൽ പകർത്തുന്നുണ്ടായിരുന്നു.

പട്ടണത്തിനുള്ള ഗവൺമെന്റ് ഹോസ്പിറ്റലിലേയ്ക്ക് പാർവതിയുടെ മൃതദേഹം പോസ്റ്റുമോർട്ടത്തിനു കൊണ്ടുപോകുവാൻ തുടങ്ങുകയാണ്.

"വള്ളത്തിൽ കൊണ്ടുപോകാം." പഞ്ചായത്ത് പ്രസിഡന്റ് സി. ഐ യോടു പറഞ്ഞു." എഞ്ചിൻ ഘടിപ്പിക്കാം. ബോട്ടിനേക്കാൾ വേഗം ചെന്നു കൊള്ളും."

-ചാക്കോച്ചന്റെ ബോട്ടിലാണ് പോലീസുകാർ വന്നതെന്ന് കുട്ടിയ ച്ചായനറിഞ്ഞിരിക്കുന്നു. അതിനു പകരമാണ് ഇപ്പോൾ വള്ളം വിട്ടുകൊ ടുക്കുന്നത്. അതും എഞ്ചിൻ ഘടിപ്പിച്ചത്. പണക്കാരായ പ്രമാണിമാർ തമ്മിലുള്ള മത്സരം പലപ്പോഴും ആ ഗ്രാമത്തിൽ നടന്നിരുന്നു.

പായയിൽ പൊതിഞ്ഞുകെട്ടി എഞ്ചിൻ ഘടിപ്പിച്ച വള്ളത്തിൽ പാർ വതിയുടെ മൃതദേഹം പട്ടണത്തിലുള്ള ജില്ലാ ആശുപത്രിയിലേയ്ക്ക് പുറപ്പെട്ടു. പട്ടണത്തിലെ ചന്തക്കടവിലോ ബോട്ടുജെട്ടിയിലോ വള്ളം അടുപ്പിക്കുമ്പോൾ മൃതദേഹം ഏറ്റുവാങ്ങുവാൻ അവിടെ ആംബുലൻസ് കിടപ്പുണ്ടാകും.

ചാക്കോച്ചൻ മുതലാളി സർക്കിൾ ഇൻസ്പെക്ടർക്കും എസ്. ഐ അടക്കം മറ്റ് പോലീസുകാർക്കും വിഭവസമൃദ്ധമായ ഭക്ഷണം ഒരുക്കിയി രുന്നു. പക്ഷേ, സർക്കിൾ ഇൻസ്പെക്ടർ സ്നേഹപൂർവ്വം അത് നിരസിച്ചു.

വെട്ടിക്കാടു മുക്കിലുള്ള ചായക്കടയിൽ പോലീസുകാർക്ക് കപ്പയും മീൻകറിയും തയ്യാറാക്കിയിരുന്നു. പഞ്ചായത്തു പ്രസിഡന്റ് കുട്ടിയച്ച നാണത് ഏർപ്പാടാക്കിയത്. പഞ്ചായത്ത് പ്രസിഡന്റിന്റെ കടമയാണെ ന്നുള്ള രീതിയിലാണതദ്ദേഹം ചെയ്തത്.

കപ്പയും മീൻകറിയും പോലീസുകാർ കഴിച്ചു. അക്കാലത്ത് ഗ്രാമ പ്രദേശങ്ങളിലേയ്ക്ക് പൊറോട്ടയെന്ന രാക്ഷസൻ വന്നെത്തിയിരുന്നില്ല.

സർക്കിൾ ഇൻസ്പെക്റ്റർ രണ്ട് കരിക്കു കുടിച്ചപ്പോൾ എസ്. ഐ. രാജേന്ദ്രൻ കരിക്കിന്റെ കൂടെ ഏത്തപ്പഴവും കഴിച്ചു.

അതെല്ലാം നോക്കിക്കൊണ്ട് പോലീസുകാരുടെ ശ്രദ്ധയിൽ പെടാതെ മെമ്പർ ഓഫ് പഞ്ചായത്ത് കെ. സി. പീറ്റർ കുറച്ചപ്പുറത്തുമാറി ഒതുങ്ങി നിൽക്കുന്നുണ്ടായിരുന്നു.

പാർവതിയുടെ മൃതദേഹം കയറ്റിയ വള്ളത്തിൽ കുറച്ച് പോലീ സുകാരും കയറി യാത്രയായി.

തോട്ടിലൂടെ എഞ്ചിൻ പിടിപ്പിച്ച ആ വള്ളം ചീറിപ്പായുന്നത് നോക്കി പാർവതിയുടെ വാർഡിലെ മെമ്പറായ റഹിം നിശ്ചലനായി നിന്നു. കഴിഞ്ഞ മാസം നടന്ന വായനശാലയുടെ വാർഷികത്തിൽ അവൾ പാടിയ പാട്ട് അയാളുടെ മനസ്സിലേയ്ക്ക് ഇപ്പോൾ പെയ്തിറങ്ങി, ചക്കരപ്പന്തലിൽ തേൻമഴ ചൊരിയും ചക്രവർത്തി കുമാരാ...

ചിലപ്പോൾ അവൾ റഹിമിനോട് സംശയം ചോദിക്കുമായിരുന്നു. റഹിമിക്കാ ചക്കരപ്പന്തലാണോ, ശർക്കരപ്പന്തലാണോ ശരി?

''നീ ഏതുപാടിയാലും അതെല്ലാം ശര്യാ''

''റഹിമിക്കാ, തേൻമഴയാണോ തേൻമലരാണോ ശരി?''

''നിനക്കേതാണോ ഇഷ്ടം, അതാണു ശരി''

-അപ്പോൾ അവൾ പാർവതി പൊട്ടിച്ചിരിച്ചു. അവൾ ചിരിച്ചപ്പോൾ കയ്യിലെ ചുവന്ന വളകളും ചിരിയിൽ പങ്കെടുത്തു. അവളെപ്പോഴും രണ്ടു കൈയിലും ചുവന്ന വളകൾ ധരിച്ചിരുന്നു. ചുവന്ന വളകളോടവൾക്ക് ഭ്രാന്തായിരുന്നല്ലോ!

എസ്. ഐ. രാജേന്ദ്രൻ വയലിൽ കൂടിനിന്നവരോടും അതാണ് ചോദിച്ചത്. 'പാർവതി കയ്യിൽ വളകൾ ഇടുമായിരുന്നോ?'

''പിന്നെ.'' കുറേയാൾക്കാർ ഒന്നിച്ചുപറഞ്ഞു. ''ചൊമപ്പുനെറത്തിലൊള്ള വളകളിടാതെ ഞങ്ങൾ ആ കുട്ടിയെ കണ്ടിട്ടേയില്ല.''

അതു കേൾക്കെ സർക്കിൾ ഇൻസ്പെക്റ്ററും എസ്. ഐ.യും പരസ്പരം ചില നിമിഷങ്ങൾ നോക്കിനിന്നു. രാജേന്ദ്രൻ ഒരിക്കൽകൂടി പോക്കറ്റിൽ തപ്പിനോക്കി. ചാക്കോച്ചന്റെ ബോട്ടിൽ നിന്നും കിട്ടിയ ചുവന്ന വളക്കഷണങ്ങളും മുടിയിഴകളും അവിടെ ഭദ്രമായിരിക്കുന്നു. പാർവതിയുടെ മൃതദേഹത്തിൽ ഒന്നുമുണ്ടായിരുന്നില്ലല്ലോ. ശരീരത്തിൽ വസ്ത്രങ്ങളില്ലായിരുന്നു. കൈയിൽ വളകളുമില്ലായിരുന്നു. ആ വളകളിലെ ചില കഷണങ്ങളായിരുന്നോ ബോട്ടിൽ കിടന്നിരുന്നത്?

''പാർവതിയുടെ വീട്ടിലേയ്ക്കു നമുക്കു പോകാം.'' സി. ഐ. ശങ്കരമേനോൻ പറഞ്ഞു. പിന്നെ രാജേന്ദ്രനോട് രഹസ്യമായി പോദിച്ചു.

''ഇവിടെ നിന്നും റോഡിലേയ്ക്കുള്ള എളുപ്പവഴി തനിക്കറിയാമല്ലോ ഇല്ലേ? കൂടെ ആരും വന്നില്ലെങ്കിൽതന്നെയും നമുക്കൊറ്റയ്ക്കു പോവുകയും ചെയ്യാമല്ലോ!''

''സർ'' രാജേന്ദ്രൻ പുഞ്ചിരിച്ചുകൊണ്ട് വളരെ താഴ്ന്ന സ്വരത്തിൽ പറഞ്ഞു. ''കൊച്ചിലെ പഠിച്ച കവിതപോലെ കാണാപ്പാഠമാണ് എനിക്കീവഴി.''

അവരുടെ വർത്തമാനത്തിൽ എന്തോ ഒരു രഹസ്യം ഒളിഞ്ഞു കിടന്നിരുന്നു.

സർക്കിൾ ഇൻസ്പെക്റ്ററും സബ് ഇൻസ്പെക്റ്ററും ബാക്കിയുള്ള പോലിസുകാരും കൂടി വരമ്പിലൂടെ അകലെയുള്ള റോഡിലേയ്ക്കു നടക്കാൻ തുടങ്ങി. റോഡിലെത്തി കവല കഴിഞ്ഞ് കുറച്ചുദൂരം പടിഞ്ഞാറോട്ട് നടന്നുവേണം പാർവതിയുടെ വീട്ടിൽ ചെല്ലുവാൻ. പോലീസ് സംഘം പാർവതിയുടെ വീട്ടിലേയ്ക്ക് പോവുകയാണ്. അവരുടെ പുറകെ നാട്ടുകാരുടെ ഒരു വലിയ സംഘവും നടക്കുന്നു. എല്ലാവരുടെയും മുമ്പിലായും പോലീസുകാരുടെ തൊട്ടുപുറകിലായും പഞ്ചായത്ത് മെമ്പർ റഹിമും നടന്നിരുന്നു.

''റഹിം'' സി. ഐ ചോദിച്ചു. ''പാർവതിയുടെ മൃതദേഹം കണ്ടത് ആദ്യം ആരാണ്?'' ''എന്താണയാളുടെ പേര്?''

''കെ. സി. പീറ്റർ. ഈ വാർഡിലെ മെമ്പറാണ്.''

''ശരി! അയാളോട് സ്റ്റേഷൻവരെ വരാൻ പറയണം.''

സി. ഐ. ഈ വാചകം മുഴുവൻ പറയും മുമ്പ് ഒരു പരുക്കൻ സ്വരം ഉയർന്നു. ''പീറ്ററല്ല സാർ ആ പെണ്ണു ചത്തുകിടക്കുന്നതാദ്യം കണ്ടത് മറ്റൊരാളാ...''

എല്ലാവരും നിന്നു.

''ആരാ ആ പറഞ്ഞത്?''

''ഞാനാ കുഞ്ഞമ്പു.'' അഹങ്കാരത്തോടെ നിവർന്നുനിന്നുകൊണ്ട് അയാൾ പറഞ്ഞു. ''ഞാൻ തിട്ടയിൽ കൂടി പോകുമ്പോൾ ആ പെണ്ണ് ചത്തുകിടക്കുന്നിടത്ത് ഒരാൾ നില്പുണ്ടായിരുന്നു.''

''ആരായിരുന്നു അത്?'' സി. ഐ തിരക്കി.

''തേവൻ പൊലയൻ'' പുച്ഛസ്വരത്തിൽ കുഞ്ഞമ്പു മറുപടി പറഞ്ഞു.

''ആര്'' സി. ഐ. പെട്ടെന്നു തിരക്കി. ''നമ്മുടെ തേവൻമൂപ്പനോ? ഇവിടടുത്തല്ലേ മൂപ്പന്റെ വീടെന്ന് ഞാനിപ്പോഴും ഓർത്തതാ! എന്നിട്ടെവിടെ തേവൻമൂപ്പൻ?''

അപ്പോഴാണ് ഇതിനകം ഗ്രാമത്തിൽ പരന്നുകഴിഞ്ഞ വാർത്ത നാട്ടുകാർ പോലീസുദ്യോഗസ്ഥരോട് പറഞ്ഞത്. ''തേവൻമൂപ്പനെ രാവിലെ മുതൽ കാണാനില്ല!''

''കാണാനില്ലേ?'' സി. ഐ. പെട്ടെന്ന് ശബ്ദമുയർത്തി ചോദിച്ചു. അതോടൊപ്പം എസ്. ഐ യുടെ മുഖത്തേയ്ക്ക് സൂക്ഷിച്ചുനോക്കുകയും ചെയ്തു. ഇപ്പോൾ അവർ പരസ്പരം നോക്കുന്നു, പലപ്പോഴും.

രാവിലെ വയലിൽ നിന്നും മൂപ്പൻ വീട്ടിലെത്തിയത് പരിഭ്രമത്തോടെയായിരുന്നത്രെ! എന്തോ സ്വല്പം ഭക്ഷണം കഴിച്ചിട്ട് വസ്ത്രവും മാറി പോയതാണ് മൂപ്പൻ. വർഷങ്ങളായി മൂപ്പൻ ഒരിടത്തേയ്ക്കും ഒറ്റയ്ക്ക് പോകാറില്ല. കൃത്യമായ ഭക്ഷണവും വ്യായാമവും വിശ്രമവും പറമ്പിലിത്തിരി കൃഷിപ്പണിയും പുസ്തകവായനയും ഒക്കെയായി വീട്ടിൽതന്നെ കഴിയുന്ന മൂപ്പൻ എവിടേയ്ക്കാണ് ഒറ്റയ്ക്ക് പോയത്? എന്തിനാണ് പോയത്?

''നമുക്കു പോകാം സർ'' എസ്.ഐ ആദരവോടെ പറഞ്ഞു. ശരി! അവർ നടന്നുതുടങ്ങി. സംഘം നടന്നുനീങ്ങിയപ്പോൾ കൂട്ടത്തിലുള്ള ഒരാൾ മാത്രം നടക്കാതെ അവിടെത്തന്നെ നിന്നു.

ആ ആൾ കുഞ്ഞമ്പുവായിരുന്നു. ഇപ്പോൾ അയാളുടെ മുഖത്ത് ക്രൗര്യം കലർന്ന ഒരു പുഞ്ചിരിയുണ്ടായിരുന്നു. പുഞ്ചിരിയായിരുന്നില്ല കോടിയ ചിരിയായിരുന്നു അത്!

നാല്

കക്കാട് ഗ്രാമത്തിൽ അക്കാലത്ത് പ്രധാനവഴിയിൽ മാത്രമാണ് വൈദ്യുതിവിളക്കുകൾ പ്രകാശിച്ചിരുന്നത്. ആ വഴിയിലൂടെ പട്ടണത്തിൽ നിന്നും ഗ്രാമാതിർത്തിവരെ ബസ്സോടി. ഗ്രാമത്തിലെ അപൂർവം വീടുകളിൽ മാത്രമേ കറന്റ് കണക്ഷൻ ഉണ്ടായിരുന്നുള്ളൂ. ആ വീടുകളിലെല്ലാം റേഡിയോയും ഉണ്ടായിരുന്നു. അന്ന് റേഡിയോ വീട്ടിൽ വെയ്ക്കണമെങ്കിൽ ലൈസൻസ് വാങ്ങണമായിരുന്നു.

റോഡ് ടാറിട്ടിരുന്നെങ്കിലും പലയിടത്തും പൊട്ടിപ്പൊളിഞ്ഞു കിടന്നു. ചില സ്ഥലങ്ങളിൽ റോഡിനു സമാന്തരമായും മറ്റു ചിലയിടങ്ങളിൽ പുരയിടങ്ങൾക്കപ്പുറത്തായും മീനച്ചിലാറിന്റെ കൈവഴി ഒഴുകിയിരുന്നു. വർഷകാലത്ത് മീനച്ചിലാർ കവിഞ്ഞൊഴുകി പുരയിടങ്ങളിലും റോഡിലും ഇടവഴികളിലും വെള്ളപ്പൊക്കമുണ്ടായി. ഗ്രാമത്തിലെ ഭൂരിഭാഗം വീടുകളുടെ ഉൾമുറികളിൽപ്പോലും പ്രളയജലം അധികാരം സ്ഥാപിക്കുമായിരുന്നു.

വെള്ളപ്പൊക്കകാലത്ത് ബസ്സോടിയതേയില്ല. എല്ലാവരും വെള്ളം നീന്തികയറി പട്ടണത്തിലെത്തി. ഇല്ലിക്കൽകവല വരെ പ്രളയകാലത്ത് ബസ്സ് വരുമായിരുന്നു. അവിടെ നിന്നുമാണ് കക്കാട് ഗ്രാമം ആരംഭിച്ചിരുന്നത്.

ചില കടുത്ത വെള്ളപ്പൊക്കസമയത്ത് റോഡിലൂടെ വള്ളങ്ങളിൽ ആൾക്കാരെ കയറ്റി ഇല്ലിക്കൽ കവലയിലത്തിക്കുമായിരുന്നു. ഊന്നുകാർക്ക് കാൽ രൂപ കൂലി കൊടുക്കണം. ഇരുപത്തിയഞ്ചു പൈസ.

മീനച്ചിലാറിന്റെയും തെക്കുവശത്തായിരുന്നു കുന്നുംപുറം. ഗ്രാമത്തിലെ ഏറ്റവും ഉയർന്ന സ്ഥലം. കുന്നിൻപുറത്താണ് ഗ്രാമത്തിന്റെ പരദേവതയായ ശ്രീകാർത്ത്യായനീദേവിയുടെ പ്രസിദ്ധമായ ക്ഷേത്രം. ജാതിമതഭേദമെന്യെ ഗ്രാമത്തിലെല്ലാവരും സന്തോഷത്തിലും സന്താപത്തിലും ദേവിയെ ഭക്തിയോടെ വിളിച്ചു. എന്റെ കുന്നിൻപുറത്തമ്മേ!

കുന്നിന്റെ വിസ്തൃതമായ തെക്കേ ചെരിവിറങ്ങി കുറെ നാട്ടുവഴികളും ഒത്തിരി വീട്ടുമുറ്റങ്ങളും പറമ്പിന്റെ ഓരങ്ങളും താണ്ടിയാണ് എല്ലാവരും കാക്കച്ചി പാടശേഖരിത്തിലെത്തിയിരുന്നത്. കാക്കച്ചിപ്പാടത്തിന്റെ ഇങ്ങേക്കരയിലും ചുറ്റുവട്ടങ്ങളിലും അക്കാലത്തുതന്നെ ജനങ്ങൾ ധാരാളമായി പാർത്തിരുന്നു. ഒരു ഉപകള്ളുഷാപ്പും ചായക്കടകളും പലചരക്കുകടകളും അവിടെ ഉണ്ടായിരുന്നു. കൂട്ടത്തിൽ ഒരു യു.പി. സ്കൂളും. പട്ടണത്തിന്റെ പല പ്രാന്തപ്രദേശങ്ങളിൽനിന്നും യാത്രാബോട്ടിൽ കയറി ധാരാളം കുട്ടികൾ സ്കൂളിൽ പഠിക്കാനും എത്തിയിരുന്നു.

കാക്കച്ചിപാടശേഖരത്തിൽ നിന്നും പോലീസ് സംഘം നടന്നു നടന്ന് കുന്നിൻപുറത്തെത്തി പിന്നെ കുന്നിറങ്ങി താഴ്വാരം കടന്ന് മീനച്ചിലാറിന്റെ കരയിൽ വന്ന് വലിയപാലം കയറി അക്കരെ പ്രധാനറോഡിലെത്തി, കവലയിലെത്തി. കവലയിൽ നിന്നും പിന്നെ കിഴക്കോട്ടു നടന്നു. കുറച്ചു ചെന്നപ്പോൾ ഹൈസ്കൂളായി. ഹൈസ്കൂളിനടുത്ത് പാർവതിയുടെ വീട് ഇപ്പോൾ കരഞ്ഞും കൊണ്ട് നില്ക്കുന്നു. കിളിയില്ലാത്ത കിളിക്കൂടായി മാറിയിരിക്കുന്നു ആ വീടിപ്പോൾ. വീടിന്റെ വരാന്തയിൽ പാർവതിയുടെ വലിയ ഫോട്ടോ ഫ്രെയിം ചെയ്ത് തൂക്കിയിരിക്കുന്നു.

പോലീസ് സംഘം പാർവതിയുടെ വീടിനടുത്തെത്തിയപ്പോൾ സമയം സന്ധ്യയാവുകയായിരുന്നു. ഇരുട്ട് പരന്നു തുടങ്ങുന്നു. കുറച്ചു ചെറുപ്പക്കാർ ചേർന്ന് ഒരു ഗ്യാസ് ലൈറ്റ് തെളിച്ച് വരാന്തയിൽ വെച്ചു. ആ വീടിന്റെ ഹൃദയത്തിനേറ്റ പൊള്ളലിന്റെ തേങ്ങൽപോലെ ഗ്യാസ് ലൈറ്റിൽ നിന്നുമുയരുന്ന ശബ്ദം ഉയർന്നുകൊണ്ടിരുന്നു.

ഗ്യാസ് ലൈറ്റിന്റെ വെളിച്ചത്തിലും അതിനപ്പുറം പരന്നു തുടങ്ങുന്ന ഇരുട്ടിലും ആൾക്കാർ കൂട്ടംകൂടി നിന്ന് അടക്കം പറഞ്ഞു.

''പാർവതിയുടെ അച്ഛൻ ഇതുവരെ വന്നില്ല അല്ലേ?'' സി.ഐ. ചോദിച്ചു.

''വന്നില്ല സാർ'' നാട്ടുകാർ ഉത്തരം പറഞ്ഞു.

''പാർവതിക്ക് രാത്രിയിൽ കൂട്ടുകിടക്കാൻ വന്നിരുന്ന അമ്മയും ഹോസ്പിറ്റലിൽ നിന്നും വന്നില്ല അല്ലേ?'' രാജേന്ദ്രൻ തിരക്കി. അദ്ദേഹത്തിന്റെ കണ്ണുകളിൽ പുതിയൊരു സംശയം പെട്ടെന്നുദയം ചെയ്തതായി അരികിൽ നിന്നിരുന്ന ഹെഡ്കോൺസ്റ്റബിൾ മാത്യൂസിനു തോന്നി.

''ഇല്ല''

''അവരേതു ഹോസ്പിറ്റലിലാണ്''

''ജില്ലാ ഹോസ്പിറ്റലിൽ.''

അവിടാണ് പാർവതിയുടെ മൃതദേഹം കൊണ്ടുപോയിരിക്കുന്നത്. പോസ്റ്റുമോർട്ടം ചെയ്യുന്നതും അവിടെയാണ്.

''ആ അമ്മ അഡ്മിറ്റാണോ?''

''അതെ സാർ...''

''ഏതു വാർഡിൽ?''

''പതിന്നാലിലാണെന്നു തോന്നുന്നു. അതാണ് സ്ത്രീകളുടെ വാർഡ്.'' അപ്പോൾ സർക്കിൾ ഇൻസ്പെക്റ്റർ എസ്. ഐയോട് പറഞ്ഞു.

''രാജേന്ദ്രൻ രണ്ട് കോൺസ്റ്റബിൾസിനെ ഇവിടെ നിർത്തണം. വീട്ടിനകത്താരും കയറാതെ ശ്രദ്ധിക്കാൻ പറയണം.''

''സർ''

''വീടിന്റെ മുറികളെല്ലാം വെളിയിൽ നിന്നും കുറ്റിയിടുകയും ചെയ്യണം.''

''സർ! എല്ലാ മുറികളും വെളിയിൽ നിന്നും നേരത്തേതന്നെ ആരോ കുറ്റിയിട്ടിരിക്കുന്നു. ഒരുപക്ഷേ, ഇന്നലെ രാത്രിയിൽ തന്നെ ആരോ...''

ഈ വീട്ടിൽ നിന്നും ഇത്രയും അകലെ കാക്കച്ചിപ്പാടശേഖരത്തിൽ പാർവതിയുടെ മൃതദേഹം എങ്ങനെയെത്തി എന്ന ചോദ്യം എല്ലാവരുടെയും മനസ്സിൽ സദാസമയവും കനലുപോലെ ജലിച്ചുകൊണ്ടിരുന്നു.

''നമുക്കിപ്പോൾ പോകാം. ബാക്കിയെല്ലാം രാവിലെ'' സി. ഐ പറഞ്ഞു.

''സർ'' രാജേന്ദ്രൻ ഒന്നറ്റൻഷനായി. പിന്നെ രണ്ടു കോൺസ്റ്റബിൾമാർക്ക് നിർദ്ദേശങ്ങൾ നല്കിയശേഷം പോകുവാനൊരുങ്ങി. ആ രണ്ടു പോലീസുകാർ വീടിന് കാവൽ നിന്നു. അപ്പോഴേയ്ക്കും പട്ടണത്തിൽ നിന്നും രണ്ട് ജീപ്പുകൾ വന്നുചേർന്നു. ഒന്നിൽ സി. ഐ യും രണ്ടാമത്തേതിൽ എസ്. ഐ രാജേന്ദ്രനും ബാക്കി പോലീസുകാരും കയറി യാത്രയായി.

പെട്ടെന്ന് ദൂരെ കാക്കച്ചിപ്പാടശേഖരത്തിൽ നിന്നും ഒരു വിളി എസ്. ഐ രാജേന്ദ്രൻ കേട്ടു. ''എടാ രാജുവേ...''

പകൽനേരത്ത് ബോട്ടിറങ്ങിയപ്പോഴും ആ വിളി ഉയർന്നു കേൾക്കുന്നതായി രാജേന്ദ്രന് തോന്നിയിരുന്നു. പക്ഷേ, ആ വിളി കേൾക്കാതിരിക്കാൻ രാജേന്ദ്രൻ ആ സമയം മനസ്സും ചെവികളും കൊട്ടിയടച്ചുവെച്ചിട്ട് കൃത്യനിർവഹണത്തിൽ മുഴുകുകയാണ് ചെയ്തത്. ഇപ്പോൾ ആ വിളി കേൾക്കുന്നു, വീണ്ടും അതു കേൾക്കുവാൻ രാജേന്ദ്രൻ മനസ്സും ചെവികളും തുറന്നുവയ്ക്കുകയും ചെയ്തു. ആ വിളി അങ്ങ് കാക്കച്ചിപ്പാടത്തിൽ നിന്നും വർഷങ്ങൾക്കപ്പുറത്ത് നിന്ന് ഉയർന്നു വരുന്നത് രാജേന്ദ്രൻ കേട്ടു. ''എടാ രാജൂവേ....''

ഓ! രാജേന്ദ്രന്റെ മനസ്സ് ഉറക്കെ വിളികേട്ടു. അദ്ദേഹത്തിന്റെ കണ്ണുകളിൽ നനവിന്റെ ഒരു രേഖ പടർന്നു.

പോലിസ് ജീപ്പ് ഇപ്പോൾ മീനച്ചിലാറിന്റെ തീരത്തുകൂടിയാണ് ഓടുന്നത്. നദിയിൽ നിന്നും അടിക്കുന്ന കാറ്റിൽ ആശ്വാസംപൂണ്ട് സീറ്റിൽ തല ചാരിവെച്ച് രാജേന്ദ്രൻ കണ്ണുകളടച്ചിരുന്നു.

''എടാ രാജുവേ...''

''ഓ...''

രാത്രിയിൽ ചെറുപ്പക്കാരുടെ സംഘം പാർവതിയുടെ പറമ്പിന്റെ പടിഞ്ഞാറെ അതിർത്തിയിൽ നിന്നിരുന്ന മാവ് മുറിച്ചിട്ട് മാറിമാറി കീറിയെടുക്കുവാൻ തുടങ്ങി.

നാളെ ഉച്ചയ്ക്കു മുമ്പായി പോസ്റ്റുമോർട്ടം ചെയ്ത ശേഷം പാർവതിയുടെ ശരീരം വീട്ടിലെത്തുമെന്ന് തീർച്ചയായിരുന്നു. അവളുടെ അച്ചൻ എന്തായാലും രാവിലെ എത്തുമായിരിക്കുമെന്നും എല്ലാവരും വിശ്വസിച്ചു. മറ്റു ബന്ധുക്കളാരും ഉള്ളതായി നാട്ടുകാർക്ക് അറി

യുവാനും വയ്യായിരുന്നു. അപ്പോൾ പാർവതിയെ കൊണ്ടുവന്നാലുടൻ ചിതയിൽ വെയ്ക്കാമെന്നും അവർ കൂട്ടംകൂടി തീരുമാനിച്ചു. അവളെ കുഴിച്ചിടേണ്ടാ. ദഹിപ്പിക്കാം.. അങ്ങനെ തീരുമാനിക്കുമ്പോൾ എല്ലാ വരുടേയും മനസ്സ് കരയുകയായിരുന്നു. ''ആ കുട്ടിടെ അച്ഛൻ ഇവിടെ വരുമ്പോഴേ വിവരം അറിയൂ. അപ്പോൾ അങ്ങേരെന്തു ചെയ്യും?' ആരോ ചോദിച്ചു. ''നമ്മളെങ്ങനെ ആ മനുഷ്യനെ ആശ്വസിപ്പിക്കും?'' അതിനാരും മറുപടി പറഞ്ഞില്ല. ആർക്കും അതറിയാനും പാടില്ലായിരുന്നു.

അപ്പോഴാണ് കേശവൻകുട്ടി അവിടേയ്ക്ക് വന്നത്. അയാൾ തുണി വില്പനക്കാരനും ഭജനസംഘത്തിന്റെ നേതാവുമാണ്. ഭജന സംഘത്തിൻെറ പ്രധാന ഗായികയായിരുന്നു പാർവതി. ചുറ്റുവട്ടത്തുള്ള അമ്പലങ്ങളിലെ ഉത്സവത്തിന് കേശവൻകുട്ടിയുടെ സംഘം ഭജന നടത്തി. പാർവതിയും അവളുടെ കൂട്ടുകാരിയായ വനജയുമായി രുന്നു ഗായികമാർ. കേശവൻകുട്ടിയടക്കം എട്ടാൾക്കാരായിരുന്നു സംഘത്തിലുണ്ടായിരുന്നത്. ഒരു ഹാർമോണിയവും ഗിഞ്ചറയുമാ യിരുന്നു സംഗീതോപകരണങ്ങൾ. എങ്കിലും പാട്ടിന്റെ മേൻമയിൽ സംഗീതോപകരണങ്ങളുടെ കുറവ് ആരും ശ്രദ്ധിച്ചതേയില്ല. ഭജന യിൽ ഏറ്റവും കൂടുതൽ ഭക്തിഗാനങ്ങൾ ആലപിച്ചിരുന്നത് പാർവതി ആയിരുന്നു.

''പാർവതിയുടെ പാട്ടിന്റെ ഏഴയലത്തു വരില്ല വനജയുടെ പാട്ട്'' മിക്കവരും വനജയുടെ മുമ്പിൽ വെച്ചുപോലും പാർവതിയുടെ പാട്ടിനെ പുകഴ്ത്തിയിരുന്നു. അതു കേട്ടപ്പോഴൊന്നും വനജയ്ക്ക് അവരോടൊന്നും ഒരു പിണക്കവും തോന്നിയതുമില്ല. മാത്രവുമല്ല, അങ്ങനെ കേട്ടപ്പോഴൊ ക്കെയും അവൾക്ക് ആഹ്ലാദം വർദ്ധിച്ചുവരികയും ചെയ്തു. എന്റെ പാർ വതി പ്രശസ്തയായ പാട്ടുകാരിയായിത്തീരണേ എന്റെ കുന്നിൻപുറ ത്തമ്മേ എന്നവൾ ആ സമയം മനം നിറഞ്ഞ് പ്രാർത്ഥിക്കുകയും ചെയ്യുമായിരുന്നു. പക്ഷേ, ഇങ്ങനെയൊക്കെയാണെങ്കിലും പാർവതിയുടെ വീട്ടിൽനിന്നും അഞ്ചാറ് വീടുകൾക്കപ്പുറത്ത് താമസിക്കുന്ന വനജ ഇപ്പാൾ എവിടെ?; അവളുടെ പ്രിയപ്പെട്ട കൂട്ടുകാരി ക്രൂരമായി കൊല്ലപ്പെട്ടത റിഞ്ഞ് ഗ്രാമം മുഴുവനും അവളുടെ മൃതദേഹം കാണുവാൻ വയലിൽ ഓടിക്കൂടിയിട്ടും വനജമാത്രം എന്താണ് പോകാഞ്ഞത്? അലമുറയിട്ടു കൊണ്ടു എന്റെ പാർവതി എന്നലറിവിളിച്ചുകൊണ്ട് വനജ പാർവതിയുടെ വീട്ടിലേയ്ക്കുപോലും ഓടി വരാത്തതെന്ത്? എന്തുപറ്റി വനജേ നിനക്ക്?

''എടാ...'' കേശവൻകുട്ടി കൂട്ടുകാരോട് വേദനയോടെ ചോദിച്ചു. ''നമ്മുടെ പാർവതിയോട് ആരാ ഈ ചതി ചെയ്തത്?''

ആരും അതിനൊരു വാക്ക് മറുപടിയായി കൊടുത്തില്ല.

''ഞാനിന്നു വൈകുന്നേരം ഏറ്റുമാനൂരിൽവെച്ചാണറിഞ്ഞത്.''

കേശവൻകുട്ടി കരയുന്നതുപോലെ പറഞ്ഞു. ''നമ്മുടെ പശുനാരായണനെ അവിടെവെച്ചു കണ്ടു. അവനാ വിവരം പറഞ്ഞത്!'' കേശവൻകുട്ടി കണ്ണുകളൊപ്പി. അത് മനസ്സിലെ വിഷമത്തിന്റെ കാർമേഘം പെയ്തിറങ്ങിയ യഥാർത്ഥ സങ്കടക്കണ്ണീരായിരുന്നോ ആവോ?

''അല്ല! ഇന്നലെയും മിനിഞ്ഞാന്നുമൊക്കെ കേശവൻകുട്ടിച്ചേട്ടനെവിടെയായിരുന്നു?'' ഒരു കൂട്ടുകാരൻ ചോദിച്ചു.

''ങേ... ങേ... ഹ! ഞാനിന്നലെ മാവേലിക്കരയിൽ ഹാ, അല്ല തുണിയെടുക്കാൻ മധുരയ്ക്ക്, മധുരയ്ക്ക് പോയിരുന്നു തോമാച്ചാ ..''

''മധുരയ്ക്കോ?'' വേറൊരു സുഹൃത്ത് ചോദിച്ചു.

''അതെന്നാ എടപാടാ ഊവ്വേ?'' നിഷ്കളങ്കമായി തോമാച്ചൻ തിരക്കി. ''കഴിഞ്ഞയാഴ്ചയല്ലേ നീ മധുരയിൽ പോയി തുണികളുമായി വന്നത്?''

ആ ചോദ്യത്തിൽ പക്ഷേ, കേശവൻകുട്ടി ഞെട്ടുന്നതോ വിളറുന്നതോ മിക്കവരും ശ്രദ്ധിച്ചില്ല. എന്നാൽ ആ ഭാവമാറ്റം ഗ്യാസ് ലൈററിന്റെ വെളിച്ചത്തിൽ ഒരാൾ ശരിക്കും കാണുന്നുണ്ടായിരുന്നു, ശ്രദ്ധിക്കുന്നുണ്ടായിരുന്നു.

''എടാ ഊവ്വേ! അത്... അത്... എനിക്കേ...'' ഇങ്ങനെയൊരു ചോദ്യം ഒരിക്കലും പ്രതീക്ഷിക്കാതിരുന്ന കേശവൻകുട്ടി പെട്ടെന്ന് മുഖമടച്ച് അടികിട്ടിയാലെന്നതുപോലെ വിരണ്ടു നിന്നുപോയി. ''എടാ, ഒരാൾക്ക് കുറച്ച് ഡബിൾ മുണ്ട് വില്ക്കണമായിരുന്നു! അത് മേടിക്കാൻ പെട്ടെന്ന് മധുരയ്ക്ക് പോകേണ്ടിവന്നു!'' കേശവൻകുട്ടി എങ്ങനെയോ പറഞ്ഞൊപ്പിച്ചു.

''ശ്ശെടാ! അതിന് കേശവൻകുട്ടിച്ചേട്ടൻ കഴിഞ്ഞയാഴ്ച മധുരയ്ക്കു പോയപ്പേൾ ഏറ്റവും കൂടുതൽ കൊണ്ടുവന്നത് ഡബിൾമുണ്ടല്ലേ?''

അതുകേട്ട് വീണ്ടും വല്ലാതെ നടുങ്ങിപ്പോയി കേശവൻകുട്ടി. പെട്ടെന്നയാളുടെ മുഖത്ത് വിയർപ്പുതുള്ളികൾ പ്രത്യക്ഷപ്പെട്ടു. നട്ടെല്ലിലൂടെ ഒരു ശീതക്കാറ്റ് അടിച്ചുകയറുന്നതായി തോന്നി അയാൾക്ക്, പെട്ടെന്നയാളുടെ ശബ്ദം കടുത്ത ക്ഷോഭത്തോടെ പുറത്തേയ്ക്ക് ചാടി. ''യെന്താടാ കഴുവേർഡാമക്കളേ! നീയൊക്കെ പോലീസ് മൊറേൽ എന്നെ ചോദ്യം ചെയ്യുന്നത്? നമ്മ്ടെ പാർവതിയെ ആരോ നശിപ്പിച്ചു കൊന്നിട്ടിരിക്കുന്നു! ആ സങ്കടത്തിൽ നിൽക്കുമ്പോ നീയൊക്കെ എന്നാ കോപ്പാടാ ചോദിച്ചോണ്ടുവരുന്നേ? ഞാൻ എനിക്കിഷ്ടമുള്ളിടത്തു പോകും. നെനക്കൊക്കെ എന്തെങ്കിലും നഷ്ടമൊണ്ടോ?' കേശവൻകുട്ടിയുടെ വാക്കുകൾ ഇടറി. 'അടുത്തുള്ള അമ്പലങ്ങളിലൊക്കെ ഉത്സവം തൊടങ്ങുകാ! യെല്ലാടത്തും ഭജനയും നടക്കും. പാർവതിയില്ലാണ്ട് ഞാനെന്നാ ചെയ്യും?''

''അതു ശരി! അപ്പോ പാർവതി മരിച്ചതിലല്ലാ ഭജന മൊടങ്ങുന്നതാ സങ്കടം അല്ലേ?'' ആരോ പതുക്കെ പറഞ്ഞത് കേട്ടെങ്കിലും അത്

ശ്രദ്ധിക്കാത്ത രീതിയിൽ കേശവൻകുട്ടി അവിടെനിന്നും മാറി കുറച്ചപ്പുറത്തുള്ള ഒരു മരക്കുറ്റിയിൽ ചെന്നിരുന്നു. കേശവൻകുട്ടിയെ ശ്രദ്ധിച്ചു നിന്നിരുന്ന ആളും പതുക്കെ നടന്ന് കേശവൻകുട്ടിയുടെ അരികിൽതന്നെ ചെന്നുനിന്നു.

ഇപ്പോൾ ചെറുപ്പക്കാർ മൂന്നു ഗ്യാസ് ലൈറ്റും കൂടി കത്തിച്ചുവെച്ചു. മൊത്തം നാല് ഗ്യാസ് ലൈറ്റും അതിന്റെ വെളിച്ചവും നിഴലുകളും എല്ലാം കൂടി, ചേർന്ന് ഒരു പ്രത്യേകയന്തരീക്ഷം അവിടെ സംജാതമായി.

''ഛെ'' കേശവൻകുട്ടി അറിയാതെ തെല്ലുറക്കെ പറഞ്ഞു. ''വേണ്ടാത്ത നുണകളൊക്കെ കൂട്ടുകാരോട് പറഞ്ഞു പിടിപ്പിച്ചല്ലോ! മധുരയ്ക്കു പോയെന്നുമൊക്കെ എന്തിനാ, ഞാൻ വെറുതെ...'' അയാൾ നെറ്റിയ്ക്കിട്ടടിച്ചുകൊണ്ട് ആകാശത്തേയ്ക്കു നോക്കി ആരോടോ ചോദിച്ചു. ''കൊഴപ്പത്തിലാകുമോ ഞാൻ...?''

കേശവൻകുട്ടിയുടെ പുറകിൽ നിന്നിരുന്ന ഒരാൾ അത് കേട്ടയുടൻ സാവധാനം കുനിഞ്ഞ് കേശവൻകുട്ടിയുടെ ചെവിയിലേയ്ക്ക് പതുക്കെ പറഞ്ഞു. ''തീർച്ചയായും കുഴപ്പത്തിലാകും കേശവൻകുട്ടിച്ചേട്ടാ''

അത് പറഞ്ഞശേഷം ആ ആൾ നേരെ നില്ക്കുകയും ചെയ്തു. കേശവൻകുട്ടി ആ പറഞ്ഞത് കേട്ട് ഇരുന്നിടത്തു നിന്നും ചാടിയെഴുന്നേറ്റു. പിന്നെ പുറകോട്ടു തിരിഞ്ഞുനോക്കി. അവിടെ തൊട്ടുപുറകിൽ നില്ക്കുന്ന ആളിനെ കണ്ട് കേശവൻകുട്ടി നടുങ്ങിത്തരിച്ചുപോയി.

രാത്രിയിൽ ആൾക്കാർ പാർവതിയുടെ വീട്ടിലേയ്ക്ക് വരികയും പോവുകയും ചെയ്തുകൊണ്ടിരുന്നു. ഇതിനകം മാവിൻവിറകു കൊണ്ടുള്ള ചിത തയ്യാറായി. പാർവതീ, നിനക്കിതാ അഗ്നിശയ്യ! അവളുടെ ശരീരമപ്പോൾ ജില്ലാഹോസ്പിറ്റലിലെ മോർച്ചറിയുടെ തണുപ്പിൽ പ്രഭാതമാകുവാൻ കാത്തു കിടക്കുകയായിരുന്നു.

പാർവതിയുടെ വീടിന്റെ വരാന്തയിലും മറ്റുസ്ഥലങ്ങളിലും വെച്ചിരുന്ന പെട്രോമാക്സുകൾ (ഗ്യാസ് ലൈറ്റുകൾ) മങ്ങാൻ തുടങ്ങുമ്പോൾ ഗ്യാസടിക്കുവാനും കരട് കയറുമ്പോൾ പ്രത്യേക സൂചി കൊണ്ട് കരട് മാറ്റുവാനും ചെറുപ്പക്കാർ പ്രത്യേകം ശ്രദ്ധിച്ചിരുന്നു. ചിലർ ചേർന്ന് വലിയ അലുമിനിയം കലത്തിൽ കടുംകാപ്പി തിളപ്പിച്ചു. അക്കാലത്ത് പഞ്ചസാരവില താങ്ങുവാൻ പറ്റാത്തതായിരുന്നു. അതുകൊണ്ട്, ചക്കരക്കാപ്പിയാണ് തയ്യാറാക്കിയത്. ചക്കരയും കാപ്പിപ്പൊടിയും കവലയിൽ പലചരക്കുകട നടത്തുന്ന ചെറിയ കുന്നിലെ തങ്കപ്പമ്മാവൻ സൗജന്യമായി നല്കി. സൈക്കിളുകളും ഗ്യാസ് ലൈറ്റുകളും വാടകയ്ക്കു കൊടുക്കുന്ന തെക്കേലെ അവറാച്ചനാണ് നാല് ഗ്യാസ് ലൈറ്റുകൾ ഒരു രൂപ പോലും വാടക മേടിക്കാതെ കൊടുത്തത്. വിളക്കിലൊഴിക്കാനുള്ള മണ്ണെണ്ണ നിങ്ങള് മേടിച്ചോണം എന്നുമാത്രമാണ് അവറാച്ചൻ പറഞ്ഞത്.

അക്കാലം അങ്ങനെയൊക്കെയായിരുന്നു. ആപത്തുകാലത്ത് മിക്കവരും പരസ്പരം സഹായിച്ചു.

അന്നത്തെ മിക്ക വീടുകളും ഓലപ്പുരയായിരുന്നു. ചെറുപ്പക്കാരെല്ലാവരും ചേർന്ന് വീടുകളെല്ലാം പരസ്പരം ഓല മേഞ്ഞു. കിണറുകളും കുളങ്ങളും തേവിക്കൊടുത്തു. പുരയിടങ്ങൾക്ക് വേലികെട്ടുകയും കല്യാണപ്പന്തൽ നിർമ്മിക്കുകയും സദ്യയൊരുക്കുകയും ചെയ്തത് സംഘം ചേർന്നുതന്നെയാണ്. ഒരുത്തരും പ്രതിഫലമായി പണം ചോദിക്കുകയോ വാങ്ങുകയോ കൊടുക്കുകയോ ചെയ്തില്ല. പകരം ഭക്ഷണം കഴിച്ചു. രാവിലെ കാപ്പിക്ക് കാച്ചിലും ചേമ്പും കപ്പയും കൂടി പുഴുങ്ങിയതോ പയറ് വേവിച്ചതോ ആകും വിഭവം. കൂടെ ധാരാളം കടുംകാപ്പിയും. ഉച്ചയ്ക്ക് നാടൻ പച്ചക്കറികൾ കൊണ്ടുള്ള കൂട്ടാനും പുഴമത്സ്യം കൊണ്ടുള്ള കറിയും കൂട്ടി വാഴയിൽ ചോറ് വിളമ്പി സുഭിക്ഷമായിട്ടുള്ള ഊണ്! ഇതുമാത്രമായിരുന്നു അന്നത്തെ പ്രതിഫലം? മരണവീടുകളിലും എല്ലാവരും ചെല്ലുകയും സംഘം ചേർന്ന് കുഴി വെട്ടുകയോ അല്ലെങ്കിൽ ചിതയൊരുക്കുകയോ ചെയ്തു. അതിനു പ്രതിഫലമായി ഒരു ഗ്ലാസ്സ് പച്ചവെള്ളംപോലും ആരും വാങ്ങിയില്ല. മദ്യത്തിന്റെ പേരുപോലും അന്നാരും ഈ പ്രവൃത്തിക്കിടയിൽ വെറുതെ പോലും പറയുമായിരുന്നില്ല. കല്യാണവീട്ടിലും മരണവീട്ടിലും മദ്യത്തിന്റെ നേരിയ ഗന്ധം പോലും വന്നിരുന്നതുമില്ല.

അന്നത്തെ രാത്രിയിൽ ഗ്രാമം ഉറങ്ങിയില്ല. വൃക്ഷശിഖരങ്ങളിൽ രാപാർത്തിരുന്ന കിളികൾ പോലും ഉറങ്ങാതെ കൂട്ടിൽ നിന്നും വെളിയിലേയ്ക്ക് പറന്നിറങ്ങുകയും കുറച്ചുനേരം ചുറ്റുപാടും വട്ടംചുറ്റി പറന്നതിനു ശേഷം കൂട്ടിലേയ്ക്ക് തിരിച്ചുവരികയും ചെയ്തു.

ഇതാവർത്തിച്ചുകൊണ്ടുമിരുന്നു. തൊഴുത്തിലെ പശുക്കൾ അസ്വസ്ഥതയോടെ അമ്മേ വിളിച്ചുകൊണ്ടിരുന്നു. നായ്ക്കൾ വേദനിച്ചിട്ടെന്നപോലെ ഓരിയിട്ടു.... ഒരു വല്ലാത്ത രാത്രി!

ആ രാത്രിയിൽ പാർവതിയുടെ വീട്ടിൽ വരികയും പോവുകയും ചെയ്യുന്നവരുടെയും വീട്ടിൽ വെറുതെ ഇരിക്കുന്നവരുടെയും എല്ലാം മനസ്സിൽ അസ്വസ്ഥതയുടെ ചിതയെരിയുന്നുണ്ടായിരുന്നു.

പാർവതിയുടെ ഈ വീട്ടിൽ നിന്നും അകലെ കാക്കച്ചി പാടശേഖരം വരെ അവൾ എങ്ങനെ പോയി? അല്ലെങ്കിൽ അവളെ എങ്ങനെ കൊണ്ടുപോയി? എന്തിനു കൊണ്ടുപോയി? ആര് കൊണ്ടുപോയി? എത്രപേരു ചേർന്നാണ് അവളെ ബലാത്സംഗം ചെയ്ത് കൊന്നത്? എന്റെ കുന്നിൻപുറത്തമ്മേ! ഞങ്ങളുടെ ഈ ഗ്രാമത്തിൽ ഇത്രയും ക്രൂരത കാട്ടുവാൻ മനസ്സുള്ളവരാരാണ് ജീവിച്ചിരിക്കുന്നത്?

ഗ്രാമം തിരിഞ്ഞും മറിഞ്ഞും കിടന്നു.

നാളെ പാർവതിയുടെ അച്ഛൻ വരുന്ന നേരത്ത് മകൾ കൊല്ലപ്പെട്ട വിവരം അറിയുമ്പോൾ എന്തായിരിക്കും സംഭവിക്കുന്നത്?

ഗ്രാമം കിടന്നിടത്തുനിന്നും ചാടി എഴുന്നേറ്റു. ആ സമയം മറ്റൊരു കതിനകൂടി പൊട്ടുവാനായി എല്ലാവരുടേയും മനസ്സിൽ പുകയുന്നുണ്ടായിരുന്നു. അത് തേവൻ മൂപ്പൻ തിരിച്ചുവന്നിട്ടില്ല എന്ന വാർത്തയായിരുന്നു.

വയലിൽ പാർവതി മരിച്ചു കിടക്കുന്നതു കാണുകയും അവിടെ വെച്ച് കുഞ്ഞമ്പുവുമായി അടിയുണ്ടാക്കുകയും ചെയ്തശേഷം വീട്ടിലെത്തിയ തേവൻമൂപ്പൻ ഷർട്ടുമിട്ട് ഭക്ഷണംപോലും കഴിക്കാതെ പോയതാണ്. എവിടെപ്പോകുന്നു എന്ന് ഒരക്ഷരം വീട്ടുകാരോട് പറഞ്ഞതുമില്ല. രാത്രി ഇത്ര ഇരുട്ടിയിട്ടും തേവൻ മൂപ്പൻ മടങ്ങിയെത്തിയിട്ടുമില്ല. തേവൻ മൂപ്പന് എന്താണ് സംഭവിച്ചത്? എഴുപതുവയസ്സായ തേവൻമൂപ്പൻ എങ്ങോട്ടാണ് പോയത്?

രാത്രി വളർന്നുകൊണ്ടിരുന്നു. ഗ്യാസ് ലൈറ്റുകൾക്ക് ചിലപ്പോൾ പതുക്കെ ഉറക്കം വരികയും ഉറക്കം തൂങ്ങുകയും ചെയ്തു. അപ്പോഴെല്ലാം ലൈറ്റുകളെ ഉണർത്തിയെടുക്കാൻ ചെറുപ്പക്കാർ ഓടിയടുത്തു.

കൊച്ചുപെൺകുട്ടികളും അവിവാഹിതകളും ഭയന്നുവിറച്ചാണ് രാത്രിയിൽ കിടന്നത്. അവരൊറ്റയ്ക്കു കിടക്കാതെ അമ്മമാരുടെയും മുത്തശ്ശിമാരുടെയും കൂടെയാണ് ഉറങ്ങിയത്. എന്നാൽ അവരുറങ്ങിയതേയില്ല. പാർവതിയേയും ഓർത്തുകിടന്നു. ജനാലയ്ക്കരികിൽ പാർവതി നില്ക്കുന്നതായി അവർക്കു തോന്നി. അങ്ങ് ദൂരെനിന്നും പാർവതി നിലവിളിക്കുന്നതായി അവർക്കു തോന്നി. ദൂരെനിന്നും പാർവതി നിലവിളിക്കുന്നവർ കേട്ടു. അപ്പോഴെല്ലാം പട്ടികൾ ഓരിയിടുന്നുണ്ടായിരുന്നു. അതു കേട്ടുകൊണ്ടു കിടന്ന അമ്മൂമ്മമാർ പതുക്കെ പറഞ്ഞു. ‘‘ഇനിയും ആരെ കൊണ്ടുപോകാനാ കാലൻ വരുന്നത്?’’

പോലീസ് സ്റ്റേഷനിലെത്തിയ സി.ഐയ്ക്കും എസ്.ഐയ്ക്കും വളരെ താമസിച്ചുമാത്രമേ സ്റ്റേഷനിൽനിന്നും പോകുവാൻ സാധിച്ചുള്ളൂ. വളരെ യാദൃച്ഛികമായി ഒരു കേന്ദ്രമന്ത്രി പട്ടണത്തിലൂടെ കാർമാർഗം എറണാകുളത്തേയ്ക്കു പോകുന്നതിനാൽ സെക്യൂരിറ്റിയ്ക്കായി അവർക്ക് പട്ടണപ്രാന്തങ്ങളിൽ വാഹനത്തിൽ കറങ്ങേതായി വന്നു. രാത്രി പത്തുമണി കഴിഞ്ഞാണ് മന്ത്രി പട്ടണത്തിലൂടെ കടന്നുപോയത്.

ഇടയ്ക്ക് സ്റ്റേഷനിലെത്തിയ രാജേന്ദ്രൻ സ്റ്റേഷനു തൊട്ടുള്ള ചായക്കടയിൽ നിന്നും ചായയും പലഹാരങ്ങളും വരുത്തി. പകൽസമയത്ത് കഴിച്ച ഏത്തപ്പഴവും കരിക്കിൻ വെള്ളവും എപ്പോഴേ യാത്ര പോയിരുന്നു.

‘‘കഴിക്കാനെന്താ കൊണ്ടുവന്നത് ശേഖരാ?’’ രാജേന്ദ്രൻ ഹോട്ടൽ സപ്ലേയറോട് തിരക്കി.

‘‘എല്ലാം തീർന്നു സാർ! രണ്ട് ഏത്തയ്ക്കാപ്പം ഉണ്ട്. തണുത്തു പോയി.’’

‘‘സാരമില്ല. തണുത്ത ഏത്തയ്ക്കാപ്പത്തിന് നല്ല ടേസ്റ്റാ...’’ രാജേന്ദ്രൻ ചിരിച്ചു. ’’ഇന്ന് ബോണ്ടാ ഉണ്ടാക്കിയില്ലേ?’’

‘‘ഓ! തീർന്നുപോയി.’’ ശേഖരനും ചിരിച്ചു. ആദ്യമാദ്യം രാജേന്ദ്രൻ സാർ ബോണ്ട കഴിക്കുന്നതു കാണുമ്പോൾ ശേഖരൻ അത്ഭുതപ്പെട്ടു. പോലീസുദ്യോഗസ്ഥർ ബോണ്ട കഴിക്കുമോ? അതൊക്കെ താഴ്ന്ന ജോലിക്കാരും കൂലിപ്പണിക്കാരുമല്ലേ കഴിക്കുന്നത്? ഒരു ദിവസം മടിച്ചുമടിച്ചാണെങ്കിലും ശേഖരനത് എസ്.ഐ രാജേന്ദ്രനോട് ചോദിക്കുകതന്നെ ചെയ്തു.

‘‘എന്റെ ശേഖരാ പഠിച്ചുകൊണ്ടിരിക്കുമ്പോഴും പഠിത്തം തീർന്ന് ജോലി കിട്ടുന്നവരേയും ഞാനും കൂലിപ്പണി ചെയ്തതാ. കർഷകത്തൊഴിലാളികളാ ഞങ്ങൾ. കാവാലത്തെ വയലിൽ ജോലി ചെയ്യുന്നതിനിടയ്ക്ക് കരയിലുള്ള ചായക്കടയിലെ ബോണ്ടയായിരുന്നു ഒരു നേരത്തെ ഭക്ഷണം. രണ്ടു ബോണ്ടയും മൂന്ന് ഗ്ലാസ് പച്ചവെള്ളോം ഒരുചായയും കഴിച്ചാൽ സംഗതി കുശാൽ!’’ ഒരു നിമിഷം എന്തോ ഓർത്തിരുന്നിട്ട് രാജേന്ദ്രൻ വീണ്ടും പറഞ്ഞു. ‘‘അന്നു കഴിച്ച ബോണ്ട എങ്ങനെയാടോ മറക്കുന്നതു ഞാൻ. ഇന്നും ചായക്കടയിലെ പലഹാരങ്ങളിൽ എനിക്കേറ്റവും ഇഷ്ടം ബോണ്ടതന്നെയാ’’

അതുകേട്ടപ്പോൾ മുതൽ ശേഖരന് എസ്. ഐ രാജേന്ദ്രനോട് ആരാധനയായി, ആദരവായി, സ്നേഹമായി. തുറന്നു പറഞ്ഞാൽ എസ്.ഐ രാജേന്ദ്രൻ ശേഖരന് ഈശ്വരതുല്യനായി മാറി.

രാത്രി പതിനൊന്നിനോടടുത്തപ്പോഴാണ് രാജേന്ദ്രൻ ബൈക്കിൽ വീട്ടിലേയ്ക്ക് തിരിച്ചത്. പട്ടണാതിർത്തിയിൽ കിഴക്കു ഭാഗത്ത് ഒരു വാടകവീട്ടിലാണ് അദ്ദേഹം താമസിച്ചിരുന്നത്. വീട്ടിൽ അമ്മയും ഭാര്യയും ഉണ്ടായിരുന്നു. വിവാഹം കഴിഞ്ഞിട്ട് മാസങ്ങൾ ആകുന്നതേയുള്ളൂ. അതുകൊണ്ടുതന്നെ വളരെ വേഗത്തിൽ അദ്ദേഹം വീട്ടിലേയ്ക്ക് ബൈക്കോടിച്ചു.

വീട്ടിൽചെന്ന് സുഖമായി കുളിച്ച് വൃത്തിയായി അത്താഴവും കഴിച്ച് ഗാഢമായി ഉറങ്ങാനുള്ള ആഗ്രഹവുമായിട്ടാണ് അദ്ദേഹം ബൈക്കിൽ പുറപ്പെട്ടത്. പക്ഷേ, വീട്ടിൽ ചെന്നാൽ രാജേന്ദ്രന് അങ്ങനെ കുളിക്കാനും അത്താഴം കഴിക്കാനും ഉറങ്ങുവാനും സാധിക്കുമായിരുന്നില്ല. എന്തായിരുന്നു കാരണം?

വീടിന്റെ മുറികളെല്ലാം അകത്തുനിന്നും അടച്ചുകുറ്റിയിട്ടിരിക്കുന്നു. വരാന്തയിൽ വൈദ്യുതിപ്രകാശമുണ്ടായിരുന്നു. പക്ഷേ, വരാന്തയുടെ ഒരു കോണിൽ ഇരുട്ടായിരുന്നു. ആ ഇരുട്ടിൽ ഒരാൾ രാജേന്ദ്രനെയും കാത്ത് അക്ഷമനായിട്ടിരിപ്പുണ്ടായിരുന്നു!

അഞ്ച്

പട്ടണത്തിലെ ജില്ലാ ഹോസ്പിറ്റൽ.

ആംബുലൻസിൽ പാർവതിയുടെ മൃതദേഹം കയറ്റുന്നു. നാട്ടുകാരുടെ സംഘം അവിടെ കൂടിനിന്നിരുന്നു. പഞ്ചായത്തു മെമ്പർമാരായ റഹിമും കെ.സി പീറ്ററും പോലീസിന്റെ നിർദ്ദേശപ്രകാരം ചില ഫയലുകളിൽ ഒപ്പിട്ടിട്ടാണ് മൃതദേഹം ഏറ്റുവാങ്ങിയത്.

ഡി.വൈ.എസ്.പി, സി.ഐ എന്നീ ഉയർന്ന പോലീസുദ്യോഗസ്ഥരും എസ്.ഐ രാജേന്ദ്രനടക്കം അനേകം പോലീസുകാരും മോർച്ചറിയുടെ മുമ്പിലുണ്ടായിരുന്നു, കൂട്ടത്തിൽ പത്രലേഖകരും ഫോട്ടോഗ്രാഫർമാരും...

മുഖംമാത്രം കാണത്തക്കരീതിയിൽ പാർവതിയുടെ ശരീരം കട്ടിയുള്ള വെള്ളത്തുണികൊണ്ട് പുതപ്പിച്ചിരുന്നു. അവളുടെ മുഖത്തേയ്ക്കു ഒരു മാത്ര നോക്കിയശേഷം എല്ലാവരും കണ്ണുകൾ പിൻവലിച്ചു.

ആംബുലൻസ് ആശുപത്രിവളപ്പിൽനിന്നും സാവധാനം യാത്രയായി. പുറകെ എസ്.ഐ രാജേന്ദ്രൻ കയറിയ ജീപ്പും.

പട്ടണത്തിൽ നിന്നും ഗ്രാമത്തിലേയ്ക്കുള്ള പാർവതിയുടെ അന്ത്യയാത്ര!

ഗ്രാമത്തിലെ ആൾക്കാർ പാർവതിയുടെ വീടിന്റെ പരിസരങ്ങളിൽ തടിച്ചുകൂടിയിരുന്നു.

സമയം ഉച്ചകഴിഞ്ഞ് രണ്ടുമണി.

അവളുടെ അച്ഛൻ ഇതുവരെ വന്നിട്ടില്ല. പാർവതിയുടെ അച്ഛാ, നിങ്ങൾ എവിടെയാണ്? നിങ്ങളുടെ മകളെ പിച്ചിച്ചീന്തി ഇട്ടിരിക്കുന്നു. അവൾ ചിതയിലേയ്ക്ക് പോവുകയാണ്. അവസാനമായി അവളുടെ മുഖം നിങ്ങൾക്കൊന്ന് കാണണ്ടേ? പാർവതിയുടെ അച്ഛാ വരൂ....

പക്ഷേ, അയാൾ വന്നില്ല.

പാർവതിയുടെ മൃതദേഹം മുറ്റത്തിട്ടിരുന്ന കയറ്റുകട്ടിലിൽ കിടത്തിയ നിമിഷത്തിൽ ഒരു യുവതിയുടെ ഹൃദയം പൊട്ടിയുള്ള കരച്ചിലുയർന്നു. നോക്കിനില്ക്കെ പാർവതിയുടെ പ്രായത്തിലുള്ള സുന്ദരിയായ ഒരു ചെറുപ്പക്കാരി പാഞ്ഞുവന്ന് പാർവതിയുടെ അരികിൽ കട്ടിലിനു താഴെ വീഴുന്നതുപോലെ ചടഞ്ഞിരുന്നു.

അവൾ അലറി. ‘‘എന്റെ പാർവതീ നീ പോയല്ലോ... നീയെന്നെ വിട്ടുപോയല്ലോ... നമ്മൾ ഏതെല്ലാം അമ്പലങ്ങളിൽ ഭജന നടത്തിയിട്ടുണ്ട്. നീ എത്ര കീർത്തനങ്ങളാ പാർവതി പാടിയിട്ടുള്ളത്. എന്നിട്ടും ദൈവം നിന്നെ കൈവിട്ടല്ലോ...’’ അവൾ നെഞ്ചിനിട്ടാഞ്ഞടിച്ചു. ‘‘എന്നാലും നിന്നെ ഇങ്ങനെ അയാൾ ചതിച്ചുകളഞ്ഞല്ലോ മോളെ..’’ അത് പറഞ്ഞു തീർന്നതും പാർവതിയുടെ കൂട്ടുകാരി ബോധംകെട്ട് താഴോട്ട് മറിഞ്ഞതും ഒരുപോലെയായിരുന്നു.

“പാർവതിയുടെ കൂട്ടുകാരിയാണതല്ലേ?” എസ്.ഐ അടുത്തു നിന്ന ആളിനോട് തിരക്കി.

“അതെ!” ആ ആൾ പറഞ്ഞു. ” പാർവതി ഈ നാട്ടിൽ വന്ന സമയം മുതൽ അവർ കൂട്ടുകാരികളാണ്. വനജ എന്നാണവളുടെ പേര്.”

“എവിടാണ് വനജയുടെ വീട്?”

“മൂന്നാല് വീടുകൾക്കപ്പുറത്ത്...” ആ ആൾ പറഞ്ഞു.” “പാർവതിയും വനജയും ഭജനസംഘത്തിൽ പാടുവാൻ ഒന്നിച്ചാണ് പോയിരുന്നത്. അവരു തമ്മിൽ പറയാത്ത ഒരു കാര്യവുമില്ലെന്ന് ഞങ്ങൾ നാട്ടുകാർ പറയുമായിരുന്നു.”

ബോധംകെട്ടുവീണ വനജയുടെ മുഖത്ത് വെള്ളം തളിക്കുകയും എന്തോ മരുന്ന് മണപ്പിക്കുകയും ചെയ്തു. പക്ഷേ, അവൾക്ക് ബോധം തെളിഞ്ഞില്ല. പല്ലുകൾ കടിച്ചുപിടിച്ചിരുന്നു. ശ്വാസഗതി ചിലപ്പോൾ ദീർഘമായും ചിലപ്പോൾ മന്ദഗതിയിലുമായി മാറി. അവിടെത്തന്നെ ഉണ്ടായിരുന്ന വനജയുടെ അമ്മയും അച്ഛനും ബന്ധുക്കളും അങ്ങോട്ടോടിയടുത്തു. മകളുടെയരികിലേയ്ക്ക് ഓടിവന്ന അമ്മ അലറിക്കരഞ്ഞു. ആകെ ബഹളമായി. ബഹളം കേൾക്കാതെ ഒന്നും കാണാതെ പാർവതി കിടന്നു.

വനജയ്ക്കു ബോധം വീഴുന്നില്ല. സി. ഐയുടെ നിർദ്ദേശമനുസരിച്ച് വനജയെ പോലീസ് ജീപ്പിൽ ആരൊക്കെയോ ചേർന്ന് മല്ലിക്കൽ കവലയിലുള്ള ഡോ. ജോർജ് തോമസിന്റെ പ്രൈവറ്റ് ഹോസ്പിറ്റലിലേയ്ക്ക് കൊണ്ടുപോയി. കൂട്ടത്തിൽ വനജയുടെ അമ്മയും അച്ഛനും കയറി.

“ഇനി എടുക്കാം.” എല്ലാവരുംകൂടി ഒന്നായി തീരുമാനിച്ചു. സമയം രണ്ടര ആയിരിക്കുന്നു, പാർവതിയുടെ മുഖം വല്ലാതെ ചീർത്തിരിക്കുന്നു. അസഹ്യമായ നാറ്റവും ഉയർന്നുതുടങ്ങി. ശരീരത്തിന്റെ പല ഭാഗത്തു നിന്നും ഒരുതരം രക്തംകലർന്ന ദ്രാവകവും പുറത്തേയ്ക്കു വന്നുതുടങ്ങി.

“എടുക്കാം.”

ആരോ ഒരുപിടി പൂവുകൾ പാർവതിയുടെ മൃതദേഹത്തിലേയ്ക്കിട്ടു. അപ്പോൾ ആരോ പതുക്കെ തേങ്ങി. ആ സമയം ഭജനസംഘത്തിലെ ചിലർ ചേർന്ന് നാമം ജപിച്ചു.

“ഹരേ രാമ! ഹരേ രാമ! രാമരാമ ഹരേ ഹരേ...

ഹരേ കൃഷ്ണ, ഹരേ കൃഷ്ണാ, കൃഷ്ണ കൃഷ്ണ ഹരേ ഹരേ...”

ആ ഭജനസംഘത്തിൽ പ്രധാനിയായ കേശവൻകുട്ടി ഉണ്ടായിരുന്നില്ല. കേശവൻകുട്ടിയുടെ അസാന്നിദ്ധ്യം ഒരാൾ പ്രത്യേകം ശ്രദ്ധിക്കുന്നുണ്ടായിരുന്നു.

പാർവതിയുടെ മുഖം മറച്ചു. പാർവതി നമുക്കു പോകാം. നിന്റെ അച്ചൻ വന്നില്ല. സാരമില്ല. ആരു വന്നാലും നീ യാത്ര പോകുന്നത് ഏകയായിട്ടാണല്ലോ!

പാർവതിയുടെ ശരീരം ചിതയിൽ വെച്ചു. ശരീരത്തിനു മുകളിൽ വീണ്ടും വിറകുകൾ അടുക്കി...

"ഹര രാമ! ഹരേ രാമ! രാമരാമ ഹരേ ഹരേ...
ഹരേ കൃഷ്ണ, ഹരേ കൃഷ്ണാ, കൃഷ്ണ കൃഷ്ണ ഹരേ ഹരേ..."

രണ്ടോ മൂന്നോ ആൾക്കാർ ചേർന്ന് ക്രൂരമായി ബലാത്സംഗം ചെയ്തും ശ്വാസംമുട്ടിച്ചും ആണ് പാർവതിയെ കൊന്നതെന്ന് പോസ്റ്റുമോർട്ടം റിപ്പോർട്ടിൽ രേഖപ്പെടുത്തിയിരുന്നു. ചുണ്ടുകൾ കടിച്ചു മുറിച്ചിരുന്നു. മുലകളിൽ ദന്തക്ഷതങ്ങളും നഖപ്പാടുകളും ഉണ്ടായിരുന്നു. ബാഹ്യ മായ പരുക്കുകളേക്കാൾ ആന്തരികമായ ക്ഷതങ്ങൾ ഏറെയായിരുന്നു. യൂട്രസ്സിനായിരുന്നു ഏറ്റവും വലിയ ആഘാതം. ദഹനേന്ദ്രിയങ്ങളും തകരാറിലായിരുന്നു. മരണപ്പെടുന്നതിന് കുറേ മുമ്പ് കഴിച്ച ഭക്ഷണാ വശിഷ്ടങ്ങൾ ദഹിച്ചിരുന്നില്ല. രാത്രി പ്രന്തണ്ടിനും ഒന്നിനും ഇടയ്ക്ക് മരണം സംഭവിച്ചിരിക്കാനാണ് സാദ്ധ്യത.

വനജയുടെ ഒരു വാചകം സി. ഐ. യും എസ്. ഐ യും പ്രത്യേകം ശ്രദ്ധിച്ചിരുന്നു. "എന്നാലും നിന്നെ ഇങ്ങനെ അയാൾ ചതിച്ചു കള ഞ്ഞല്ലോ മോളെ..."

അപ്പോൾ ആരോ പാർവതിയെ ചതിച്ചതാണ്! ആ ആൾ പറഞ്ഞത നുസരിച്ച് അവൾ ഒരുപക്ഷേ, കാക്കച്ചി പാടശേഖരത്തിനരികെ ചെന്നു കാണും! എന്നാൽ അതാരാണ്? അതിനുത്തരം വനജേ നീ പറഞ്ഞേ പറ്റൂ! പക്ഷേ, വനജയ്ക്ക് ബോധം വീണിട്ടില്ല. മല്ലിക്കൽ കവലയി ലുള്ള ജോർജ്ജ് തോമസ് വനജയെ പട്ടണത്തിലെ ജില്ലാ ഹോസ്പിറ്റ ലിലേയ്ക്കു ഉടനെ കൊണ്ടുപോകുവാൻ നിർദ്ദേശിച്ചതനുസരിച്ച് പോലിസ് ജീപ്പിൽ അങ്ങോട്ടു കൊണ്ടുപോയിരിക്കുന്നു.

പാർവതിയുടെ ശരീരം പുകച്ചുരുളുകളായി മുകളിലേയ്ക്ക് തൂണുകളുടെ ആകൃതിയിൽ ഉയർന്നുപോകുന്നുണ്ടായിരുന്നു.

ഇപ്പോൾ പാർവതിയുടെ അച്ഛൻ എവിടെ ആയിരിക്കും എന്നെല്ലാവരും ഓർത്തു. അയാൾക്കെന്തുപറ്റി?

അതുപോലെതന്നെ ഇന്നലെ രാവിലെ അപ്രത്യക്ഷനായ തേവൻ മൂപ്പൻ എവിടെയാണ്? മൂപ്പന്റെ വീട്ടുകാർ എവിടെയൊക്കെയാണ് മൂപ്പനെ അന്വേഷിക്കുന്നത്?

ജനറൽ ഹോസ്പിറ്റലിലെ ക്വാഷാലിറ്റിയിൽ സ്ക്രീൻ മറച്ച് വന ജയെ കിടത്തിയിരിക്കുന്നു. ഇടയ്ക്കിടയ്ക്ക് ബോധം വരികയും പോവു കയും ചെയ്തുകൊണ്ടിരുന്നു. കഠിനമായ മാനസികാഘാതത്തിൽ നിന്നുണ്ടായ അസുഖമാണ് വനജയ്ക്ക്. ഇന്ന് ഇങ്ങനെ പോകട്ടെ... ഡ്യൂട്ടി ഡോക്ടർ പറഞ്ഞു. രാത്രിയിൽ പ്രത്യേകം ശ്രദ്ധിച്ചുകൊള്ളാം. രാവിലെ സൈക്ക്യാട്രിസ്റ്റു കൂടി വന്നിട്ട് ബാക്കി ചികിത്സകൾ തുടരാം. രാത്രിയിൽ ഡ്രിപ്പ് തുടരെത്തുടരെ കൊടുക്കട്ടെ.

പാർവതിയുടെ കൂടെ രാത്രിയിൽ കൂട്ടുകിടക്കാൻ വന്നിരുന്ന ഗീതമ്മയെ കാണുവാൻ ഹെഡ്കോൺസ്റ്റബിൾ സക്കറിയാസ് ഹോസ്പിറ്റലിലെ വാർഡിൽ ചെന്നു. സക്കറിയാസ് യൂണിഫോമിലായിരുന്നില്ല ചെന്നത്. കുറച്ചടുത്തുനിന്ന് അദ്ദേഹം ഗീതമ്മയെ നോക്കിനിന്നു. അവരുടെ മുഖം സങ്കടം കൊണ്ടും ക്ഷീണം കൊണ്ടും വളരെ വിളറിയിരുന്നു.

''നാളെ ആ അമ്മയെ ഡിസ്ചാർജ് ചെയ്യും.'' ഡ്യൂട്ടിനേഴ്സ് പറഞ്ഞു. ''ക്ഷീണം മാറിവരുന്നു.''

''ശരി'' സക്കറിയാസ് ഒരിക്കൽക്കൂടി ഗീതമ്മയെ നോക്കിയിട്ട് വാർഡിൽനിന്നുമിറങ്ങി.

എസ്. ഐ. രാജേന്ദ്രൻ ഗീതമ്മയെ നാളെ രാവിലെ ചോദ്യം ചെയ്യാം എന്ന് തീരുമാനിച്ചു. വനജയെയും ഉടൻതന്നെ ചോദ്യം ചെയ്തേ പറ്റൂ. പാർവതിയെ ചതിച്ചതാരാണെന്നറിഞ്ഞാൽ കേസ്സ് എളുപ്പമായി എന്നദ്ദേഹം മനസ്സിൽ കരുതി. പക്ഷേ, അത് എളുപ്പമല്ലായെന്നും പെട്ടെന്ന് രാജേന്ദ്രൻ തിരുത്തിയെഴുതി.

അപ്പോഴാണ് കോൺസ്റ്റബിൾ ബാലകൃഷ്ണൻ രാജേന്ദ്രന്റെ മുമ്പിൽ വന്ന് സല്യൂട്ട് ചെയ്തത്. പാർവതിയുടെ വീടിന്റെ മുറ്റത്തു നില്ക്കുകയായിരുന്നു രാജേന്ദ്രൻ. സി. ഐ. പോയിരിക്കുന്നു.

രാജേന്ദ്രൻ ബാലകൃഷ്ണനെ നോക്കി പുഞ്ചിരിച്ചു. ബാലകൃഷ്ണനോട് പ്രത്യേകമായ സ്നേഹമായിരുന്നു എസ്. ഐ രാജേന്ദ്രന്. രണ്ടുപേരും ഏറെക്കുറെ ഒരേ സമയത്താണ് സർവീസിൽ കയറിയത്. ആ ചെറിയ കാലത്തിനുള്ളിൽ തന്നെ ബാലകൃഷ്ണൻ ഡിപ്പാർട്ടുമെന്റിൽ പ്രശസ്തനായി. മൂന്നു തവണ ഗുഡ് എൻട്രി ബാലകൃഷ്ണനു ലഭിക്കുകയും ചെയ്തു.

''എന്താ ബാലകൃഷ്ണാ?''

ഇന്നലെ രാത്രി ബാലകൃഷ്ണനും മറ്റൊരു കോൺസ്റ്റബിളുമായിരുന്നു പാർവതിയുടെ വീട്ടിൽ കാവൽ നിന്നിരുന്നത്. എന്തെങ്കിലും ഒരു തുമ്പ് കേസ്സിനനുകൂലമായി ബാലകൃഷ്ണനു ലഭിക്കും എന്ന് ഉറപ്പുണ്ടായിരുന്നതുകൊണ്ടാണ് രാജേന്ദ്രൻ ബാലകൃഷ്ണനെ നിർത്തിയത്.

''ഒരു കാര്യം ഇന്നലെ സംഭവിച്ചു സാർ' ബാലകൃഷ്ണൻ പതുക്കെ പറഞ്ഞു.

''എനിക്കറിയാമായിരുന്നു ബാലാ എന്തെങ്കിലും നിങ്ങൾക്ക് ലഭിക്കുമെന്ന്.'' ആഹ്ലാദത്തോടെ രാജേന്ദ്രൻ പറഞ്ഞു. ''പറയു...''

ഇന്നലെ രാത്രി ഭജനസംഘത്തിന്റെ നേതാവായ കേശവൻകുട്ടിയും സുഹൃത്തുക്കളുംകൂടി നടത്തിയ സംഭാഷണം അതേപടി ബാലകൃഷ്ണൻ എസ്. ഐ രാജേന്ദ്രനെ പറഞ്ഞുകേൾപ്പിച്ചു.

''കുഴപ്പത്തിലാകുമോ ഞാൻ'' കേശവൻകുട്ടി ചോദിക്കുന്നു.

"തീർച്ചയായും കുഴപ്പത്തിലാകും കേശവൻകുട്ടിച്ചേട്ടാ" ബാലകൃഷ്ണൻ മറുപടിയും കൊടുത്തു.

"അങ്ങനെ ഞാൻ പറഞ്ഞയുടനെ ചാടിയെഴുന്നേറ്റ ആൾ പെട്ടെന്ന് അവിടെ നിന്നും വേഗം നടന്നുപോയി." കോൺസ്റ്റബിൾ ബാലകൃഷ്ണൻ പറഞ്ഞു.

തെല്ലുനേരം ബാലകൃഷ്ണനും രാജേന്ദ്രനും പരസ്പരം നോക്കി നിന്നു. പാർവതിയുടെ ചിത കത്തിക്കയറുന്നു. അവളുടെ വീടിന്റെ വാതിൽക്കൽ ഒരനുശോചനയോഗം നടത്തുവാനുള്ള ഒരുക്കങ്ങൾ ആരംഭിക്കുകയായിരുന്നു.

"കേശവൻകുട്ടി പിന്നെ വന്നിട്ടേയില്ലേ...?" രാജേന്ദ്രൻ പതുക്കെ തിരക്കി. "ബാലകൃഷ്ണൻ ശ്രദ്ധിച്ചോ?"

"വന്നിട്ടില്ല സാർ. അയാളുടെ നിഴൽപോലും പിന്നെ കണ്ടിട്ടില്ല."

"അയാൾ എവിടാണ് താമസിക്കുന്നതെന്നറിയണമല്ലോ"

"അറിഞ്ഞു സാർ, കവലയിൽ സ്റ്റേറ്റ് ബാങ്കിനു തൊട്ടുള്ള വീടാണ്."

ചില നിമിഷങ്ങൾ രാജേന്ദ്രൻ എന്തോ ആലോചിച്ചു നിന്നു. പിന്നെ ഉറച്ച ശബ്ദത്തിൽ പറഞ്ഞു. "നമുക്കുടൻ തന്നെ കേശവൻകുട്ടിയുടെ വീട്ടിലോട്ടൊന്നു പോകാം. ഡ്രൈവറെ വിളിക്കൂ"

"സർ"

പോലിസ് ജീപ്പിൽ എസ്. ഐ രാജേന്ദ്രനും ബാലകൃഷ്ണനും കയറി. ഡ്രൈവർ ഹെഡ് കോൺസ്റ്റബിൾ റാങ്കിലുള്ള മുസ്തഫയാണ്. മേലധികാരികൾക്ക് വിശ്വസ്തൻ!

"പോകാം മുസ്തഫാ. നമ്മൾ മാത്രം മതി." എസ്. ഐ പറഞ്ഞു.

അഞ്ചു മിനിട്ടിനുള്ളിൽ അവർ കവലയിൽ സ്റ്റേറ്റ് ബാങ്കിനു മുമ്പിലെത്തി. ബാങ്കിന്റെ ഇടതുവശത്തായി ചെറിയൊരിടവഴി അവസാനിക്കുന്നത് കേശവൻകുട്ടിയുടെ വീട്ടിലാണ്. വീടിന് തൊട്ടുള്ള പറമ്പിനോടു ചേർന്ന് മീനച്ചിലാറൊഴുകി.

മുസ്തഫ ജീപ്പൊതുക്കിയിട്ടിട്ട് ഡ്രൈവർ സീറ്റിൽ തന്നെയിരുന്ന് ഒരു പാസ്സിങ്ങ്ഷോ സിഗർട്ടിനു തീ കൊളുത്തി. പാസ്സിങ്ങ്ഷോയും ചാർമിനാറും ബർക്കിലിയും പനാമയുമായിരുന്നു മിക്കവരുടെയും അന്നത്തെ ഫേവററ്റ് സിഗർട്ട്!

"ഇവിടെ ആരുമില്ലേ?" ബാലകൃഷ്ണൻ വീടിന്റെ മുറ്റത്ത് ചെന്ന് ഉറക്കെ ചോദിച്ചപ്പോൾ അകത്തുനിന്നും കതകു തുറന്ന് ഒരാൾ വരാന്തയിലേക്കു വന്നു. അത് കേശവൻകുട്ടി ആയിരുന്നില്ല. കേശവൻകുട്ടിയോട് രൂപസാദൃശ്യം ഉള്ള ഒരാളായിരുന്നു അത്.

"കേശവൻകുട്ടിയെവിടെ?" വളരെ ഗൗരവത്തിൽ ബാലകൃഷ്ണൻ തിരക്കി. എസ്. ഐ രാജേന്ദ്രൻ വീടിന്റെ പരിസരം വീക്ഷിച്ചുകൊണ്ട് മൗനമായി നിന്നു.

''ചോദിച്ചതു കേട്ടില്ലേ, കേശവൻകുട്ടിയെവിടെ?''

''ഇവിടില്ല,''

''നിങ്ങളാരാണ്?'' ബാലകൃഷ്ണൻ ഗൗരവത്തിൽതന്നെ വീണ്ടും തിരക്കി.

''കേശവൻകുട്ടിയുടെ ഏട്ടനാണ്! കൃഷ്ണൻകുട്ടി...''

''അനുജൻ എവിടെപ്പോയി. ഇന്നലെ രാത്രി ഒമ്പതുമണി വരെ പാർവതിയുടെ വീട്ടിലുണ്ടായിരുന്നല്ലോ!''

''ഉവ്വ്! ഒരു പത്തു മണി ആയപ്പോൾ വേഗം വന്ന് ബാഗിൽ കുറച്ച് വസ്ത്രങ്ങളുമായി ഇറങ്ങിപ്പോയി.''

അപ്പോൾ മറ്റൊരു വശത്തുനിന്നും പ്രായമായ പുരുഷനും സ്ത്രീയും വെളിയിലേയ്ക്കു വന്നു.

''ഞങ്ങളുടെ അച്ഛനും അമ്മയുമാണ്.'' കൃഷ്ണൻകുട്ടി പറഞ്ഞു.

അച്ഛൻ അവരെ തൊഴുതുകൊണ്ട് ഇരിക്കണം സാർ എന്നു ക്ഷണിക്കുകയും ചെയ്തു.

''വേണ്ടാ, അച്ഛനെന്തായിരുന്നു ജോലി.'' രാജേന്ദ്രൻ തിരക്കി.

''അദ്ധ്യാപകനായിരുന്നു. രാമനെന്നാണ് പേര്...''

''രാമൻ മാഷെ, ഞങ്ങൾ കേശവൻകുട്ടിയെപ്പറ്റി കുറച്ച് വിവരങ്ങള റിയുവാൻ വന്നതാണ്.''

''പറയാം. സാറിരുന്നാട്ടെ,'' വീണ്ടും രാമൻ മാഷ് പറഞ്ഞു.

''വേണ്ടാ മാഷേ... ഞങ്ങൾക്ക് പെട്ടെന്നു പോകണം.'' രാജേന്ദ്രൻ പുഞ്ചിരിയോടെ പറഞ്ഞു. ''കേശവൻകുട്ടിക്ക് തുണിയുടെ കച്ചവടമാണല്ലേ...?''

''അതെ''

ആ സമയം കേശവൻകുട്ടിയുടെ ജ്യേഷ്ഠൻ കൃഷ്ണൻകുട്ടിയുടെ പുറകിൽ ഒരു യുവതിയുടെ മുഖം പ്രത്യക്ഷപ്പെട്ടു. കൃഷ്ണൻകുട്ടിയുടെ ഭാര്യയായിരുന്നു അത്. ആ വീടിന്റെ വടക്കുഭാഗത്ത് വലിയൊരു മുറിയും മുറിയുടെ മുകളിൽ 'കേശവ് സ്റ്റോഴ്സ്' എന്നൊരു ബോർഡും രാജേന്ദ്രനും ബാലകൃഷ്ണനും കണ്ടു.

''വില്പനയ്ക്കുള്ള തുണികളാണതിൽ അല്ലേ?''രാജേന്ദ്രൻ തിരക്കി. ''തുണികളെല്ലാം കേശവൻകുട്ടി എവിടെനിന്നാണെടുക്കുന്നത്?''

''മധുരയിൽ നിന്ന്.''

''പാർവതി മരിച്ച ദിവസവും അതിന്റെ തലേന്നും കേശവൻകുട്ടി മധുരയിൽ പോയിരുന്നോ?''

''ഇല്ല'' കേശവൻകുട്ടിയുടെ അച്ഛനും ജ്യേഷ്ഠനും ഒന്നായ് പറഞ്ഞു. പറഞ്ഞശേഷം പെട്ടെന്ന് അബദ്ധം പറ്റിയതുപോലെ അവർ പരസ്പരം നോക്കിയത് രാജേന്ദ്രനും ബാലകൃഷ്ണനും ഒരുപോലെ കണ്ടു.

''പിന്നെവിടെപ്പോയി?''

''അവനിവിടെ...'' ഒരു നിമിഷം വല്ലായ്മയോടെ നിന്നശേഷം അച്ഛൻ പറഞ്ഞു ''അല്ലാ, അവൻ തൊടുപുഴയിൽ പോയിരുന്നു!''

അതിനൊരു മറുവാക്കും ചോദിക്കാതെ രാജേന്ദ്രൻ രാമൻ മാഷിനേയും കൃഷ്ണൻകുട്ടിയേയും മാറി മാറി നോക്കി. ആ നോട്ടത്തെ നേരിടാൻ പറ്റാത്തതുപോലെ രണ്ടുപേരും തലകുനിച്ചുകളഞ്ഞു.

''ഇന്നലെ രാത്രി പത്തുമണി ആയപ്പോൾ കേശവൻകുട്ടി ധൃതിയിൽ ഡ്രസ്സ് നിറച്ച ബാഗുമായി എങ്ങോട്ടാണു പോയത്?'' രാജേന്ദ്രൻ സൗമ്യമെങ്കിലും വല്ലാത്തൊരു മൂർച്ചയോടെ ചോദിച്ചു.

''ഞങ്ങൾക്കറിയില്ല സാർ.'' അതെല്ലാവരും കൂടിയാണ് പറഞ്ഞത്.

''ആ സമയത്ത് ബസ്സുണ്ടാവില്ല. ടൗൺവരെ നടന്നായിരിക്കുമല്ലോ പോയത്?'' ബാലകൃഷ്ണനാണ് ചോദിച്ചത്.

അക്കാലത്ത് ഗ്രാമങ്ങളിലേയ്ക്ക് ആട്ടോറിക്ഷകൾ രാത്രി സമയങ്ങളിൽ അപൂർവമായാണ് വന്നിരുന്നത്. പട്ടണത്തിൽതന്നെ ആട്ടോറിക്ഷകൾ വളരെ കുറവായിരുന്നു.

''അങ്ങനെ രാത്രിയിൽ നടന്നു പോകേണ്ട കാര്യം എന്താണ് കേശവൻകുട്ടിക്കുണ്ടായിരുന്നത്?'' രാജേന്ദ്രൻ തിരക്കി.

''സത്യമായും ഞങ്ങൾക്കറിയില്ല സാർ'' രാമൻ മാഷ് ഇടറിയ തൊണ്ടയോടെ പറഞ്ഞു. സത്യത്തിന്റെ പ്രകാശം ആ മറുപടിയിൽ ഇല്ലായെന്ന് എസ്. ഐ രാജേന്ദ്രനു തോന്നി.

''കൊല്ലപ്പെട്ട പാർവതി കേശവൻകുട്ടിയുടെ ഭജനസംഘത്തിലെ പ്രധാനഗായികയായിരുന്നു അല്ലേ?''

''അതെ.''

''അതാണ്.'' രാജേന്ദ്രൻ ചിരിച്ചു. ''ആ കുട്ടി കൊല്ലപ്പെട്ട ദിവസവും അതിനു മുമ്പും കേശവൻകുട്ടി സ്ഥലത്തില്ലായിരുന്നു. പിന്നെ പാർവതിയെ സംസ്കരിക്കുന്നതിന്റെ തലേരാത്രി പത്തുമണിക്കു സ്ഥലം വിടുകയും ചെയ്തു. ഏറ്റവും അടുപ്പവും സ്നേഹവുമുള്ള ഒരാളുടെ ക്രൂരമായ മരണദിവസം സ്ഥലത്തില്ലാതിരിക്കുകയും പിന്നെ ആ ആളുടെ സംസ്കാരസമയത്ത് സ്ഥലം വിടുകയും ചെയ്യുക! എന്താണിതിനർത്ഥം?''

ആ ചോദ്യത്തിന് മറുപടിയായി ഒരുവാക്കുപോലും പറയാതെ കേശവൻകുട്ടിയുടെ അച്ഛനും ജ്യേഷ്ഠനും നിന്നുപോയി. അമ്മയും ജ്യേഷ്ഠന്റെ ഭാര്യയും കുനിഞ്ഞ തലയുമായി നിൽക്കുകയാണ് ചെയ്തത്.

''ശരി നമുക്ക് പോകാം ബാലകൃഷ്ണാ'' രാജേന്ദ്രനും ബാലകൃഷ്ണനും തിരിച്ചുനടന്നു. അഞ്ചാറ് ചുവട് വെച്ചിട്ട് പെട്ടെന്ന് എസ്. ഐ രജേന്ദ്രൻ നാടകീയമായി വെട്ടിത്തിരിഞ്ഞു നിന്നിട്ട് തീക്ഷ്ണമായ സ്വരത്തിൽ കേശവൻകുട്ടിയുടെ അച്ഛനോടും ജ്യേഷ്ഠനോടും പറഞ്ഞു, ''കേശവൻകുട്ടി വന്നാലുടൻ സ്റ്റേഷനിലേയ്ക്കു വരുവാൻ

പറയണം. അല്ലെങ്കിൽ...'' ഒരുനിമിഷം നിർത്തിയിട്ട് അദ്ദേഹം വീണ്ടും തുടർന്നു. ''അവൻ എവിടെപ്പോയതാണെന്ന വിവരം നിങ്ങൾക്കറിയാം. ആ വിവരം രണ്ടു ദിവസങ്ങൾക്കകം ഞങ്ങളെ അറിയിച്ചിരിക്കണം. പോകാം ബാലകൃഷ്ണാ...'' രാജേന്ദ്രൻ വേഗം ബാലകൃഷ്ണനോടൊപ്പം തിരിച്ചുനടന്നു.

അവർ ജീപ്പിനരികിലെത്തിയപ്പോൾ പുലിനഖം സ്വർണത്തിൽ ചുറ്റിയ മാലയും ധരിച്ച് മുണ്ടുമാത്രം ഉടുത്ത ഒരു ചെറുപ്പക്കാരൻ ഡ്രൈവർ മുസ്തഫയുമായി സംസാരിച്ചു നിൽക്കുന്നു.

''സർ'' മുസ്തഫ രാജേന്ദ്രനോട് പറഞ്ഞു. ''ഇത് വേലുക്കുറുപ്പ്. കവലയിൽ സൈക്കിൾ ഷാപ്പും മുറുക്കാൻ കടയും നടത്തുന്നു.''

''ഓ... എന്താ വേലുക്കുറുപ്പേ പ്രത്യേകിച്ച്...'' എസ്. ഐ രാജേന്ദ്രൻ ചിരകാലസുഹൃത്തിനോടെന്നപോലെ തിരക്കി.

''ഒന്നുമില്ല അങ്ങുന്നേ. ഞാൻ നമ്മുടെ കേശവൻകുട്ടിയെപ്പറ്റി പറയ്വാർന്നേ...'

''എന്താ പ്രത്യേകിച്ച്?'' രാജേന്ദ്രൻ ഗൗരവത്തിൽ ചോദിച്ചു.

അദ്ദേഹത്തിന്റെ കണ്ണുകൾ വേലുക്കുറുപ്പിന്റെ കണ്ണുകളിലേയ്ക്ക് തറച്ചുകയറി.

''ഹൊന്നുമില്ല അങ്ങുന്നെ...'' വേലുക്കുറുപ്പ് ആ നോട്ടത്തിൽ പതറിപ്പോയി. ''കേശവൻകുട്ടി പാർവതിക്കുഞ്ഞിന്റെ വീട്ടിൽ പലപ്പോഴും പോകുമായിരുന്നു എന്നു പറയ്വാരുന്നേ....''

''അതിനെന്താടൊ കുഴപ്പം?'' രാജേന്ദ്രന്റെ സ്വരം ഒന്നുകൂടി കനത്തു.

''കേശവൻകുട്ടിയുടെ ഭജനസംഘത്തിലെ പാട്ടുകാരിയായിരുന്നില്ലേ പാർവതി? കൂടാതെ കേശവൻകുട്ടി എല്ലാ വീട്ടിലും തുണി തവണവ്യവസ്ഥയിൽ കൊടുക്കുമായിരുന്നില്ലേ?''

''കൊടുക്കുമായിരുന്നേ!'' വേലുക്കുറുപ്പ് കുടിനീരിറക്കിക്കൊണ്ടു പറഞ്ഞു.

''അക്കാര്യത്തിനായിട്ടൊക്കെയാവും കേശവൻകുട്ടി പാർവതിയുടെ വീട്ടിൽ പോയിരുന്നത്. അല്ലെന്ന് തനിക്കു പറയാമോ?''

''പറയൻ പറ്റത്തില്ല ഏമാനേ...'' വേലുക്കുറുപ്പ് എസ്. ഐ രാജേന്ദ്രനെ തൊഴുതു.

''എന്നാൽ പോയി കടയിലിരിക്ക്. കച്ചവടം ചെയ്യ്. ഇന്ന് കട തുറന്നില്ലേ?''

''തുറന്നേ...'' എങ്ങനെയെങ്കിലും അവിടെ നിന്ന് രക്ഷപ്പെട്ടാൽ മതിയെന്നുള്ള തത്രപ്പാടോടെ വേലുക്കുറുപ്പ് ധൃതിയിൽ പറഞ്ഞു.

''എന്നാൽ ചെല്ല്...'' രാജേന്ദ്രൻ കല്പിച്ചു.

ജീപ്പ് വിണ്ടും പാർവതിയുടെ വീട്ടിലേയ്ക്കു പുറപ്പെട്ടു. വീടിനു മുന്നിലെത്തിയപ്പോൾ പ്രതിഷേധയോഗം നടക്കുകയായിരുന്നു. മരച്ചില്ല

കളിൽ കെട്ടിയിരുന്ന കോളാമ്പിയിലൂടെ വാർഡ് മെമ്പർ റഹിമിന്റെ വാക്കുകൾ അന്തരീക്ഷത്തിലൂടെ പറന്നു.

''അതുകൊണ്ട് വേദനയോടെ ഞാൻ പറയ്വാണ് നമ്മുടെ ഗ്രാമത്തിലെ പാവപ്പെട്ടവളും നിഷ്കളങ്കയും ഗായികയും സുന്ദരിയുമായ പെൺകുട്ടിയാണ് ക്രൂരമായി ബലാത്സംഗം ചെയ്ത് കൊല്ലപ്പെട്ടിരിക്കുന്നത്. നമ്മുടെ നാട്ടിലെ ആദ്യത്തെ ക്രൂരസംഭവം. ഇത് നടത്തിയത് നമ്മുടെ നാട്ടിലുള്ളവരാണോ? അതോ വെളിയിൽനിന്നും വന്നവരാണോ? എത്രയും വേഗം കൊലയാളിയെ കണ്ടെത്താൻ പോലീസ് കർമനിരതരാകണം....''

''നമുക്കു പോകാം മുസ്തഫാ'' രാജേന്ദ്രൻ പറഞ്ഞു.

''സർ''

''ഇന്ന് ബാലകൃഷ്ണൻ വീട്ടിൽ പൊയ്ക്കൊള്ളൂ. പകരം രണ്ടു പേര് നാളെ രാവിലെവരെ കാവൽ നില്ക്കണം. നാളെ നമുക്ക് പാർവതിയുടെ വീട്ടിനകം പരിശോധിക്കാം. അതുമതി. ആ കുട്ടിയുടെ അച്ഛൻ വരുമോ എന്ന് ഇന്നുംകൂടി കാത്തിരിക്കാം.''

''സർ''

പാർവതിയുടെ ചിതയിൽ നിന്നും പൊട്ടലും ചീറ്റലും ഉയരുന്നുണ്ടായിരുന്നു. അവളുടെ ശരീരവും സങ്കടത്തോടെ ചാരമായി മാറുകയായിരുന്നു.

രാജേന്ദ്രൻ വീട്ടിലേയ്ക്കു പോവുകയായിരുന്നു ബൈക്കിൽ. യാത്ര തിരിക്കും മുമ്പ് സി. ഐ യും രാജേന്ദ്രനും തമ്മിൽ ചർച്ച നടന്നു.

സി. ഐ യുടെ മേൽനോട്ടത്തിൽ നാളെ പാർവതിയുടെ വീട് പരിശോധിക്കണം. തുടർന്ന് ഗീതമ്മയെ ചോദ്യം ചെയ്യണം. വനജയെയാണ് പ്രധാനമായും ചോദ്യം ചെയ്യേണ്ടത്. അവൾ എത്രയും വേഗം നോർമലായാൽ അവളെക്കൊണ്ട് സംസാരിപ്പിക്കാം. പാർവതിയെ ചതിച്ചതാരാണെന്നറിഞ്ഞാൽ കേസ്സിന് ഒരു തുമ്പുണ്ടായേക്കും!

''ചിലപ്പോൾ കേസ്സ് കീഴ്മേൽ മറിയുകയും ചെയ്യാം!'' സി. ഐ പറഞ്ഞത് രാജേന്ദ്രൻ ഓർത്തു.

ചാക്കോച്ചന്റെ ബോട്ടിൽ നിന്നും കിട്ടിയ വളകളുടെ തുണ്ടുകളും മുടിയിഴകളും അവർ ഭദ്രമായി സൂക്ഷിച്ചിട്ടുണ്ട്. പോസ്റ്റ്മോർട്ടത്തിനു മുമ്പ് പാർവതിയുടെ മൂന്നുനാല് മുടിയിഴകളും എടുത്തുവെച്ചിരുന്നു. ബോട്ടിൽ നിന്നും കിട്ടിയ മുടിയും പാർവതിയുടെ മുടിയും ഒന്നുതന്നെയാണോ എന്ന് തീർച്ചപ്പെടുത്തേണ്ടതുണ്ട്!

നാളെ മുതൽ ഓരോരുത്തരെയായി ചോദ്യം ചെയ്തു മുന്നേറാം എന്ന് രാജേന്ദ്രൻ ഉറപ്പിച്ചു. ചതുരംഗക്കളങ്ങളിലൂടെ സഞ്ചരിച്ചുസഞ്ചരിച്ച് അവസാനം പ്രതിയുടെ മുന്നിലെത്തുക. അവനെ അടിയറവ് പറയിക്കുക!

രാജേന്ദ്രൻ വീടിന്റെ മുന്നിലെത്തി.

വീടിന്റെ വരാന്തയിൽ രാജേന്ദ്രൻ മാത്രമിരുന്ന് വിശ്രമിക്കുന്ന

ചാരുകസേരയിൽ ഒരാൾ ഇരിപ്പുണ്ടായിരുന്നു. ഇന്നലെ രാത്രിയിൽ രാജേന്ദ്രനെ കാത്ത് അക്ഷമനായിട്ടിരുന്ന ആളായിരുന്നു അത്. വരാന്തയിൽ കസേരയിലിരിക്കുന്ന ആളിന്റെ അനുജത്തിയും തൊട്ടപ്പുറത്ത് രാജേന്ദ്രന്റെ സുന്ദരിയായ ഭാര്യയും ഇരുന്നു. അവൾ നെറ്റിയിൽ വലിയൊരു സിന്ദൂരപ്പൊട്ട് തൊട്ടിരുന്നു!

കസേരയിലിരിക്കുന്ന ആളിനെ രാജേന്ദ്രൻ കണ്ടു.

‘‘എടാ രാജുവേ...’’ അങ്ങ് വയലിൽ നിന്നും വർഷങ്ങൾക്കപ്പുറത്തു നിന്നും ഉയർന്ന വിളി രാജേന്ദ്രൻ കേട്ടു. ‘‘ഓ’’ അയാൾ വിളി കേൾക്കുകയും ചെയ്തു.

കസേരയിലിരിക്കുന്ന ആളിന്റെ അരികിലേയ്ക്ക് രാജേന്ദ്രൻ വേഗം നടന്നുചെന്നു.

‘‘നേരത്തെ എത്ത്യോ മക്കളേ...’’ കസേരയിലിരിക്കുന്ന ആൾ സ്നേഹം കടലുപോലെ നിറഞ്ഞ ശബ്ദത്തിൽ ചോദിച്ചു.

‘‘ഉവ്വ് അമ്മച്ചാ’’ രാജേന്ദ്രൻ കസേരയ്ക്കരികിൽ തറയിലിരുന്നുകൊണ്ട് അദ്ദേഹത്തിന്റെ മടിയിലേയ്ക്ക് പതുക്കെ തല ചേർത്തു.

രാജേന്ദ്രൻ വരുന്നതു കണ്ടപ്പോൾ തന്നെ അദ്ദേഹത്തിന്റെ ഭാര്യ യമുന എഴുന്നേറ്റ് അടുക്കളയിലേയ്ക്ക് നടന്നു. ചായ!

മടിയിൽ തല ചേർത്തുവെച്ചിരിക്കുന്ന അനന്തരവനെ തഴുകിക്കൊണ്ട് കസേരയിലിരിക്കുന്ന ആൾ ഏതോ നിർവൃതിയാൽ കണ്ണുകളടച്ചു. അതു കണ്ടുകൊണ്ടിരുന്ന രാജേന്ദ്രന്റെ അമ്മ കണ്ണുതുടയ്ക്കുകയും ചെയ്തു. രാജേന്ദ്രന്റെ അമ്മയുടെ വല്യാങ്ങളയാണ് കസേരയിലിരിക്കുന്നത്. അതാരായിരുന്നു?

മറ്റാരുമായിരുന്നില്ല. അത് തേവൻമൂപ്പനായിരുന്നു.

രാത്രി പതിനൊന്നുമണി! ഗ്രേസിയുടെ വീട്!

ഗ്രേസി ഉറങ്ങിയിരുന്നില്ല. മീനമാസത്തിലെ ചൂടു കാരണം അവൾ ഒരൊറ്റമുണ്ടുമാത്രമാണുടുത്തിരുന്നത്. നാട്ടുകാരെ കൊതിപ്പിക്കുന്ന നഗ്നമായ മുലകളിൽ കൈവെച്ചുകൊണ്ടവൾ തറയിൽ മലർന്നു കിടന്നപ്പോൾ വെളിയിൽ ആരോ കതകിനു മുട്ടുന്നു. ആ ശബ്ദം കേട്ട ഗ്രേസിയുടെ മനസ്സും പുരികവും ചുളിഞ്ഞു. പാർവതിയുടെ കൊലപാതകം നടന്നതിനു ശേഷം കുറച്ചു ദിവസത്തേയ്ക്കു ഒരിടപാടുകാരേയും സ്വീകരിക്കുന്നില്ലായെന്നവൾ തീരുമാനിച്ചിരുന്നു. മാത്രവുമല്ലാ ഏതിടപാടുകാരനെയും സന്ധ്യയ്ക്കു മുമ്പുതന്നെ കണ്ട് രാത്രിയിലത്തേയ്ക്ക് തീരുമാനിക്കാറാണ് ഗ്രേസിയുടെ പതിവ്. ആരും രാത്രിയിൽ അവളുടെ കതകിനു മുട്ടാറില്ല. പക്ഷേ, ആ പതിവ് തെറ്റിച്ച് ഇതാ ആരോ കതകിനു മുട്ടുന്നു. ശബ്ദം ഉയർന്നുകൊണ്ടിരുന്നു. അവളെഴുന്നേറ്റ്

വിളക്കു കൊളുത്താതെ ഒരു തോർത്തുകൊണ്ട് മാറിടം മറച്ച് കൊളുത്തുകൾ മാറ്റി ജനാലയുടെ കതകു തുറന്നു. രാത്രിയിലെ മങ്ങിയ വെളിച്ചത്തിൽ കതകിനു മുട്ടുന്ന ആളെ അവൾ കണ്ടു.

''ആരാ?'' ഗ്രേസി ചോദിച്ചു.

''ഞാനാ,'' വാതിൽക്കൽ നിന്നിരുന്ന ആൾ ജനാലയ്ക്കരികിലേയ്ക്കു വന്നു. ''എന്റെ ഗ്രേസീ കതകു തുറക്ക്.''

''പീറ്ററോ?'' ഗ്രേസിയുടെ ശബ്ദം വല്ലാതായി, ''എന്നതാ മെമ്പറെ ഇക്കാണിക്കുന്നത്? നാട്ടിലെ ഒരു പെൺകുട്ടിയുടെ ദുരന്തം ഇന്നലെയാ നടന്നത്. അവളുടെ ശരീരം കത്തിത്തീരുന്നതേയൊള്ളൂ. അതിനു മുമ്പ്... ഇല്ലാ, ഇപ്പോൾ ഞാൻ ഒന്നിനുമില്ല.''

''എനിക്ക് സഹിക്കാൻ പറ്റുന്നില്ല ഗ്രേസി, പ്ലീസ്''

''സഹിക്കാൻ പറ്റാത്തതെന്തോന്നാ? കാമമോ സങ്കടമോ?''

''രണ്ടും.'' പീറ്റർ കരയുന്നതുപോലെയായി.

''അത്ര സഹിക്കാൻ പറ്റണില്ലാ എങ്കിൽ കുറച്ചുനേരം 'കാമസൂത്രം'' വായിച്ചു നോക്ക്! അത് വായിക്കാൻ നിങ്ങൾക്ക് നിരോധനം ഉണ്ടെങ്കിൽ ബൈബിൾ വായിച്ചിട്ട് കിടന്നുറങ്ങ്... ഇപ്പോൾ മെമ്പർ പോയാട്ടെ!''

ഗ്രേസി ജനാല കൊട്ടിയടച്ചു. ഗ്രേസി ആ രാത്രിയിൽ പിന്നെ വളരെ താമസിച്ചാണുറങ്ങിയത്. അവൾക്ക് തിരുവല്ലയിൽ നിന്നും മാസത്തിലൊരിക്കൽ തന്റെ അരികിൽ വരുന്ന ആൽഫി എന്ന പുരുഷനോടൊഴിച്ച് മറ്റെല്ലാ ആണുങ്ങളോടും ഇപ്പോൾ കഠിനമായ അറപ്പു തോന്നി. വെറുപ്പുതോന്നി. അവൾക്ക് കരയണമെന്നും തോന്നി.

ആറ്

രാവിലെ പത്തുമണി കഴിഞ്ഞപ്പോൾ പാർവതിയുടെ വീടിനു മുമ്പിൽ പോലീസ് വാഹനങ്ങൾ വന്നു നിന്നു. സി. ഐയുടെയും എസ്.ഐയുടെയും വാഹനങ്ങളായിരുന്നു അത്.

പാർവതിയുടെ ചിത കെട്ടടങ്ങിയിരുന്നു. ചിതയ്ക്കരികിൽ നിന്നിരുന്ന പ്ലാവിന്റെ താഴ്ന്ന ശിഖരത്തിന്റെ ഇലകൾ കരിഞ്ഞുപോയിരുന്നു.

പോലീസ് വാഹനങ്ങൾ വന്നപ്പോൾ കുറെ ആൾക്കാർ ഓടി വന്നെങ്കിലും ആരെയും വീടിന്റെ മുറ്റത്തേയ്ക്ക് പോലീസ് കയറ്റിയില്ല. വീടിനു കാവൽ നിന്നിരുന്ന കോൺസ്റ്റബിൾമാർ തങ്ങളുടെ ആഫീസർമാരെക്കണ്ട് സല്യൂട്ട് കൊടുത്ത് ഒതുങ്ങിനിന്നു.

രണ്ടു മുറികളും അടുക്കളയും വരാന്തയും പുറകിൽ ചെറിയൊരു

ചാർത്തുമുള്ള വൃത്തിയുള്ള വീടായിരുന്നു അത്.

ആദ്യം പാർവതിയുടേതെന്നു തോന്നിച്ച മുറിയാണ് തുറന്നത്. ചെറിയ ആ മുറിയുടെ വൃത്തി കണ്ട് സി. ഐയും എസ്. ഐയും പരസ്പരം നോക്കി. പ്ലാസ്റ്റിക് പാകിയ ഒരു കട്ടിലും മേശയും കസേരയും മാത്രം. കട്ടിലിൽ പുല്പായ നിവർത്തി അതിൽ ഉടയാത്ത ഷീറ്റ് വിരിച്ചിട്ടിരിക്കുന്നു. ഭംഗിയുള്ള ഉറയിട്ട ഒരു തലയിണയും ഉണ്ടായിരുന്നു. മറ്റൊന്നുമില്ല. മേശപ്പുറത്ത് രാമായണം തുറന്നുവെച്ചിരുന്നു. അതിലൊരുവരി കളർപെൻസിൽ കൊണ്ട് രേഖപ്പെടുത്തിയത് സി.ഐയും എസ്. ഐയും വായിച്ചു.

''ആയുസ്സ് പോകുന്നതേതുമറിയില്ല
മായാസമുദ്രത്തിൽ മുങ്ങിക്കിടപ്പവൻ''

''ഇതാരായിരിക്കും പെൻസിൽ കൊണ്ട് മാർക്കു ചെയ്തത്? അച്ഛനോ മകളോ?'' സി. ഐ സ്വയം ചോദിച്ചുകൊണ്ട് രാമായണം കയ്യിലെടുത്തു. പെട്ടെന്നാണ് രാമായണത്തിന്റെ അടിയിൽ ഒരു നോട്ട് ബുക്കിന്റെ പേജിൽ പെൻസിൽ കൊണ്ട് വൃത്തിയായിട്ടെഴുതിയ ഒരു കത്തു കണ്ടത്.

''ടെയ്ക്കിറ്റ്' സി. ഐ പറഞ്ഞു. ''വായിക്ക് രാജേന്ദ്രാ!''

''സർ'' രാജേന്ദ്രൻ കത്തുവായിച്ചു.

''എന്റെ എല്ലാമായ അച്ഛന് പൊന്നുമകൾ പാർവതി എഴുതുന്നു. അച്ഛാ! ഞാൻ എനിക്ക് വളരെയധികം സ്നേഹമുള്ള ഒരാളോടൊപ്പം പോവുകയാണ്. പടിഞ്ഞാറെക്കരയിൽ പോയി രജിസ്റ്റർ കല്യാണം കഴിച്ചിട്ട് ഒരാഴ്ചയ്ക്കകം തിരിച്ച് അച്ഛന്റെ അരികിലെത്താം. അതുവരെ അച്ഛൻ വേവലാതിയില്ലാതെ കഴിയണം. അച്ഛന്റെ മകളെ അനുഗ്രഹിക്കണം. എന്ന് മകൾ പാർവതി!''

നല്ല വൃത്തിയുള്ള കൈപ്പടയിൽ ഭംഗിയായിട്ടെഴുതിയ ആ കത്ത് വായിച്ച് പോലീസാഫീസേഴ്സ് ചില നിമിഷങ്ങൾ നിശ്ശബ്ദരായി നിന്നു.

''പടിഞ്ഞാറെക്കര എന്നു പറയുന്നതേതു സ്ഥലമാണ്?''

''ചേർത്തലയോ ആലപ്പുഴയോ ഒക്കെയാവാം സർ''

മുറിയുടെ മൂലയിൽ വെച്ചിരുന്ന ചെറിയൊരു മരപ്പെട്ടി തുറന്നു നോക്കിയപ്പോൾ അതിൽ രണ്ടോ മൂന്നോ സാരികൾ മടക്കിവെച്ചിരിക്കുന്നതു കണ്ടു. സാരിയുടെ കൂടെ പെട്ടിയുടെ ഒരുവശത്ത് ചുവന്ന കുപ്പിവളകൾ, അടുക്കിയടുക്കി വെച്ചിരുന്നു. മൂന്നോ നാലോ ഡസൻ വളകളുണ്ടാവും.

''രണ്ടുമൂന്നു വളകളെടുക്കട്ടെ സാർ'' എസ്. ഐ, സി ഐ യോട് അനുവാദം ചോദിച്ചു.

''തീർച്ചയായും രാജേന്ദ്രാ''

ഇതേരീതിയിലുള്ള വളകളാണ് ചാക്കോച്ചൻ മുതലാളിയുടെ ബോട്ടിന്റെ മൂലയിൽ പൊട്ടിക്കിടന്നിരുന്നതെന്ന് അവർക്ക് തീർച്ചപ്പെട്ടു. പക്ഷേ അതെങ്ങനെ അവിടെ വീണുകിടന്നു?

വീടിനു പുറത്ത് ആൾക്കാർ കൂടിനിന്നിരുന്നു. കൂട്ടത്തിൽ വാർഡ് മെമ്പർമാരായ റഹിമും കെ. സി. പീറ്ററും ഉണ്ടായിരുന്നു. പോലീസുകാർ പാർവതിയുടെ മുറിയിലേയ്ക്കു കയറിയ നിമിഷം മുതൽ കെ. സി. പീറ്റർ മനമുരുകി മണിയാങ്കേരി പള്ളിയിലെ മാതാവിനെ പ്രാർത്ഥിച്ചു. മാതാവേ! ഈ മകനെതിരായി ഒരു തെളിവും പാർവതിയുടെ മുറിയിൽ നിന്നും ലഭിക്കരുതേ! പരിശുദ്ധ കന്യാമറിയമേ! അമ്മയ്ക്കു മുടക്കം വരാതെ ഞാൻ മെഴുകുതിരി കുത്തിച്ചുകൊള്ളാമേ!

വീട്ടിലെ മറ്റുമുറികളും അടുക്കളയും പരിശോധിച്ച ശേഷം പോലീസ് സംഘം വെളിയിലേക്കിറങ്ങി. പ്രത്യേകിച്ച് യാതൊന്നും അവിടെനിന്നുമവർക്ക് കണ്ടെത്താനായില്ല. ഒരു കാര്യം മാത്രം അവർക്ക് തീർച്ചയായി. കൊല്ലപ്പെട്ട അന്നുരാത്രി പാർവതി സ്നേഹിച്ച പുരുഷനോടൊത്ത് പടിഞ്ഞാറെക്കരയിൽ രജിസ്റ്റർ മാര്യേജ് ചെയ്യാൻ വീട്ടിൽനിന്നും ഇറങ്ങിയതാണ്. സത്യത്തിൽ ഒരൊളിച്ചോട്ടമായിരുന്നു അത്. ആരെയായിരിക്കും പാർവതി സ്നേഹിച്ചിരുന്നത്? ആ ആളാരാണെന്ന് വനജ പറയും. അങ്ങനെ പാർവതി സ്നേഹിച്ച ആളിനെ കണ്ടുപിടിച്ചാൽ കേസ്സിനു തുമ്പു കിട്ടുകയും ചെയ്യും. പാർവതി എങ്ങനെയാണ് കൊല്ലപ്പെട്ടതെന്നും ആരൊക്കെച്ചേർന്നാണ് അവളെ ബലാത്സംഗം ചെയ്തതെന്നും എങ്ങനെയാണ് അവളുടെ മൃതദേഹം പാടശേഖരത്തെ തോട്ടിൽ എത്തിയെന്നറിയാനും സാധിക്കും. കേസ്സ് എളുപ്പത്തിൽ തീരും. പക്ഷേ, അത്ര എളുപ്പത്തിൽ ഈ കേസ്സ് തീരില്ലായെന്ന് രാജേന്ദ്രൻ മനസ്സിൽ സ്വയം പറയുകയും ചെയ്തു.

വരാന്തയിലെത്തിയ പോലീസ് സംഘം ഒരു നിമിഷം വീടിന്റെ മതിലിനപ്പുറത്തു നില്ക്കുന്ന നാട്ടുകാരേയും നോക്കി നിന്നു. അവരുടെ മുൻനിരയിൽ സഖാവ് റഹിമും കെ. സി. പീറ്ററും നില്പുണ്ടായിരുന്നു.

തന്നെ നോക്കി രാജേന്ദ്രൻ സി. ഐ യോട് എന്തോ പതുക്കെ സംസാരിക്കുന്നത് പീറ്റർ കാണുന്നുണ്ടായിരുന്നു. അയാളുടെ ഹൃദയം പെരുമ്പറ കൊട്ടിത്തുടങ്ങി. ശരീരം തളരുന്നതായും തണുത്ത വിയർപ്പിൽ ശരീരം കുളിക്കുന്നതായും പീറ്റർക്കു തോന്നി. എന്റെ മണിയാങ്കേരി മാതാവേ! എനിക്കെതിരെ തെളിവുകൾ ഇവർ കണ്ടെത്തിക്കഴിഞ്ഞുവല്ലോ! മാതാവേ! നിങ്ങളെന്നെ കൈ വിട്ടുകളഞ്ഞുവല്ലോ.

സി. ഐ.യുടെ നിർദ്ദേശപ്രകാരം ഒരു കോൺസ്റ്റബിൾ ഓടിവന്ന് റഹിമും പീറ്ററും വീടിനരികിലേയ്ക്കു വരുവാൻ ആവശ്യപ്പെട്ടു. ചത്തിട്ടു നടക്കും പോലെ പീറ്റർ റഹിമിനോടൊപ്പം വീടിന്റെ വരാന്തയിലേയ്ക്ക് നടന്നുതുടങ്ങി. ആ സമയം എ. എസ്. ഐ.യുടെ നേതൃത്വത്തിൽ അടുത്ത മുറിയും അടുക്കളയും പരിശോധിക്കുവാൻ ആരംഭിച്ചു.

"പീറ്റർ. അല്ലേ?" സി. ഐ ചോദിച്ചു.

"ഹതെ. മെമ്പറാണ്."

“അതു ചോദിച്ചില്ല. പീറ്ററല്ലേ എന്നാണു ചോദിച്ചത്”

“അദെ..”

“നിങ്ങളാണോ പാർവതിയുടെ മൃതദേഹം ആദ്യം കണ്ടത്?”

“അതറിയില്ല. ഞാനാണാദ്യം വിവരം നാട്ടുകാരെ അറിയിക്കുന്നത്.” പീറ്ററിലെ രാഷ്ട്രീയക്കാരൻ ഉണർന്നു. മണിയാങ്കേരി മാതാവ് ഉണർത്തി. പീറ്ററുടെ നാവിൽ സരസ്വതീ ദേവി പതുക്കെ സ്പർശിച്ചു.

“നിങ്ങളെങ്ങനെയാണ് ആ മൃതദേഹം കണ്ടത്? എന്തിനാണ് അത്ര രാവിലെ വയലിലെത്തിയത്?”

മാതാവേ! എനിക്കെതിരായ തെളിവുകൾ പാർവതിയുടെ പുരയ്ക്കകത്തു നിന്നും കിട്ടിയിരിക്കുമോ? ഞാൻ കുടുങ്ങിയോ?

“പറയെടൊ”

“അതു ഞാൻ രാവിലെ വയലിന്റെ തിട്ടയിലൂടെ ചാക്കോച്ചൻ മുതലാളിയുടെ വീട്ടിലേയ്ക്കു പോവുകയായിരുന്നു.”

“എന്തിന്?”

“എനിക്ക് ആലപ്പുഴയ്ക്കു പോകാൻ കുറച്ചു പൈസ വേണമായിരുന്നു. അതു വാങ്ങാൻ പോയതാണ്.”

“തിട്ടയിലൂടെ നടക്കുമ്പോൾ എങ്ങനെയാണ് വയലിലെ തോട്ടിൽ കിടക്കുന്ന പാർവതിയുടെ ശരീരം കണ്ടത്?”

“കാക്കകൾ കണ്ടമാനം ബഹളം വെച്ചു പറക്കുന്നത് കണ്ട് വയലിലേയ്ക്കിറങ്ങി നോക്കിയപ്പോൾ കണ്ടു. ഉടൻ തന്നെ പാർവതിയുടെ വാർഡിലെ മെമ്പറായ ഈ റഹിമിന്റെ അരികിലേയ്ക്ക് ഓടിവന്ന് വിവരം അറിയിക്കുകയും ചെയ്തു.”

പിന്നെ യാതൊന്നും സി. ഐ ചോദിച്ചില്ല. ചില നിമിഷങ്ങൾ കെ. സി. പീറ്ററുടെ മുഖത്തേയ്ക്കു സൂക്ഷിച്ചുനോക്കി നിന്നശേഷം പൊയ്ക്കൊള്ളുവാൻ തലയാട്ടി.

“റഹിം! അറിയിക്കുമ്പോൾ സ്റ്റേഷൻവരെയൊന്നു വരണം.” സി. ഐ അറിയിച്ചു.

“ശരി സാർ”

റഹിമും പീറ്ററും ഒരുമിച്ച് വെളിയിലേയ്ക്കു നടന്നു. പീറ്ററുടെ മനസ്സിൽ മഞ്ഞുമഴ പെയ്യുന്നുണ്ടായിരുന്നു ഇപ്പോൾ. തനിക്കെതിരായ ഒരു തെളിവും പാർവതിയുടെ മുറിയിൽ നിന്നും പോലീസിനു ലഭിച്ചില്ലായെന്ന് അയാൾ ഉറച്ചു വിശ്വസിച്ചു. പക്ഷേ, പീറ്ററുടെ പേരിൽ എന്തു തെളിവാണ് പാർവതിയുടെ മുറിയിലുണ്ടായിരുന്നതെന്ന് അല്ലെങ്കിൽ പോലീസിനു ലഭിച്ചിട്ടില്ലാ എന്ന് പീറ്റർ ആശ്വസിക്കുന്നതെന്ന് ആർക്കറിയാം? പീറ്ററിനും അറിയാം മണിയാങ്കേരി മാതാവിനും അറിയാം! പക്ഷേ, പോലീസ് ആ തെളിവ് കണ്ടെത്തിയില്ലായെന്ന് മാതാവ് പോലും കരുതിയിരിക്കില്ല എന്നതും സത്യം!

"ആ പീറ്ററെക്കാളും ആദ്യം പാർവതിയുടെ ശരീരം കണ്ടത് നമ്മുടെ തേവൻമൂപ്പനാണെന്ന് പറഞ്ഞ ഒരാളുണ്ടല്ലോ, ആരാണയാൾ?" സി ഐ രാജേന്ദ്രനോട് തിരക്കി.

"കുഞ്ഞമ്പുവെന്നാണ് സർ അയാളുടെ പേര്"

"അയാളുടെ വീടേതു ഭാഗത്താണ് രാജേന്ദ്രാ"

"കുറച്ചകലെയാണ്!" രാജേന്ദ്രൻ പറഞ്ഞു. "രഘുരാമനെന്നാണ് അയാളുടെ പേര്! അച്ഛന്റെ പേര് വലിയരാമനെന്നും. അച്ഛനെയും മകനെയും കണ്ടാൽ മൂത്തതും ഇളയതുമാണെന്നേ തോന്നൂ എന്നാണ് അമ്മാച്ചൻ പറഞ്ഞത്. അമ്മാച്ചനും ഈ വലിയരാമനും ചെറുപ്പകാലത്ത് ആത്മമിത്രങ്ങളായിരുന്നു. ഇപ്പോൾ ബദ്ധവൈരികളുമാണ്!"

ആ സമയം തങ്ങളുടെ വീടിന്റെ വിശാലമായ അകത്തളത്തിൽ വലിയരാമനും മകൻ രഘുരാമനും ഇരിക്കുകയായിരുന്നു. കണ്ടാൽ ജ്യേഷ്ഠനും നേരെയുള്ള അനുജനും! അവരെന്തോ രഹസ്യമായി സംസാരിക്കുകയാണ്. കുഞ്ഞമ്പുവിന്റെ അച്ഛൻ വലിയരാമനും തേവൻ മൂപ്പനും കുടിപ്പള്ളിക്കൂടം തൊട്ട് അഞ്ചോ ആറോ ക്ലാസ്സുവരെ ഒന്നിച്ചു പഠിച്ചു. അതിസമർത്ഥരായിട്ടാണ് അവരത്രയും ക്ലാസ്സുകൾ പഠിച്ചുകയറിയത്. പിന്നെ തേവൻ മൂപ്പൻ കൃഷിപ്പണികളിലേയ്ക്കും പുസ്തകവായനയിലേയ്ക്കും യാത്ര പോയി. അന്നു തുടങ്ങിയ പുസ്തകസ്നേഹം അന്നത്തേക്കാൾ പത്തിരട്ടിയായി ഈ പ്രായത്തിലും തേവൻ മൂപ്പന്റെ ജീവിതത്തിലുണ്ട്.

വലിയ രാമനും തേവൻമൂപ്പനും ഉറ്റ സുഹൃത്തുക്കളായിരുന്നു. അക്കാലത്ത് 'തൊട്ടുതീണ്ടായ്മ' എല്ലാവരിലും വളരെ പ്രകടമായിരുന്നെങ്കിലും അവരുടെ സുഹൃദ്ബന്ധം അതിനെയൊക്കെ ഭേദിച്ചിരുന്നു.

വലിയരാമൻ പഠിത്തം തീർന്ന ഉടൻ കള്ളുകച്ചവടത്തിലേയ്ക്ക് തിരിഞ്ഞു. അപ്പോൾ തന്നെ അയാൾക്ക് ധാരാളം പുരയിടങ്ങളും വയലുകളും പിതൃസ്വത്തായി കൈവശമുണ്ടായിരുന്നു. അച്ഛന്റെ ഏക മകനായിരുന്നു വലിയരാമൻ. ചരിത്രം പിന്നീട് ആവർത്തിച്ചു. വലിയ രാമന്റെ ഏക മകനായി രഘുരാമനെന്ന കുഞ്ഞമ്പുവും ജീവിതത്തിലേയ്ക്കു പ്രവേശിച്ചു.

കള്ളുകച്ചവടത്തിന്റെ കുന്നുകൾ വലിയരാമൻ കയറിക്കൊണ്ടിരിക്കെ സ്വന്തമായ അരയേക്കർ കണ്ടത്തിൽ നൂറുമേനി വിളയിച്ചും മറ്റുള്ളവരുടെ വയലിൽ സ്വർണം കൊയ്യിച്ചും പുസ്തകങ്ങൾ വായിച്ച് അറിവിന്റെയും ആനന്ദത്തിന്റെയും കടലിൽ നീന്തിയും തേവനും ജീവിതത്തെ ഉത്സാഹമാക്കി.

ആ സമയത്താണ് വടക്കുവടക്ക് 'വടകര' എന്ന ദേശത്തുനിന്ന് ഒരു ഗുരുക്കൾ ഗ്രാമത്തിലെത്തിയതും കളരി തുടങ്ങിയതും. നാട്ടിലെ

ചുറുചുറുക്കുള്ള ചെറുപ്പക്കാരെല്ലാവരും ഗുരുക്കളുടെ കീഴിൽ അഭ്യാസം പഠിക്കുവാനെത്തി. മല്ലയുദ്ധമാണ് ഗുരുക്കൾ പഠിപ്പിച്ചത്. അതിൽ രണ്ടു ചെറുപ്പക്കാർ മല്ലയുദ്ധ പ്രവീണന്മാരായി മാറി. കളരിയിൽ വെച്ച് ആ ചെറുപ്പക്കാർ എല്ലാ ദിവസവും രാവിലെ പരസ്പരം മല്ലയുദ്ധം ചെയ്യുമായിരുന്നു. എല്ലാ ദിവസവും മല്ലയുദ്ധത്തിൽ എപ്പോഴും ജയിക്കുന്നത് തേവനായിരുന്നു. തേവൻ മാത്രം!

അവസാനം ഗുരുക്കൾ കളരി പിരിച്ചുവിടുന്നതായി അറിയിച്ചു. പുതിയതായി ആരേയും പഠിക്കാൻ എടുക്കുന്നില്ലായെന്നും പ്രഖ്യാപിച്ചു. കളരി പിരിയുന്നതിന്റെ അന്ന് പ്രഭാതത്തിൽ നാട്ടുകാരുടെ മുമ്പാകെ തേവനും വലിയരാമനും തമ്മിൽ മല്ലയുദ്ധം നടത്തുമെന്നും ഗുരുക്കൾ വിളംബരം ചെയ്തു. അതു കാണുവാൻ നാട്ടുകാരെ ക്ഷണിക്കുകയും ചെയ്തു.

മല്ലയുദ്ധം നടക്കുന്നതിന്റെ തലേന്നു രാത്രിയിൽ വലിയരാമൻ തേവന്റെ വൃത്തിയും ഭംഗിയുമുള്ള ചെറിയ വീട്ടിലെത്തി. നല്ല നിലാവും കുളിർകാറ്റുമുള്ള രാത്രിയായിരുന്നു അത്!

''തേവാ..' വലിയരാമൻ ഒരാമുഖവുമില്ലാതെ പറഞ്ഞു. ''നാളെ എനിക്കു ജയിക്കണം.''

''അതിനെന്താ രാമാ... താനെന്നെ തോല്പിച്ചാൽ മതി.'' തേവൻ ചിരിച്ചു.

''പക്ഷേ, നിന്നെ തോല്പിക്കാനെനിക്കു പറ്റില്ലല്ലോ. അതുകൊണ്ട് നീ തോറ്റുതരണം.'' വലിയരാമൻ സ്വരം താഴ്ത്തി പറഞ്ഞു.

''അറിഞ്ഞുകൊണ്ട് തോല്ക്കാൻ പറ്റില്ല രാമാ. താൻ പൊയ്ക്കോ...''

തേവൻ മുറ്റത്തു നിന്നും തിണ്ണയിലേയ്ക്കു കയറാനൊരുങ്ങി.

''നില്ക്ക്!'' തേവന്റെ തോളിൽ പിടിച്ചു വലിയരാമൻ. 'തേവാ നീ നാളെ തോറ്റാൽ നിനക്ക് എന്നെന്നും സുഖിക്കാൻ ഞാനൊരു സുന്ദരിപ്പെണ്ണിനെ തരാം.''

''എന്റെയരികിൽ ഇങ്ങോട്ടുവരുന്ന സുന്ദരികളെ ഞാനൊഴിവാക്കുകയാണു രാമാ'' തേവൻ ചിരിച്ചു. ''താൻ ,പോ...''

''തേവാ! നിനക്കു ഞാൻ രൂപ തരാ, നെല്ല് തരാം'' വലിയരാമൻ കെഞ്ചി. ''നോക്ക്! നിനക്കു ഞാൻ അരയേക്കർ വയലു തരാം.''

തോളിൽ വെച്ചിരുന്ന വിലയരാമന്റെ വലതുകൈ സാവധാനമെടുത്തുമാറ്റിക്കൊണ്ട് തേവൻ നിശ്ശബ്ദനായി തിണ്ണയിലേയ്ക്കു കയറി തിരിഞ്ഞുനോക്കാതെ മുറിക്കകത്തെത്തി വാതിലടച്ച് സാക്ഷയിട്ടു.

''പൊയ്ക്കോ പൊയ്ക്കോ...'' തേവന്റെ മുറ്റത്തെ തൈമാവിൻ ചില്ലയിലേയ്ക്ക് ആ നേരത്തു പറന്നു വന്നിരുന്ന വണ്ണാത്തിപ്പുള്ള് വലിയരാമനോട് പറഞ്ഞു. ''പൊയ്ക്കൊ പൊയ്ക്കോ പൊയ്ക്കോ...''

വലിയരാമൻ പോന്നു.

പിറ്റേന്ന് നാട്ടുകാർ തടിച്ചുകൂടുകയും ഗ്രാമത്തിലെ ക്ഷേത്രമൈതാനത്ത് മല്ലയുദ്ധം തുടങ്ങുകയും ചെയ്തു. നാട്ടുകാർ ഒരേപോലെ വലിയരാമനേയും തേവനേയും അകമഴിഞ്ഞ് പ്രോത്സാഹിപ്പിച്ചുകൊണ്ടിരുന്നു. വലിയരാമൻ ആകാശവും നോക്കി മലർന്നടിച്ചുവീണു. അപമാനത്തിന്റെ ആകാശം അയാളിലേയ്ക്ക് ഇടിഞ്ഞുവീണു.

''ആ നിമിഷം തൊട്ട് അവനെന്റെ ശത്രുവായി'' വലിയരാമൻ സ്വയം പറഞ്ഞു. വലിയരാമൻ എല്ലാവരോടും പറഞ്ഞു. രഘുരാമൻ അറിവുവെച്ചുതുടങ്ങിയപ്പോൾ അവനോടും പറഞ്ഞു. അന്നുമുതൽ അച്ഛനെപ്പോലെ മകനും തേവന്റെ ശത്രുവായി മാറി.

മല്ലയുദ്ധം ജയിച്ചതോടെ ഗുരുക്കൾ നാട്ടുകാരുടെ മുമ്പിൽ വെച്ച് തേവനെ ആലിംഗനം ചെയ്തു. പിന്നെ നാട്ടുകാരോട് പറഞ്ഞു. ''ഇനിമുതൽ തേവൻ വെറും തേവനല്ല തേവൻമൂപ്പനാണ്.''

ആ സമയം തൊട്ട് തേവൻ നാട്ടുകാർക്ക് തേവൻമൂപ്പനായി.

മല്ലയുദ്ധം നടന്ന അവസാനത്തെ സന്ധ്യയ്ക്കുശേഷം ഗുരുക്കൾ ഗ്രാമത്തിൽ നിന്നും അപ്രത്യക്ഷനായി. നാട്ടുകാരെല്ലാവരും ഭക്ഷണം നല്കുകയും സ്നേഹിക്കുകയും ചെയ്തിരുന്ന ടൈഗർ എന്ന നായക്കുട്ടിയും ഗുരുക്കളോടൊപ്പം മറഞ്ഞകന്നു. പിന്നെ ആരും അവരെ കണ്ടിട്ടില്ല.

''തേവൻ അനേകം പേരെ മല്ലയുദ്ധം പഠിപ്പിച്ചു. പ്രത്യേകിച്ചും പോലീസുകാരെ. പ്രതിഫലം വാങ്ങാതെ! ആ പെണ്ണിന്റെ കൊലക്കേസന്വേഷിക്കാൻ വന്ന ആ സി. ഐ. ആലപ്പുഴയിൽ സബ് ഇൻസ്പെക്റ്ററായിരുന്നപ്പോ ഈ തേവനാണ് അയാളെ അടിതടകൾ പഠിപ്പിച്ചത്.''

വലിയരാമൻ പറഞ്ഞതുകേട്ട് സത്യമോ അച്ഛാ എന്നു ചോദിച്ചുകൊണ്ട് രഘുരാമൻ എന്ന കുഞ്ഞമ്പു ചാടിയെഴുന്നേറ്റു.

''മറ്റൊന്നുകൂടിയുണ്ടെടാ മക്കളേ'' വലിയരാമൻ തുടർന്നു. '' ഇവിടെ വന്ന ആ എസ്. ഐ രാജേന്ദ്രൻ എന്ന ചെറുക്കൻ ആരാണെന്ന് മിക്കവർക്കും അറിയില്ല.''

''ആരാണച്ഛാ''

''ആ തേവന്റെ സഹോദരിയുടെ മകനാ അവൻ. തേവന്റെ അനന്തരവൻ''

ദൈവമേ! കുഞ്ഞമ്പു പഠോന്ന് കസേരയിലേയ്ക്ക് വീഴുന്നതുപോലെയങ്ങിരുന്നുപോയി.

''ആ ചെറുക്കൻ അഞ്ചുവയസ്സുവരെ തേവന്റെ വീട്ടിലാ വളർന്നത്. അവനഞ്ചു വയസ്സായപ്പോൾ ഒരു സംഭവം നടന്നു. ആ സംഭവത്തോടെ അവൻ ഈ നാട്ടീന്ന് അവന്റെ അച്ഛന്റെ വീട്ടിലേയ്ക്കു പോയി. പിന്നെ ഇങ്ങോട്ടുവന്നിട്ടില്ലവൻ. വരുന്നത് ദാ, ഇപ്പോൾ ഈ കേസ്സന്വേഷണത്തിനായിട്ടാണ്.''

''അച്ഛനിതൊക്കെ എങ്ങനെ അറിഞ്ഞു?'' അത്ഭുതത്തോടെ കുഞ്ഞമ്പു ചോദിച്ചു.

''അച്ഛനിങ്ങനത്തെ പല കാര്യങ്ങളും അറിയാം മകനേ!'' വലിയ രാമൻ പ്രത്യേക ശബ്ദത്തിലങ്ങനെ പറഞ്ഞിട്ട് പൊട്ടിച്ചിരിച്ചു.

''രാജേന്ദ്രൻ കൊച്ചിലെ ഇവിടെ നിന്നും പോകാനുണ്ടായ സംഭവ മെന്തെന്ന് പറഞ്ഞേ അച്ഛാ കേൾക്കട്ടെ!''

ആ സംഭവം അയാൾ പറയാനൊരുങ്ങിയപ്പോൾ മുറ്റത്തുനിന്നും ഒരു വിളികേട്ടു. ''വലിയരാമാ!''

ശബ്ദം കേട്ടപ്പോൾ മുറ്റത്ത് മാധവൻനായരാണ് വന്നിരിക്കുന്നതെന്ന് വലിയരാമന് മനസ്സിലായി.

''എന്താ മൊതലാളി?'' വലിയരാമൻ വരാന്തയിലേയ്ക്ക് ഝടിതിയി ലിറങ്ങിച്ചെന്നു. പുറകെ കുഞ്ഞമ്പുവും. വെളിയിൽ ഗയിറ്റിനപ്പുറത്ത് മാധവൻനായരുടെ ജീപ്പ് കിടപ്പുണ്ടായിരുന്നു. ഗ്രാമത്തിൽ ജീപ്പുള്ളത് മാധവൻനായർക്കു മാത്രമാണ്. ജീപ്പോടിക്കുന്നതും മാധവൻനായരാണ്.

''എഡോ'' പരിഭ്രമത്തോടെ മാധവൻനായർ പറഞ്ഞു. ''ചന്ദ്രനിതു വരെ വന്നില്ല!''

''അതിന് തിരിച്ചുവരുവാൻ വേണ്ടി അവൻ എവിടെപ്പോയെന്നാ?'' വലിയരാമൻ ലാഘവത്തോടെ തിരക്കി.

''ഹൊ'' ഒരുനിമിഷം മാധവൻനായർ കണ്ണുകളടച്ചുനിന്നു. പിന്നെ പറഞ്ഞു, ''ആ പെണ്ണ് മരിച്ച ദിവസം വൈകിട്ടു കണ്ടതാ ഞാനവനെ. പിന്നെ കണ്ടിട്ടില്ല...''

''എന്നിട്ടിതുവരെ താനത് പറയാഞ്ഞതെന്താ?'' വലിയരാമൻ മുറ്റത്തേയ്ക്ക് പെട്ടെന്നിറങ്ങി മാധവൻനായരുടെ അരികിലേയ്ക്കു ചെന്നു. അവർ പരസ്പരം എന്തൊക്കെയോ രഹസ്യമായി സംസാരി ക്കുന്നത് രഘുരാമൻ വരാന്തയിൽ നോക്കിനിന്നു. അവരെന്താണ് സംസാ രിക്കുന്നതെന്നോ ചന്ദ്രൻ എവിടെപ്പോയെന്നോ ആയിരുന്നില്ല രഘു രാമന്റെ ചിന്ത. ആ രാജേന്ദ്രൻ അഞ്ചുവയസ്സുവരെ ഈ ഗ്രാമത്തിൽ അമ്മവീട്ടിൽ താമസിക്കുവാൻ എന്താണു കാരണമെന്നും എന്തു കൊണ്ടാണ് അവൻ അച്ഛന്റെ വീട്ടിൽ താമസിക്കാതിരുന്നതെന്നും ആയിരുന്നു അയാൾ ചിന്തിച്ചത്, പിന്നെ അഞ്ചുവയസ്സിൽ ഗ്രാമത്തിൽ നിന്നും പോകുവാനും പിന്നെ വരാതിരിക്കുവാനും ഉണ്ടായ സംഭവം എന്തായിരുന്നു എന്നും അറിയുവാൻ അവന്റെ മനസ്സ് ഉത്ക്ക ണ്ഠപ്പെട്ടു, എന്തായിരിക്കും ആ സംഭവം?

വീണ്ടും വീണ്ടും അവൻ സ്വയം ചോദിച്ചുകൊണ്ടിരുന്നു. അച്ഛാ വലിയ രാമാ എന്തായിരുന്നു ആ സംഭവം?

''ഞാനിപ്പോ വരാം മക്കളേ'' അങ്ങനെ പറഞ്ഞ് വലിയരാമൻ മാധവൻനായരോടൊപ്പം വെളിയിലേയ്ക്കിറങ്ങി ജീപ്പിൽ കയറി എങ്ങോട്ടോ യാത്രയായി.

കുഞ്ഞമ്പു എന്ന രഘുരാമൻ വർദ്ധിച്ച അസ്വസ്ഥതയോടെ ഉത്കണ്ഠയോടെ അങ്ങനെ നിന്നു. രാജേന്ദ്രൻ അഞ്ചുവയസ്സിൽ ഇവിടെ നിന്നും പോകുവാനുണ്ടായ സംഭവം അറിയുവാനുള്ള ഉത്കണ്ഠ തന്നെ ഭ്രാന്ത് പിടിപ്പിക്കും എന്നവനു തോന്നി. ഇങ്ങനെ ചില ഉത്ക്കണ്ഠാകുലമായ അവസ്ഥ ആവശ്യമില്ലാതെ ഉണ്ടാകുമ്പോൾ അതിൽനിന്നും രക്ഷപ്പെടാൻ കുഞ്ഞമ്പുവിന് രണ്ടു വഴികളുണ്ട്. ഒന്നാമത്തെ വഴി ചെത്തിയിറക്കിയ മധുരക്കള്ള് ആവോളം കുടിക്കുക എന്നുള്ളതാണ്. രണ്ടാമത്തെ മാർഗ്ഗം ലൈംഗികബന്ധത്തിലേർപ്പെടുക എന്നുള്ളതുമാണ്. രഘുരാമൻ എന്ന കുഞ്ഞമ്പു രണ്ടാമത്തെ മാർഗ്ഗം തിരഞ്ഞെടുത്തു.

അയാളുടെ രണ്ടു ഭാര്യമാർ വിസ്തൃതമായ പറമ്പിന്റെ പടിഞ്ഞാറെ അതിർത്തിയിൽ നിർമിച്ചിരിക്കുന്ന മനോഹരമായ വീട്ടിലാണ് താമസിക്കുന്നത്. ചേട്ടത്തിയും അനിയത്തിയുമായിരുന്നു അവർ.

അച്ഛനും അമ്മയും വേലക്കാരിയുമാണ് ഈ വീട്ടിൽ താമസിക്കുന്നത്. ഒരു എക്സ്ട്രാ സിനിമാനടിയെ ഓർമ്മിപ്പിക്കുന്ന മുഖവും ശരീരഭംഗിയുമുള്ള സ്ത്രീയായിരുന്നു വേലക്കാരി!

അയാൾ ഭാര്യമാർ താമസിക്കുന്ന വീട്ടിലേയ്ക്കു പോകാതെ അടുക്കളയിലേയ്ക്കു നടന്നു. വേലക്കാരി കുഞ്ഞമ്മ ജോലിയെല്ലാം ഒതുക്കി കസേരയിലിരുന്ന് വാരികയിലെ ഒരിക്കിളിക്കഥ വായിക്കുകയായിരുന്നു. അയാളുടെ അമ്മ അവരുടെ മുറിയിലിരുന്ന് ഭാഗവതത്തിലെ പ്രഹ്ലാദസ്തുതി വായിച്ചു. സമയം കിട്ടുമ്പോഴെല്ലാം അമ്മ പ്രഹ്ലാദ സ്തുതി വായിക്കുമായിരുന്നു.

‘‘കുഞ്ഞി’’ കുഞ്ഞമ്പു അടുക്കള വാതിൽക്കൽ ചെന്നുനിന്നു വിളിച്ചു. വായിച്ചുകൊണ്ടിരുന്ന വാരിക താഴ്ത്തി അവൾ രഘുരാമനെ നോക്കി ചിരിച്ചു. പിന്നെ എഴുന്നേറ്റു.

‘‘വാ...’ അയാൾ മുറിയിലേയ്ക്കു നടന്നു. പുറകെ അവളും.

ഒരു മുഖവുരയും ചൊല്ലാതെ, പഴം തൊലി കളഞ്ഞു ഭക്ഷിക്കുമ്പോലെ അവളുടെ വസ്ത്രങ്ങൾ ഒന്നാകെ ഉരിഞ്ഞുകളഞ്ഞ് അവളെ ഭക്ഷിക്കുവാനും ഉഴുതുമറിക്കുവാനും ആരംഭിച്ചു, രഘുരാമൻ! അയാളുടെ ഇരയായി പിടഞ്ഞുകൊണ്ടിരിക്കുന്നതിനിടയിൽ എപ്പോഴുമെന്നപോലെ ഇപ്പോഴും അവൾ മനസ്സിൽ പറഞ്ഞു. വലിയ രാമനോളം വരില്ല രഘുരാമൻ. അപ്പൻ തന്നെ കേമൻ. സുഖിപ്പിക്കാനും സുഖിക്കാനും അപ്പൻ തന്നെ ഒന്നാമൻ! ഉപ്പോളം വരുമോ ഉപ്പിലിട്ടത്;

പാർവതിയുടെ അച്ഛൻ വീട്ടിലില്ലാത്ത രാത്രികളിൽ കൂട്ടുകിടക്കുവാൻ വന്നിരുന്ന ഗീതമ്മ ആശുപത്രിയിൽ നിന്നും വീട്ടിലെത്തിയിട്ട് രണ്ടുദിവസം കഴിഞ്ഞിരിക്കുന്നു. ശാരീരികമായും മാനസികമായും അവർ സ്വാസ്ഥ്യം

വീണ്ടെടുത്തു എന്ന് സർക്കിൾ ഇൻസ്പെക്റ്റർ ശങ്കരമേനോനും സബ് ഇൻസ്പെക്റ്റർ രാജേന്ദ്രനും തോന്നി.

രാവിലെ പതിനൊന്നു മണി! ഗീതമ്മ അവരുടെ മുറിയിലെ കട്ടിലിൽ ഭിത്തിയിൽ പുറം ചാരിയിരുന്നു. അരികിൽ സി. ഐ. ശങ്കരമേനോൻ കസേരയിലിരുന്നു. അദ്ദേഹത്തിനു പുറകിൽ എസ്. ഐ. രാജേന്ദ്രനും നിന്നു. മറ്റാരും മുറിയിലുണ്ടായിരുന്നില്ല.

-അവർ ഗീതമ്മയെ ചോദ്യം ചെയ്യുവാൻ തുടങ്ങി.

തൊട്ടപ്പുറത്തെ പാർവതിയുടെ വീട് ഒറ്റപ്പെട്ടുനിന്ന് കണ്ണുനീർ പൊഴിച്ചു. രാത്രിയിൽ ആ വീട് പാർവതിയെയും അവളുടെ അച്ഛനെയും ഉറക്കെ ഉറക്കെ വിളിച്ചുകൊണ്ടിരുന്നത് പക്ഷേ, ആരും കേട്ടില്ല. പാർവതിയുടെ അച്ഛനും കേട്ടില്ല. എന്നാലും പാർവതിയുടെ അച്ഛൻ എവിടെയാണ്? എന്താണ് പാർവതിയുടെ അച്ഛാ! നിങ്ങൾ തിരിച്ചു വരാത്തത്?

ഏഴ്

ഗീതമ്മ!

''ഒന്നും ഞങ്ങളോട് ഒളിച്ചുവെയ്ക്കരുത്'' ഗീതമ്മയോട് സർക്കിൾ ഇൻസ്പെക്റ്റർ ശങ്കരമേനോൻ പറഞ്ഞു. ''ഭയക്കാതെ എല്ലാം തുറന്നു പറയണം.''

കുറച്ചുനേരം നിശ്ശബ്ദയായി പോലീസുദ്യോഗസ്ഥരെ നോക്കിയിരുന്ന ശേഷം ഗീതമ്മ പറഞ്ഞുതുടങ്ങി.

''അങ്ങനെ തുറന്നു പറയാൻ അധികമൊന്നുമില്ല സാറെ!'' നല്ല വൃത്തിയുള്ള ഭാഷയിൽ ഗീതമ്മ പറഞ്ഞു. നാട്ടിൻപുറത്തെ പ്രായമുള്ള സ്ത്രീകളുടെ അക്കാലത്തെ ഗ്രാമീണഭാഷയായിരുന്നില്ല അവരുടേത്. നല്ല സംസ്കരിച്ച ഭാഷ!

''പറയൂ...'' സി. ഐ ഒന്നിളകിയിരുന്നു. ഗീതമ്മ പറയുന്നതു കേൾക്കാൻ രാജേന്ദ്രൻ ജാഗരൂകനായി നിന്നു.

ആദ്യമായി പാർവതിയുടെ കുടുംബം ഗ്രാമത്തിൽ വന്നത് ഗീതമ്മയുടെ അച്ഛൻ മരിച്ച മാസത്തിന്റെ അവസാനയാഴ്ചയിലാണ്. അന്ന് പാർവ്വതിയ്ക്ക് നാലോ അഞ്ചോ വയസ്സു കാണും. ഗീതമ്മയുടെ അച്ഛൻ മരിച്ചിട്ട് ഇപ്പോൾ പതിനാറ് വർഷമായിരിക്കുന്നു.

''നല്ല ഓമനത്തമായിരുന്നു അന്നുതന്നെ പാർവതിക്ക്. സന്ധ്യയ്ക്ക് നാമം ചൊല്ലുന്നതൊക്കെ കേൾക്കണം. എന്തൊരു ശബ്ദമായിരുന്നു.'' ഗീതമ്മ കണ്ണുകളൊപ്പി. ''വളർന്നുവരുന്തോറും അവൾ ഞങ്ങളുടെ നാടിന്റെ പാട്ടുകാരിയുമായി, സുന്ദരിയുമായി. നാട് മുഴുവനും അവളെ സ്നേഹിച്ചു.''

അച്ഛനോടും അമ്മൂമ്മയോടും ഒപ്പമാണ് പാർവതി താമസിച്ചത്. ആദ്യം വീട് വാടകയ്ക്കായിരുന്നു എടുത്തത്! അലക്കുജോലിക്കാര നായ 'ഗോപാലാശ്ശാർ' എന്ന ഒരാളിന്റെ വീടായിരുന്നു അത്. എങ്ങനെ ആരുമുഖേനയാണ് ആ കുടുംബം നാട്ടിൽ വന്നതെന്ന് ആരും അന്വേഷിച്ചതുമില്ല, അറിഞ്ഞതുമില്ല. ഒരു വർഷം കഴിഞ്ഞപ്പോൾ പാർവതിയുടെ അച്ഛൻ ആ വീട് വിലയ്ക്കെടുത്തു.

''പാർവതി എവിടെയാണ് പഠിച്ചത്?''

''ഇവിടത്തെ യു. പി സ്കൂളിലും ഹൈസ്കൂളിലും. അവൾ പത്താംക്ലാസ്സ് പാസ്സായതാ. ജോലി കിട്ടാൻ വേണ്ടി അവൾ പട്ടണത്തിലെ ഏതോ ഓഫീസിൽ പേരൊക്കെ രജിസ്റ്റർ ചെയ്തിരുന്നു. പിന്നെ ടൈപ്പു കൊട്ടാനും പഠിച്ചിരുന്നു!''

ഒരു സർക്കാർ ജോലി അവളുടെ സ്വപ്നമായിരുന്നു എന്നുള്ളത് എല്ലാവർക്കും അറിയാമായിരുന്നു. കല്യാണം കഴിഞ്ഞാലും ഒരു ജോലി സമ്പാദിക്കണമെന്നവൾ എപ്പോഴും പറയുമായിരുന്നു. ആ കുട്ടിയെയാണ് പിശാചുക്കളാരോ... ഹെന്റെ ദൈവമേ!

''പാർവതി ആരെയെങ്കിലും സ്നേഹിച്ചിരുന്നോ?''

''എന്റെ കുന്നുംപുറത്തമ്മ സത്യം അവൾക്കങ്ങനെ പ്രത്യേ കിച്ച് സ്നേഹമോ അടുപ്പമോ ഒന്നും ആരോടും ഉണ്ടായിരുന്നില്ല. ചെറുപ്പക്കാരടക്കം എല്ലാവരോടും അവൾ സ്നേഹത്തോടെയും ബഹു മാനത്തോടെയും പെരുമാറി.'' വീണ്ടും ഗീതമ്മയുടെ കണ്ണുകൾ നിറഞ്ഞു ''നാട്ടുകാർക്കെല്ലാം അവളെ വല്യകാര്യമായിരുന്നു. അവൾ നാട്ടിലെ ഭജനസംഘത്തിലുമുണ്ടായിരുന്നു!''

അത് കേൾക്കെ എസ്. ഐ .രാജേന്ദ്രൻ പെട്ടെന്നാണ് ചോദിച്ചത്.

''ഭജനസംഘത്തിലെ പ്രധാനി കേശവൻകുട്ടി എന്ന ആളല്ലേ?''

''അതെ സാറേ!''

''അയാളും പാർവതിയും തമ്മിൽ എങ്ങനെയുള്ള ബന്ധമായിരുന്നു?''

ആ ചോദ്യം കേട്ടപ്പോൾ തിളച്ചവെള്ളം മനസ്സിലേയ്ക്കു വീണതു പോലെ ഗീതമ്മയ്ക്ക് ഒരു പൊള്ളലനുഭവപ്പെട്ടു. അവർ വിറയ്ക്കുന്ന ശബ്ദത്തിൽ പറഞ്ഞു. 'ഒരു രീതിയിലും അവരു തമ്മിലൊള്ള അടുപ്പത്തെപ്പറ്റി സംശയിക്കരുതേ സാറേ! ഒരമ്മ പെറ്റ മക്കളെപ്പോലാ യിരുന്നു അവര്.''

പെട്ടെന്ന് ചോദ്യം മറ്റൊരു വഴിയിലേയ്ക്ക് സി. ഐ. തിരിച്ചുവിട്ടു.

''പാർവതിയുടെ അമ്മയെ നിങ്ങൾ കണ്ടിട്ടുണ്ടോ?''

''ഇല്ല സാറെ! അച്ഛനും വകയിൽ ഒരമ്മൂമ്മയും പാർവതിയും കൂടിയാണ് ഇവിടെ വന്നത്.'' ഗീതമ്മ ഓർമയിൽ നിന്നും ഓരോന്ന് പുറത്തെടുത്ത് ഉദ്യോഗസ്ഥർക്ക് നല്കിക്കൊണ്ടിരുന്നു. ''പാർവതി യ്ക്ക് ഓർമ്മവെയ്ക്കുന്നതിനു മുമ്പുതന്നെ അമ്മ മരിച്ചുപോയതാണ്.

അമ്മയുടെ കാര്യം പറയുമ്പോഴും ചോദിക്കുമ്പോഴും ആ കുട്ടീടെ കണ്ണുകൾ നിറയ്വാരുന്നു. അതോണ്ട് ആരും ആ വിവരം ചോദിച്ച് അവരെ അലട്ടാൻ ചെന്നിട്ടുമില്ല. അമ്മയില്ലാത്ത ദുഃഖം പാർവതിയെ അറിയിക്കാതെയാണ് അമ്മൂമ്മ അവളെ വളർത്തിയത്. കുറച്ചു വർഷങ്ങൾക്കു മുമ്പ് ആ അമ്മൂമ്മയും മരിച്ചുപോയി!'' ഒരു നിമിഷം അവിടെ നിശ്ശബ്ദത പരന്നു.

''നമ്മുടെ പാർവതി മരിക്കുന്ന അന്നും അതിന്റെ തലേന്നും കേശവൻകുട്ടി നാട്ടിലില്ലായിരുന്നു എന്നറിഞ്ഞല്ലോ! അയാൾ എവിടെ പോയതാണെന്നറിയാമോ?'' സാധാരണ മട്ടിൽ രാജേന്ദ്രൻ തിരക്കി.

''അറിയാം സാറെ'' സ്വാഭാവികതയോടുകൂടി ഗീതമ്മയും പറഞ്ഞു. ''തൊടുപുഴയിൽ പോയതാ അവൻ.''

കേശവൻകുട്ടിയുടെ വീട്ടിൽ ചെന്നപ്പോഴും ഇതുതന്നെയാണല്ലോ അറിഞ്ഞതെന്ന് എസ്. ഐ. രാജേന്ദ്രൻ ഓർത്തു.

''എന്തിനാണ് തൊടുപുഴയിൽ പോയതെന്ന് ഗീതമ്മയോട് അയാൾ പറയുകയോ വല്ലതും ചെയ്തോ?'' വീണ്ടും രാജേന്ദ്രൻ തിരക്കി.

''അവന് വീടുകളിൽ തുണി ഇൻസ്റ്റാൾമെന്റായി കൊടുക്കുന്ന പണിയല്ലേ സാറെ? അന്യ നാടുകളിലൊക്കെ അവനാ കച്ചവടമുണ്ട്. തൊടുപുഴയിലുമുണ്ട്!'' ഗീതമ്മ പറഞ്ഞു.

അപ്പോൾ അതാണ് കാര്യം. രാജേന്ദ്രന് സ്വല്പം നിരാശ തോന്നി.

സർക്കിൾ ഇൻസ്പെക്റ്റർ രാജേന്ദ്രനെ നോക്കി പതുക്കെ മന്ദഹസിച്ചു. ഈ വിഷയം വിട്ട് അടുത്തതിലേയ്ക്ക് കടക്കാം എന്നായിരുന്നു അർത്ഥം.

പെട്ടെന്ന് ഗീതമ്മ പറഞ്ഞു. ''തൊടുപുഴയിൽ അവനൊരു സ്നേഹമൊണ്ട് സാറെ. നല്ല നെറഞ്ഞ സ്നേഹം. അതവൻ എന്നോടുമാത്രം പലപ്പോഴും പറഞ്ഞിട്ടുണ്ട്. ആ പെണ്ണിനെ കെട്ടിക്കൊണ്ടുവന്ന് മുമ്പിൽ നിർത്തി എന്നെ ഞെട്ടിക്കുമെന്ന് പലപ്പോഴും പറയ്വാരുന്നു അവൻ! എന്നെ മാത്രമല്ലാ എല്ലാവരെയും ഞെട്ടിക്കുംപോലും!'' ഗീതമ്മ പതുക്കെ മന്ദഹസിച്ചു. പാർവതിയുടെ കൊലപാതകം അവരുടെ ചിരിയെ കൊന്നുകളഞ്ഞിരിക്കുന്നു. വാടിയ മന്ദഹാസമായിരുന്നു അത്. ''എന്തിനാടാ നിന്റെ പെണ്ണിനെക്കണ്ട് ഞങ്ങൾ ഞെട്ടുന്നതെന്നു ചോദിക്കുമ്പോൾ വെറുതെ അവൻ ചിരിക്കുക മാത്രം ചെയ്തു. ഉയർന്ന സമുദായത്തിലോ മറ്റോ ഉള്ളതായിരിക്കും പെണ്ണ്!''

''അതുപോകട്ടെ.'' സി. ഐ അക്ഷമനായി ആ വിഷയത്തിൽ നിന്നും ചോദ്യം തിരിച്ചുവിട്ടു. ''ഈ വാർഡിലെ മെമ്പർ റഹിം ഇവിടെ വരുമായിരുന്നില്ലേ?''

''വരും! ഈ വാർഡിലെ പഞ്ചായത്ത് മെമ്പറാണല്ലോ അവൻ.'' വാത്സല്യത്തോടെ ഗീതമ്മ പറഞ്ഞു.

‘‘എന്തിനാണ് റഹിം പ്രത്യേകിച്ച് ഇവിടെ വരുന്നത്? ഗീതമ്മയെ കാണുവാനോ അതോ പാർവതിയെ കാണുവാനോ?’’ സർക്കിളാണ് തിരക്കിയത്. ഒരു പ്രത്യേക ഗൗരവം സ്വരത്തിൽ വരുത്താൻ അദ്ദേഹം പ്രത്യേകം ശ്രദ്ധിച്ചിരുന്നു. ബോട്ടിൽ പാർവതിയുടെ കൊലപാതകവിവരം അന്വേഷിക്കുവാനായി ആദ്യമായി വരുന്ന സമയത്ത് പാർവതിയെപ്പറ്റി പറയുന്ന നേരം റഹിമിന്റെ സ്വരത്തിലും മുഖഭാവത്തിലും ഉണ്ടായിക്കൊണ്ടിരുന്ന പ്രത്യേക ഭാവമാറ്റം സർക്കിളിന്റെയും സബ് ഇൻസ്പെക്റ്ററുടെയും മനസ്സിൽ നിന്നും മാഞ്ഞിരുന്നില്ല.

ആ ചോദ്യം കേട്ട് ഗീതമ്മയ്ക്ക് യാതൊരു വ്യത്യാസവും ഉണ്ടായിട്ടില്ല എന്ന് രാജേന്ദ്രൻ പെട്ടെന്ന് തിരിച്ചറിഞ്ഞു.

‘‘എന്നെയും പാർവതിയെയും കാണുവാൻ മാത്രമല്ല എല്ലാ വീടുകളിലും റഹിം പോകുമായിരുന്നു. എല്ലാവരെയും കാണുമായിരുന്നു.’’ സർക്കിൾ, ഇൻസ്പെക്റ്ററുടെയും എസ്. ഐയുടെയും മുഖങ്ങളിൽ മാറിമാറി നോക്കിക്കൊണ്ട് ഗീതമ്മ പറഞ്ഞു.

ഈ സ്ത്രീ സമർത്ഥമായി എന്തോ മറയ്ക്കുന്നുവെന്നും അല്ലെങ്കിൽ നിഷ്കളങ്കമായി സംസാരിക്കുക മാത്രമാണ് ചെയ്യുന്നതെന്നും സർക്കിൾ മനസ്സിൽ കരുതി. അങ്ങനെതന്നെ രാജേന്ദ്രനും മനസ്സിൽ വിചാരിച്ചു.

‘‘റഹിമിന് പാർവതിയോട് സ്നേഹമായിരുന്നില്ലേ? അതായത് അതായത് കല്യാണം കഴിക്കാനൊള്ള സ്നേഹം?’’ രാജേന്ദ്രൻ പെട്ടെന്നു ചോദിച്ചു.

‘‘ഉണ്ടായിരുന്നു’’ ഒട്ടും പതർച്ചയില്ലാതെ ഗീതമ്മ പറഞ്ഞു.

‘‘റഹിമിന് അച്ഛനും അമ്മയും ഇല്ല സാറെ! അമ്മാവനാണ് വളർത്തിയത്. അവർക്ക് മക്കളുമില്ലായിരുന്നു...’’

വർത്തമാനം വഴിതെറ്റിപ്പോകാതിരിക്കുവാനായി ചോദ്യങ്ങളുടെ സ്വഭാവത്തിൽ വളവുതിരിവുകൾ സൃഷ്ടിച്ചുകൊണ്ടിരുന്നു സർക്കിൾ ഇൻസ്പെക്റ്റർ ശങ്കരമേനോനും സബ് ഇൻസ്പെക്റ്റർ രാജേന്ദ്രനും.

‘‘റഹിം പാർവതിയോട് സ്നേഹിക്കുന്ന കാര്യം പറഞ്ഞിരുന്നോ? കല്യാണം കഴിക്കണമെന്ന് ആവശ്യപ്പെട്ടിരുന്നോ?’’ രാജേന്ദ്രൻ പെട്ടെന്ന് ശബ്ദമുയർത്തി ചോദിച്ചു.

ആ ചോദ്യത്തിനു മുമ്പിൽ ഗീതമ്മ പെട്ടെന്നു പതറുന്നത് സി. ഐ. യും എസ്. ഐ യും ശ്രദ്ധിച്ചു.

‘‘പറയൂ! നിങ്ങൾക്കതിനെപ്പറ്റി അറിയാമായിരുന്നോ? ചുരുക്കി പറഞ്ഞാൽ മതി.’’

‘‘അതായത് സാറെ റഹിം...’’ ഗീതമ്മ വിശദീകരിക്കാനൊരുങ്ങുകയാണെന്ന് മനസ്സിലായപ്പോൾ സി. ഐ കയ്യുയർത്തി തടഞ്ഞു. ‘‘ചുരുക്കി പറഞ്ഞാ മതി.’’

ഒരു നിമിഷം നിശ്ശബ്ദയായിരുന്നിട്ട് ഗീതമ്മ തുടർന്നു, ''റഹിം എന്നോടും പാർവതിയോടും സ്നേഹത്തെപ്പറ്റിയും വിവാഹത്തെപ്പറ്റിയും ഒക്കെ സംസാരിക്കുമായിരുന്നു. പക്ഷേ, പാർവതി സമ്മതിച്ചില്ല.''

''എന്താണ് സമ്മതിക്കാതിരുന്നത്? സ്നേഹമൊ വിവാഹമൊ?''

''വിവാഹം''

''രണ്ട് സമുദായങ്ങളായതുകൊണ്ടാണോ?''

''അല്ല! റഹിം പാർവതിക്ക് സ്വന്തം ആങ്ങളയെപ്പോലെയായിരുന്നു. അല്ലെങ്കിൽ ജാതിയിലോ മതത്തിലോ ഒന്നും അവൾക്ക് വിശ്വാസവുമില്ലായിരുന്നു.''

''റഹിമിനേപ്പോലെ കമ്മ്യൂണിസ്റ്റായിരുന്നോ പാർവതി?''

''അതേ സാറേ! വലിയ കമ്മ്യൂണിസ്റ്റായിരുന്നു. അതോടൊപ്പം ഈശ്വര വിശ്വാസിയുമായിരുന്നു. പാർവതിയുടെ അച്ഛൻ രാമായണവും ഭാഗവതവും മഹാഭാരതവുംവരെ അവളെക്കൊണ്ട് വായിപ്പിക്കുമായിരുന്നു. അവൾ നല്ല അറിവുള്ളവളുമായിരുന്നു.'' ഗീതമ്മയുടെ ശബ്ദമിടറി ''പാർവതി ഒത്തിരി പുസ്തകങ്ങൾ വായിച്ചിരുന്നു. മഹാഭാരതം അവൾ പലവട്ടം വായിച്ചിരുന്നു സാറേ..''. ഗീതമ്മയുടെ സംസാരം കേട്ടപ്പോൾ സി.ഐയും എസ്.ഐയും നിശ്ശബ്ദരായി പരസ്പരം ചില നിമിഷങ്ങൾ നോക്കി നിന്നുപോയി.

''ശരി! നമുക്കു പോകാം രാജേന്ദ്രാ!'' സി.ഐ പെട്ടെന്നെഴുന്നേറ്റ് നടക്കാനൊരുങ്ങിയിട്ട് പെട്ടെന്ന് തിരിഞ്ഞുനിന്ന് അസ്ത്രം പോലെ ഒരു ചോദ്യം തൊടുത്തുവിട്ടു. 'പാർവതി കൊല്ലപ്പെട്ട അന്നു രാത്രിയിൽ ആ കുട്ടിയുടെ അച്ഛൻ വീട്ടിലുണ്ടായിരുന്നില്ല! എല്ലായ്പ്പോഴും അച്ഛനില്ലാത്ത രാത്രികളിൽ പാർവതിക്ക് കൂട്ടുകിടക്കുമായിരുന്ന നിങ്ങളെന്താണ് അന്നുമാത്രം കൂട്ടു കിടക്കാൻ പോകാഞ്ഞത്?''

ആ ചോദ്യം കേട്ടിട്ട് ഗീതമ്മയുടെ മുഖത്ത് യാതൊരു ഭാവവ്യത്യാസവും ഉണ്ടായില്ലായെന്ന കാര്യം സി.ഐയും എസ്.ഐയും പ്രത്യേകം ശ്രദ്ധിച്ചു. പക്ഷേ, മറുപടി പറയുവാൻ ഗീതമ്മ സമയമെടുത്തു.

''എന്റെ കുട്ടി മരിക്കുന്ന ദിവസം വൈകുന്നേരം അവിടെ ഞാൻ ചെന്നതാ! അപ്പോൾ അവളുടെ കൂട്ടുകാരി അവിടെയുണ്ടായിരുന്നു. വനജ! അവളാള് ശരിയല്ല സാറേ... അവളുമാത്രമല്ല അവടെ അമ്മയും അച്ഛനും ശര്യല്ല. നാട്ടുകാരോട് ചോദിച്ചാലവരു പറയും.''

''എങ്ങനെ ശര്യല്ലാ എന്നാണ്?'' സി. ഐ ചോദിച്ചു.

''ഒരു കുടുംബം ശര്യല്ലായെന്നു പറഞ്ഞാലതിൽ പലതുമുണ്ട്...'' ഗീതമ്മ പറഞ്ഞു. ''കൂടുതൽ എന്നോട് ചോദിക്കല്ലേ സാറെ''

''ശരി! എന്നിട്ട്?''

ഞാൻ ചെന്നയുടൻ, പാർവതി പറഞ്ഞു, ''ഗീതമ്മച്ചി രാത്രി വരേണ്ട അച്ഛൻ വന്നു.''

"എന്നിട്ടെവിടെ മക്കളെ?"

"അച്ഛൻ അത്യാവശ്യമായി ടൗണിൽ പോയി. എന്തോ വാങ്ങാനാ. സന്ധ്യയ്ക്ക് വരും."

"അപ്പോ, ഞാൻ വരേണ്ടല്ലോ?"

"വേണ്ടാ" പാർവതി ചിരിച്ചു. കൂട്ടത്തിൽ വനജയും.

"അങ്ങനെ ഞാൻ പോന്നു സാറെ" ഗീതമ്മ കണ്ണുകളൊപ്പി. "അച്ഛൻ വന്നെന്ന് അവൾ നൊണ പറഞ്ഞതാണെന്ന് പിന്നെയല്ലേ മനസ്സിലാകുന്നത്. ആദ്യമായിട്ടാണ് ആവളെന്നോട് നൊണ പഠറയുന്നതെന്നാ എനിക്കു തോന്നുന്നത്."

"അന്നു രാത്രി പാർവതിയെ സ്നേഹിച്ചവരാരോ വരാൻ കാത്തിരിക്കുകയായിരുന്നു വനജയും പാർവതിയും! ആ വന്ന ആളിന്റെകൂടെ അച്ഛനൊരു കത്തുമെഴുതിവെച്ചിട്ടവൾ പോയി. അങ്ങനെ ചതിയിൽപെടുകയും ചെയ്തു അല്ലേ? പാർവതി ആരുടെ കൂടെയാണ് പോയതെന്ന് ഗീതമ്മയ്ക്കറിയുവാനും പാടില്ല. അല്ലേ?" സി. ഐ പതുക്കെ ചോദിച്ചു.

"അറിയില്ല!" തണുത്ത സ്വരത്തിൽ അവർ പറഞ്ഞു. "വനജയ്ക്കറിയാമല്ലോ! അവൾ പറയും"

വനജയുടെ കാര്യം പറയുമ്പോൾ ഗീതമ്മയുടെ സ്വരത്തിലും ഭാവത്തിലും വെറുപ്പ് നിറയുന്നത് സി. ഐ യും എസ്. ഐയും പ്രത്യേകം ശ്രദ്ധിച്ചു. വനജയുടെ കുടുംബം ഒന്നാകെ മോശമാണെന്നു പറഞ്ഞതും നാട്ടുകാരതെല്ലാം പറയുമെന്ന് ഗീതമ്മ അറിയിച്ചതും എസ്. ഐ രാജേന്ദ്രൻ മനസ്സിൽ ഉറപ്പിച്ചുവെച്ചു.

–എങ്കിൽ ശരി! സർക്കിൾ ഇൻസ്പെക്ടറും എസ്. ഐ രാജേന്ദ്രനും മുറിക്കു പുറത്തെത്തി. പുറത്ത് വരാന്തയിൽ ഗീതമ്മയുടെ മകളും ഭർത്താവും നാല് വയസ്സുകാരൻ മകനും നില്പുണ്ടായിരുന്നു. അവർ തിരുവല്ലയ്ക്കടുത്തുള്ള ഗ്രാമത്തിലാണ് താമസിക്കുന്നത്. മകളുടെ ഭർത്താവിന് കൃഷിയാണ്.

"രണ്ടു മക്കളല്ലെ ഗീതമ്മയ്ക്കുള്ളത്?" സി. ഐ ചോദിച്ചു.

"അതെ! എനിക്കൊരനിയത്തിയും കൂടെയുണ്ട്. അവൾ ചങ്ങനാശ്ശേരിയിലാണ് താമസം. ഞങ്ങളെത്ര വിളിച്ചാലും കൂടെ താമസിക്കാൻ അമ്മ വരില്ല! അച്ഛൻ ജീവിച്ച് മരിച്ചിടത്തുതന്നെ ജീവിതകാലം മുഴവൻ കഴിയണംന്നാ അമ്മേടെ വാശി!"

അതുകേട്ട് ഒരുനിമിഷം സി. ഐ യും എസ്. ഐയും വരാന്തയിൽ നിശ്ശബ്ദരായി നിന്നശേഷം പുഞ്ചിരിയോടെ മുറ്റത്തേയ്ക്കിറങ്ങി.

വനജയെക്കൊണ്ട് പാർവതിയുടെ കാമുകനാരാണെന്ന് പറയിക്കുക മാത്രമാണ് മുന്നോട്ടുള്ള വഴിയുടെ തുടക്കം എന്നവർക്ക് തീർച്ച ഉണ്ടായിരുന്നു. കാമുകനാരാണെന്നറിയുന്നതോടെ കേസ്സിന് മറ്റൊരു

മുഖമുണ്ടാകുമെന്നും അന്വേഷണം മറ്റൊരു പ്രതിസന്ധിയിലേയ്ക്ക് നീങ്ങുമെന്നും രാജേന്ദ്രന് ഉറപ്പുണ്ടായിരുന്നുതാനും!

റോഡിൽ ആൾക്കൂട്ടമുണ്ടായിരുന്നു. ആ ആൾക്കൂട്ടത്തിനു മുമ്പിൽ ഒരാൾ നില്ക്കുന്നത് സർക്കിൾ ഇൻസ്പെക്റ്റർ ശങ്കരമേനോൻ കണ്ടു. അത് തേവൻമൂപ്പനായിരുന്നു.

മൂപ്പന്റെ അരികിലേയ്ക്ക് സി. ഐ ധൃതിയിൽ നടന്നുചെന്ന് മൂപ്പന്റെ കൈകൾ കൂട്ടിപ്പിടിച്ചു. അതുകണ്ടുകൊണ്ട് കുറച്ചകലെ രഘുരാമനെന്ന കുഞ്ഞമ്പു നില്പുണ്ടായിരുന്നു. അയാളുടെ ഹൃദയം ആ കാഴ്ച സമ്മാനിച്ച അസൂയകൊണ്ട് നീറിപ്പുകഞ്ഞു.

തന്റെ അമ്മാച്ചനും സർക്കിൾ ഇൻസെപ്ക്റ്ററും തമ്മിൽ സംസാരിക്കുന്നത് കണ്ടുകൊണ്ട് ജീപ്പിനരികിൽ രാജേന്ദ്രൻ നിന്നു. പെട്ടെന്ന് രാജേന്ദ്രൻ വർഷങ്ങൾക്കപ്പുറത്തു നിന്നുകൊണ്ട് ആരോ വിളിക്കുന്നത് കേട്ടു.

''ഡാ രാജുവേ...''

''ഓ!'' എസ്. ഐ രാജേന്ദ്രൻ അപ്പോൾ സ്വയമറിയാതെ വിളികേട്ടു.

ഹോസ്പിറ്റൽ!

ഡോക്ടർ പറഞ്ഞു. ''വനജയെ നാളെ ഡിസ്ചാർജ് ചെയ്യും. വീട്ടിൽ ചെന്ന് ഒരുദിവസം കഴിഞ്ഞശേഷം ചോദ്യം ചെയ്യുന്നതാണു നല്ലത്''

ഡോക്ടർ പറയുന്നത് കേട്ട് സി. ഐയും എസ്. ഐ യും ചില നിമിഷങ്ങൾ നിശ്ശബ്ദരായി നില്ക്കുകയാണ് ചെയ്തത്. എത്രയും വേഗം വനജയെ ചോദ്യം ചെയ്യേണ്ടിയിരിക്കുന്നു. പാർവതി സ്നേഹിച്ചിരുന്നതാരെയാണെന്ന് വനജയിൽ നിന്നും എത്രയും പെട്ടെന്ന് അറിഞ്ഞേ തീരു. ഒരുപക്ഷേ, അയാൾ ഇതിനകം നാടുവിട്ടിരിക്കും. അതുകൊണ്ടുതന്നെ ഓരോ നിമിഷവും വളരെവളരെ വിലപ്പെട്ടതാണ്. അപ്പോൾ കോൺസ്റ്റബിൾ ബാലകൃഷ്ണൻ അവരുടെ അരികിലേയ്ക്ക് നടന്നടുത്തു, സല്യൂട്ട് ചെയ്ത് അറ്റൻഷനിൽ നില്ക്കുന്ന ബാലകൃഷ്ണനോട് രാജേന്ദ്രൻ തിരക്കി.

''എന്താ ബാലകൃഷ്ണാ വിശേഷിച്ച്?''

''സർ പാർവതിയുടെ ഗ്രാമത്തിൽ ഒരു മിസ്സിങ്ങുണ്ട്.''

'ആരാണ്?'

''ഒരു ചന്ദ്രൻ. മുഴുവൻ പേർ രാമചന്ദ്രൻ നായർ''

രാമചന്ദ്രൻ നായർ! രാജേന്ദ്രൻ ആ പേര് മനസ്സിൽ കുറിച്ചിട്ടു. പാർവതിയുടെ അച്ഛനും അപ്രത്യക്ഷനായിരിക്കുന്നു. അയാൾ ഇതുവരെയായിട്ടും വന്നിട്ടില്ല!

''ചന്ദ്രൻ'' അങ്ങനെ പറഞ്ഞുകൊണ്ട് സി. ഐ ഒരു നിമിഷം നിശ്ശബ്ദനായി നിന്നശേഷം പതുക്കെ തിരക്കി ''അയാൾ എന്തുചെയ്യുന്നു?''

''ഒരു വലിയ കടയുടെ മാനേജരാണ്''

''വിശദീകരിച്ച് പറയൂ ബാലകൃഷ്ണാ'' സി. ഐ ആവശ്യപ്പെട്ടു.

''സർ'' ബാലകൃഷ്ണൻ പറഞ്ഞുതുടങ്ങി. മാധവൻനായരെന്ന പണക്കാരന്റെ അനന്തിരവനാണ് ചന്ദ്രൻ. ഗ്രാമാതിർത്തിയിൽ മാധവൻ നായർക്ക് വലിയൊരു കടയുണ്ട്. ദേവിസ്റ്റോഴ്സ്. ആ കടയിൽ കിട്ടാത്തതായിട്ടൊന്നുമില്ല. ടൗണിലെ വിലയ്ക്ക് എല്ലാ സാധനങ്ങളും ആ കടയിൽ നിന്നും വളരെ ലാഭത്തിൽ കിട്ടും. പലചരക്കുസാധനങ്ങൾ, ബേക്കറി പലഹാരങ്ങൾ, അങ്ങാടിമരുന്നുകൾ, ജവുളിത്തുണിത്തരങ്ങൾ, എല്ലാവിധ പഴങ്ങളും പച്ചക്കറികളും, ഉണക്കമീൻ എല്ലാ ഇനവും! അങ്ങനെ എല്ലാം. ഉപ്പുതൊട്ട് അച്ഛനമ്മമാരെ വരെ!

ചന്ദ്രന്റെ അച്ഛനും അമ്മയും ചെറുപ്പത്തിലെതന്നെ മരിച്ചുപോയതാണ്. ഒരേയൊരു മകനായിരുന്നു അയാൾ. മാധവൻനായർക്ക് ചന്ദ്രൻ അനന്തരവനായിരുന്നില്ല. മകനു തുല്യനായിരുന്നു. അതിനുമപ്പുറം തങ്ങളുടെ മകൾ മായയുടെ ഭാവി ഭർത്താവായിട്ടും മാധവൻനായരും ശ്രീദേവിയും ചന്ദ്രനെ കരുതിയിരുന്നെന്നും അറിയുന്നു. മാധവൻനായർക്ക് ഒരു മകൾ മാത്രമാണുണ്ടായിരുന്നത്. മായ! ആ കുട്ടി ഒട്ടും സുന്ദരിയായിരുന്നില്ല. കറുത്ത നിറമായിരുന്നു മായയ്ക്ക്! ഒരു കാലിന് സ്വാധീനവുമുണ്ടായിരുന്നില്ല. മായയുടെ അമ്മാവന്മാരെല്ലാം കറുത്ത നിറമുള്ളവരായിരുന്നു. കറുത്ത സായ്പന്മാർ എന്നാണവർ അറിയപ്പെട്ടിരുന്നത്.

''ഐസി'' സി.ഐ പതുക്കെ ചിരിച്ചു.

അതി സമ്പന്നനായിരുന്നു മാധവൻനായർ! വലിയ പണക്കാരുവരെ മാധവൻനായരെ മുതലാളി എന്നാണ് വിളിച്ചിരുന്നത്. ആ മാധവൻനായരുടെ അനന്തരവനായ ചന്ദ്രനെ നാട്ടിലെല്ലാവർക്കും ജീവനായിരുന്നു. ബഹുമാനമായിരുന്നു.

''പട്ടുപോലത്തെ സ്വഭാവമായിരുന്നു ആ ചന്ദ്രനെന്നാണ് നാട്ടുകാരെല്ലാവരും പറയുന്നത്. ഒരു വാക്കുപോലും അയാളെപ്പറ്റി ആരും ദോഷം പറയുന്നില്ല സർ''

''അങ്ങനെയാണ്!'' സി. ഐ വീണ്ടും ചിരിച്ചു.

ചന്ദ്രൻ സുന്ദരനായിരുന്നു. നല്ല മീശയും ചുരുണ്ടമുടിയും. എപ്പോഴും ചിരിക്കുന്ന മുഖം! കറുത്ത കരയുള്ള ഡബിൾവേഷ്ടിയും വെളുത്ത ഷർട്ടുമാണ് എപ്പോഴുമുള്ള വേഷം. രാവിലെ കടയിലെത്തിയാൽ സന്ധ്യവരെ കടയിൽ തന്നെയാണ്! സന്ധ്യകഴിഞ്ഞ് മാധവൻനായർ വരുമ്പോഴാണ് ചന്ദ്രൻ കടയിൽ നിന്നുമിറങ്ങുന്നത്. ആഹാരമൊക്കെ ജോലിക്കാർ കൊണ്ടുകൊടുക്കുന്നു. തിരുവോണത്തിനും വിഷുവിനും മാത്രമാണ് കടയ്ക്ക് അവധി.

''ശരി എല്ലാം പറയൂ'' സി. ഐ പ്രോത്സാഹിപ്പിച്ചു.

''ആ ചന്ദ്രനെയാണ് ഇപ്പോൾ കാണാതായിരിക്കുന്നത്''

''എന്നുമുതലാണ് ചന്ദ്രനെ കാണാതായത്?''

''പാർവതി കൊല്ലപ്പെട്ട ദിവസം സന്ധ്യ കഴിഞ്ഞ്''

''തീർച്ചയാണോ?'' സി.ഐ അറിയാതെ ചോദിച്ചുപോയി.

''അതെ സർ''

പാർവതി കൊല്ലപ്പെട്ട രാത്രിയിൽ അല്ലെങ്കിൽ ആ രാത്രിയ്ക്കു മുമ്പായി ചന്ദ്രൻ അപ്രത്യക്ഷനായി. അതിനു ദിവസങ്ങൾക്കു മുമ്പുതന്നെ പാർവതിയുടെ അച്ഛനും നാട്ടിലില്ലാതായി. രണ്ടു മിസ്സിങ്ങുകൾക്കും തമ്മിൽ പാർവതിയുടെ കൊലപാതകവുമായി എന്തെങ്കിലും തരത്തിൽ ബന്ധമുണ്ടോ?

പാർവതി കൊല്ലപ്പെട്ടു കിടന്നത് അകല വയലിലാണ്! അവൾ ധരിച്ചിരുന്ന ചുവന്ന വളയുടെ കഷണങ്ങളും അവളുടേതന്നെ മുടിയിഴകളും ചാക്കോച്ചൻ മുതലാളിയുടെ ബോട്ടിൽനിന്നും കിട്ടുകയും ചെയ്തിരിക്കുന്നു.

സി. ഐ യും, എസ്. ഐ രാജേന്ദ്രനും തമ്മിൽ ഇക്കാര്യങ്ങൾ തന്നെയാണ് ഗൗരവമായി ചർച്ച ചെയ്തത്. തുടങ്ങിയിടത്തു തന്നെ ഇപ്പോഴും കാര്യങ്ങൾ നില്ക്കുന്നു. കനത്ത മൂടൽമഞ്ഞിനപ്പുറത്താണ് പ്രതികൾ.

ടെലിവിഷൻ അക്കാലത്ത് ആരുടെയും സ്വപ്നത്തിൽപോലും ഇല്ലായിരുന്നു. റേഡിയോപോലും അപൂർവം ചില വീടുകളിലാണുണ്ടായിരുന്നത്. വൈദ്യുതി ഉള്ള വീടുകളിൽപോലും പലയിടത്തും റേഡിയോ ഉണ്ടായിരുന്നില്ല. പത്രങ്ങളും അന്ന് ആഡംബരവസ്തുവായിരുന്നു ശ്രീദേവിവിലാസം വായനശാലയിലും ഗ്രാമാതിർത്തിയിൽ പടിഞ്ഞാറ് ഭാഗത്തുള്ള പഞ്ചായത്ത് ലൈബ്രറിയിലും രണ്ട് പത്രങ്ങൾ വരുമായിരുനു. പിന്നെ കവലകളിലുള്ള ചായക്കടകളിലും. ആ പത്രങ്ങളാണ് നാട്ടുകാരിൽ പലരും വായിച്ചിരുന്നത്.

അടിയോറമഠം നാരായണപിള്ളയുടെ ചായക്കടയിൽ വരുത്തിയിരുന്ന പത്രം കോതറ ഗോവിന്ദപിള്ള വലിയ ശബ്ദത്തിൽ വായിക്കുകയും അത് കേൾക്കാൻ ധാരാളം ആൾക്കാർ ചുറ്റും കൂടുകയും ചെയ്തു. എന്നും രാവിലെ എട്ടുമണിയോടെ വായനതുടങ്ങുന്നു. ഏകദേശം മുക്കാൽമണിക്കൂറിനകം വായന തീരുകയും ചെയ്തു. കോതറ ഗോവിന്ദപ്പിള്ളയ്ക്ക് രണ്ടു ചായ മാറിമാറികേൾവിക്കാർ വാങ്ങിക്കൊടുക്കുകയും ചെയ്തുപോന്നു.

അന്നത്തെ പത്രങ്ങളിലെല്ലാം പാർവതിയുടെ കൊലപാതകത്തെപ്പറ്റി 'ഗംഭീരൻ' വാർത്തകൾ പ്രസിദ്ധീകരിച്ചുവന്നു. പത്രങ്ങൾ അന്നും കൊലപാതകങ്ങൾ ആഘോഷമാക്കി മാറ്റിയിരുന്നു. ഒരു പ്രമുഖ പത്രത്തിന്റെ ആദ്യ പേജിൽ എല്ലാ ദിവസത്തെയും പ്രധാന തലക്കെട്ട് ഇങ്ങനെയായിരുന്നു. പാർവതിയെ കൊലപ്പെടുത്തിയ ഘാതകനാര്?

ഹൈസ്കൂളിലെ മലയാള അദ്ധ്യാപകനായ പീതാംബരൻ സാർ ആ തലക്കെട്ട് വായിച്ചിട്ട് പരിഹാസപൂർവം ചിരിച്ചുകൊണ്ട് പലരോടും ചോദിച്ചു പാർവതിയുടെ ഘാതകനാര് എന്നു പോരെ? കൊല പ്പെടുത്തിയ എന്നു വേണോ?

രണ്ടോമൂന്നോ ആൾക്കാർ ചേർന്ന് ക്രൂരമായി ബലാത്സംഗം ചെയ്തു കൊന്ന് നഗ്നയാക്കി വയലിൽ ഉപേക്ഷിച്ച പെൺകുട്ടിയുടെ ഘാതകരെ അറസ്റ്റു ചെയ്യാത്തതെന്താണ്? കൊലപാതകികളെ കണ്ടു പിടിക്കാത്തതെന്താണ്? നാട്ടിലെ പ്രബലശക്തികൾ ഈ കൊലപാ തകത്തിന് പിന്നിലുണ്ടോ? ഈ രീതിയിൽ പത്രങ്ങൾ ചോദിച്ചു കൊണ്ടേയിരുന്നു.

നിയമസഭയിലും പ്രശ്നം തിളച്ചുപൊന്തി. പ്രതിപക്ഷം സർക്കാരിനെ പ്രതിക്കൂട്ടിലാക്കി തീവെച്ചു. അടുത്തുള്ള പട്ടണങ്ങളിലും പ്രതിഷേ ധയോഗങ്ങൾ നടക്കുകയും തീപ്പൊരി ചിതറുന്ന പ്രസംഗങ്ങൾ ഉയ രുകയും ചെയ്തു. വളരെവളരെ അപൂർവമായ ഒരു കുറ്റകൃത്യമായി പാർവതിയുടെ കൊലപാതകത്തെ പത്രങ്ങൾ ചിത്രീകരിച്ചു.

സത്യത്തിൽ അത് ശരിയുമായിരുന്നു. ബലാത്സംഗം ചെയ്തശേഷം സ്ത്രീകളെ ദാരുണമായി കൊലപ്പെടുത്തുന്ന ക്രൂരകൃത്യം അന്ന് വളരെ ഒറ്റപ്പെട്ട സംഭവമായിരുന്നു.

പോലീസ് അധികാരികൾക്ക് മുകളിൽ നിന്നും കർശനമായ ശാസന കളും നിർദേശങ്ങളും വന്നുകൊണ്ടിരുന്നു. ആഭ്യന്തരമന്ത്രി നേരിട്ട് കാ ര്യങ്ങൾ അന്വേഷിച്ചു. ദിവസവും അദ്ദേഹം ജില്ലയിലെ പോലീസ് സൂപ്ര ണ്ടിനെ ഫോണിലൂടെ ബന്ധപ്പെട്ടു. അന്നത്തെ കാലത്ത് ഒരു ജില്ലയിൽ നിന്നും മറ്റൊരു ജില്ലയിലേയ്ക്ക് ഫോൺ വിളിക്കണമെങ്കിൽ 'ട്രങ്ക് കാൾ' ബുക്കു ചെയ്യണമായിരുന്നു.

''രാജേന്ദ്രാ'' സി. ഐ പറഞ്ഞു. 'നമുക്ക് വനജയെ ഉടൻതന്നെ ചോദ്യം ചെയ്തേ പറ്റു. പക്ഷേ, ആരെയും കുറ്റം പറയില്ലെന്ന് നമ്മൾക്കു തോന്നുന്ന ഗീതമ്മ വനജയെപ്പറ്റി വളരെ മോശമഭിപ്രായമല്ലേ അറിയിച്ചത്. വനജ ഒന്നും പറഞ്ഞില്ലെങ്കിലോ?''

''എങ്കിൽ നമ്മൾ അവളെക്കൊണ്ട് പറയിക്കും സാർ'' രാജേന്ദ്രൻ പ റഞ്ഞു. അപ്പോൾ രാജേന്ദ്രന്റെ കണ്ണുകൾ കുപ്പിച്ചില്ലുകൾ പോലെ തി ളങ്ങുന്നത് സി. ഐ കണ്ടുനിന്നു. ''അവൾ പറയും സാർ'' രാജേന്ദ്രൻ ഉറപ്പിച്ച് പറഞ്ഞു.

പറയൂ വനജെ ആരാണ് പാർവതിയുടെ കാമുകൻ?

എട്ട്

സർക്കിൾ ഇൻസ്പെക്റ്റർ ശങ്കരമേനോനും സബ് ഇൻസ്പെക്റ്റർ രാജേന്ദ്രനും കൂട്ടത്തിൽ കോൺസ്റ്റബിൾ ബാലകൃഷ്ണനനും ഒന്നിച്ചാണ് വനജയുടെ വീട്ടിലെത്തിയത്.

''വനജ എവിടെ?'' സി. ഐ. തിരക്കി. വരാന്തയിൽ വനജയുടെ അച്ഛൻ ശേഖരൻ നില്പുണ്ടായിരുന്നു. അയാൾ സി.ഐ.യെ നോക്കി തൊഴുതു. സർക്കാർ ഹോസ്പിറ്റലിലെ അറ്റൻഡർ ആണ് ശേഖരൻ.

''വനജ എവിടെ?'' വീണ്ടും സി. ഐ. തിരക്കി.

''അകത്തുണ്ട് സർ'' ശേഖരൻ താഴ്മയോടെ സ്വരം താഴ്ത്തി പറഞ്ഞു.

രാജേന്ദ്രൻ ശേഖരനെ സൂക്ഷിച്ചുനോക്കി. വനജയെ ഹോസ്പിറ്റലിൽ ചെന്നു കണ്ടപ്പോൾ ഇയാൾ മകളുടെ അടുത്തു നിന്നിരുന്നത് രാജേന്ദ്രൻ ഓർത്തു. അയാളോട് അന്ന് എന്തൊക്കെയോ ചോദിക്കുകയും ചെയ്തു.

ഒരു കാപട്യക്കാരനാണ് അയാളെന്ന് അപ്പോൾ തന്നെ രാജേന്ദ്രന് തോന്നുകയും ചെയ്തിരുന്നു. ഇപ്പോൾ അയാളുടെ നില്പിലും സംസാരത്തിലും അതിവിനയത്തിന്റെ അഭിനയം മുഴച്ചുനില്ക്കുന്നതായും രാജേന്ദ്രനു തോന്നി. ഗീതമ്മ പറഞ്ഞത് ശരിയാണോ?

''അവളെ വല്ലാതെ വിഷമിപ്പിക്കരുതേ സാർ' വീണ്ടും ശേഖരൻ പറഞ്ഞു.

''അവളുടെ മുറി കാണിച്ചുതരൂ മിസ്റ്റർ'' ശേഖരൻ പറഞ്ഞതു ശ്രദ്ധിക്കാതെ സി. ഐ ആവശ്യപ്പെട്ടു.

''വരണം സാർ'' ശേഖരൻ അകത്തേയ്ക്കു നടന്നു.

-വനജ കട്ടിലിൽ ഇരിക്കുകയായിരുന്നു. അരികിൽ അവളുടെ അമ്മയും. അമ്മ ഒരു പ്രത്യേക ചിരിയോടെ അവരെ കണ്ടയുടൻ ചാടിയെഴുന്നേറ്റ് തൊഴുതു. അവർ പ്രത്യേകമായി അണിഞ്ഞൊരുങ്ങിയിരിക്കുന്നതായി രാജേന്ദ്രനു തോന്നി.

''വനജയുടെ ആരാണ്?'' സി. ഐ തിരക്കി.

''അയ്യോ അമ്മയാണു സാർ''

''അയ്യോ അമ്മയോ?'' സി. ഐ പുരികം ചുളിച്ചുകൊണ്ട് ചോദിച്ചു. ആ സമയം എഴുന്നേല്ക്കാൻ ശ്രമിച്ചിട്ട് വയ്യാത്ത രീതിയിൽ വനജ കട്ടിലിലേയ്ക്കു തന്നെ വീണ്ടുമിരുന്നു. സർക്കിൾ ഇൻസ്പെക്ററുടെ ചോദ്യം കേട്ട് വനജയുടെ 'അയ്യോ അമ്മ' തലകുനിച്ചു നിന്നു. പിന്നെ കീഴ്ച്ചുണ്ട് കടിച്ചുപിടിച്ച് മുഖമുയർത്തി സി. ഐയെ നോക്കി.

''നിങ്ങൾ അച്ഛനും അമ്മയും പുറത്തുപോകണം!'' സി. ഐ കല്പിച്ചു.

''അമ്മയെ എന്റെ അടുക്കലിരുത്തണം സാർ' വനജ അപേക്ഷിച്ചു.

ആ ചോദ്യം അവഗണിച്ചുകൊണ്ട് സി. ഐ. പറഞ്ഞു. ''ബാലകൃഷ്ണാ അച്ഛനേയും അമ്മയേയും പുറത്താക്കിയിട്ട് വാതിൽ അടയ്ക്കൂ.''

ബാലകൃഷ്ണൻ അങ്ങനെതന്നെ ചെയ്തു.

മുറിക്കുള്ളിൽ വനജയും പോലീസുദ്യോഗസ്ഥരും മാത്രമായി. പുറത്തേയ്ക്കുള്ള കതകുകൾ ചാരി വാതിലിനരികിൽ ബാലകൃഷ്ണൻ നിലയുറപ്പിച്ചു.

സി. ഐ കസേരയിലിരുന്നു. രാജേന്ദ്രൻ വനജയിൽ നിന്നും കണ്ണുകളെടുക്കാതെ സൂക്ഷിച്ചുനോക്കി നില്ക്കുകയാണ്. കണ്ണുകൾ കൊണ്ട് രാജേന്ദ്രൻ അവളോട് ചോദ്യങ്ങൾ ചോദിച്ചുകൊണ്ടിരുന്നു.

വനജയ്ക്ക് ശാരീരികമായി യാതൊരു ക്ഷീണവുമില്ലെന്ന് സി. ഐ.യ്ക്കു തോന്നി. അതുതന്നെ രാജേന്ദ്രനും തോന്നി. മുറിക്കുള്ളിൽ വാതിലിനടുത്തു നിന്നിരുന്ന മിടുക്കനായ കോൺസ്റ്റബിൾ ബാലകൃഷ്ണനും തോന്നി.

ഹോസ്പിറ്റലിൽ കിടന്നതിന്റെ യാതൊരുടവും വനജയുടെ ശരീരത്തിനും മുഖത്തിനും വന്നിരുന്നില്ല. മൂന്നുനാല് ദിവസം സുഖമായി ജീവിച്ചതിന്റെ ഒരു മിനുക്കമായിരുന്നു അവൾക്ക്. അന്നത്തെ പെൺകുട്ടികളുടെ രീതിയിൽ വനജ 'ഹാഫ് സാരിയാണ്' ധരിച്ചിരുന്നത്.

''വനജയ്ക്ക് എത്ര വയസ്സായി'' സി. ഐ ചോദിച്ചു.

മുഖം കുനിച്ചിരിക്കുകയായിരുന്ന വനജ അതിനു മറുപടി പറഞ്ഞില്ല. അവൾ മുഖമുയർത്തിയതുമില്ല.

''പറയെടി! എത്ര വയസ്സായി?'' രാജേന്ദ്രൻ അമർത്തിയ ശബ്ദത്തിൽ ചോദിച്ചു.

''ഇരുപത്'' പെട്ടെന്ന് മുഖമുയർത്തി അവൾ പറഞ്ഞു. ഇവളുടെ മുഖത്തും കള്ളത്തരത്തിന്റെ ഒരു കാർമേഘം കാണുന്നുണ്ടെന്ന് അവർക്ക് ബോദ്ധ്യമായി.

''പാർവതിയും നീയും ഒരേ പ്രായമാണല്ലേ?'' ഈ ചോദ്യവും രാജേന്ദ്രന്റേതായിരുന്നു. അദ്ദേഹം വനജയെ പേരെടുത്തു വിളിക്കാതെ നീ എന്നുതന്നെ മനഃപൂർവം സംബോധന ചെയ്തു.

''ഒരു പ്രായമാണ്.''

-സി. ഐ വനജയെത്തന്നെ ശ്രദ്ധിച്ചിരിക്കുകയായിരുന്നു. അവൾ മുഖമുയർത്തി അദ്ദേഹത്തെ നോക്കിയപ്പോൾ സി. ഐ. ശങ്കരമേനോൻ പുഞ്ചിരിച്ചു.

''പറയൂ കുട്ടി'' വളരെവളരെ സൗമ്യമായ സ്വരത്തിൽ സി. ഐ പറഞ്ഞു. 'അന്ന് പാർവതിയുടെ സമീപത്തു വന്ന് നിന്നെ അയാൾ ഇങ്ങനെ ചതിച്ചല്ലോ എന്നൊക്കെ പറഞ്ഞു കരഞ്ഞില്ലേ? നിന്നെ സ്നേഹിച്ച ആൾ എന്നും പറഞ്ഞു അല്ലെ? ആരായിരുന്നു പാർവതിയെ സ്നേഹിച്ചിരുന്നത്?''

''അത് സാർ...'' വനജ ജനാലയിലൂടെ വെളിയിലേയ്ക്ക് നോട്ടം മാറ്റിക്കളഞ്ഞു.

''വിശദീകരിച്ചു പറയേണ്ട വനജെ. വളരെ ചുരുക്കി പറഞ്ഞാൽ മതി. ആരായിരുന്നു പാർവതിയെ സ്നേഹിച്ചിരുന്നത്?''

വനജ മറുപടി പറഞ്ഞില്ല. അവൾ ജനാലയിലൂടെ വെളിയിലേയ്ക്കു തന്നെ നോക്കിയിരുന്നു. വെളിയിൽ മുറ്റത്ത് ഒരു പൂവൻ കോഴി പിടയെ ഓടിക്കുന്നു. കുറച്ചോടിയിട്ട് പിട ഇരുന്നുകൊടുത്തു. പൂവൻ പിടയുടെ മുകളിലേയ്ക്കു കയറി. അതുകണ്ടവൾക്ക് പതുക്കെ ചിരി വന്നു. വനജയ്ക്ക് ജീവിതത്തിൽ ഏറ്റവും ഇഷ്ടമുള്ള ചില കാഴ്ചകളിൽ ഒന്നാണിത്.

''പറയു, കുട്ടി' സി. ഐ വീണ്ടും പറഞ്ഞു.

അവൾ വെളിയിൽനിന്നും നോട്ടം മാറ്റി മറുപടി പറയാതെ മുഖം കുനിച്ചിരുന്നു, വീണ്ടും.

''പേടിക്കാതെ പറയ്! ആരാണ് പാർവതിയെ സ്നേഹിച്ചിരുന്നത്?''

അപ്പോഴും മറുപടിയില്ല.

''പറയെടി...'' രാജേന്ദ്രൻ തന്നെ വീണ്ടും മുരണ്ടു.

അടി കിട്ടിയതുപോലെ വനജ നടുങ്ങി. അവൾ മുഖമുയർത്തി സി. ഐ.യെ നോക്കി. അദ്ദേഹം പുഞ്ചിരിക്കുകയായിരുന്നു.

''ആരായിരുന്നു?''

''അത്... അത്...'' ഒരുനിമിഷം അവൾ കണ്ണുകളടച്ചുപിടിച്ചിട്ട് തുറന്നു. ആ കണ്ണുകളിൽ പ്രതികാരത്തിന്റെയും പകയുടെയും കനലുകൾ ജ്വലിക്കുന്നത് പോലീസുദ്യോഗസ്ഥർ കണ്ടു. ''അത്...''

''പറയെടി...'' രാജേന്ദ്രൻ അവളോട് സ്വല്പം അടുത്തു.

''ചന്ദ്രേട്ടനായിരുന്നു പാർവതിയെ സ്നേഹിച്ചിരുന്നത്. ദേവി സ്റ്റോഴ്സിലെ ചന്ദ്രേട്ടൻ. അയാളാണ് പാർവതിയെ ചതിച്ചത്...'' വനജ പതുക്കെ കിതച്ചു. സ്വല്പനേരത്തേയ്ക്ക് അവിടെ നിശ്ശബ്ദത പരന്നു.

''പാർവതി കൊല്ലപ്പെട്ട അന്നു രാത്രിയിൽ എപ്പോഴാണ് പാർവതി വീട്ടിൽ നിന്നും ഇറങ്ങിയത്? അപ്പോൾ വനജ അവിടെ ഉണ്ടായിരുന്നോ? എത്ര മണിയ്ക്കാണ് അവൾ പോയത്? സി. ഐ കുറച്ചുകൂടി സൗമ്യമായി ചോദിച്ചു. സൗമ്യതയുടെ പര്യായമായിത്തീർന്നു അദ്ദേഹത്തിന്റെ സ്വരവും ചോദ്യവും.

''ഞാനവിടെയുണ്ടായിരുന്നു. പത്തുമണിക്കാണവർ പോയത്.'' വനജ പറഞ്ഞു.

''എങ്ങനെയാണ് കൃത്യ സമയം നീ അറിഞ്ഞത്?'' രാജേന്ദ്രൻ ചോദിച്ചു.

വനജ കുടിനീരിറക്കുന്നത് രാജേന്ദ്രൻ കണ്ടു. ''അത് പാർവതിയുടെ കയ്യിൽ വാച്ചുണ്ടായിരുന്നു. ചന്ദ്രേട്ടൻ അവൾക്ക് മേടിച്ചുകൊടുത്തതാ!''

"ശരി, പറയൂ"

"ശനിയാഴ്ച വൈകുന്നേരം ആലപ്പുഴയ്ക്ക് ഒരുമിച്ചുപോകുവാൻ അവർ കുറച്ചു നാളുകൾക്കു മുമ്പേ ആലോചിച്ചുറപ്പിച്ചിരുന്നതാണ്. ആലപ്പുഴയിലുള്ള കൂട്ടുകാരന്റെ വീട്ടിൽ പോകുവാനായിരുന്നു തീരുമാനം അവിടെ ഞായറാഴ്ച താമസിച്ചിട്ട് തിങ്കളാഴ്ച രജിസ്റ്റർ മാര്യേജ് ചെയ്യും. ഒരാഴ്ച അമ്പലങ്ങളിലൊക്കെ തൊഴുതും ചില സ്ഥലങ്ങളൊക്കെ കണ്ടും തിരിച്ചു വരുമെന്നും പറഞ്ഞിരുന്നു. വന്നിട്ട് എന്തു പ്രശ്നമുണ്ടായാലും നേരിടാമെന്നും അവർ നിശ്ചയിച്ചിരുന്നു." കാണാതെ പഠിച്ചു പറയുംപോലെ വനജ സംസാരിച്ചു.

"ശനിയാഴ്ച രാത്രി പത്തുമണിക്കവർ പോയപ്പോൾ വനജയോട് എന്തു പറഞ്ഞു?" സി. ഐ പതുക്കെ ചോദിച്ചു. അദ്ദേഹം മനഃപൂർവമാണ് ശബ്ദം താഴ്ത്തി ചോദിച്ചത്. എങ്കിലും ബാലകൃഷ്ണനുവരെ അത് കേൾക്കാമായിരുന്നു.

"ഒന്നും അധികം പറഞ്ഞില്ല. അച്ഛന് കത്തെഴുതിവെച്ചിട്ട് ബാഗുമായിട്ടവളിറങ്ങി. ഞാൻ അപ്പുറത്തെ മുറ്റംവരെ ചെന്നു. കുറച്ചകന്ന് ചന്ദ്രേട്ടൻ നില്പുണ്ടായിരുന്നു. പോകുംമുമ്പേ അവൾ എന്നെ കെട്ടിപ്പിടിച്ചുമ്മ തന്നു. ഒരാഴ്ചയ്ക്കകം തിരിച്ചുവരാമെടീ ഞാൻ എന്നാണവസാനമായി അവളെന്നോട് പറഞ്ഞത്."

"ചന്ദ്രൻ ഒന്നും പറഞ്ഞില്ലേ?"

"കുറച്ചകന്ന് നില്ക്കുകയായിരുന്നല്ലോ ചന്ദ്രേട്ടൻ. ഞാനും പാർവതിയും കൂടി നിക്കുന്നിടത്തേയ്ക്ക് അയാൾ നടന്നുവന്നു, എന്നിട്ട് പാർവതി പോകാം എന്നു പറഞ്ഞു. പിന്നെ എന്നെ നോക്കി സ്വല്പനേരം വെറുതെ ചന്ദ്രേട്ടൻ നിന്നു. പോയിട്ട് വരാം എന്ന് എന്നോടും പറഞ്ഞു. ഞാൻ പടിഞ്ഞാറെ തിണ്ണയിൽ വിളക്കു കൊളുത്തിവെച്ചിരുന്നു. ഞങ്ങൾക്കുവേണ്ടി പ്രാർത്ഥിക്കണേ വനജേ എന്നും അയാൾ എന്നോടു പറഞ്ഞു. എന്നിട്ടാണ് ആ ദുഷ്ടൻ എന്റെ പാർവതിയെ..." ബാക്കി പറയാനാവാതെയെന്നവണ്ണം വനജ മുഖം കുനിച്ചുകളഞ്ഞു.

"പാർവതിയുടെ അച്ഛനില്ലാത്തതുകൊണ്ടായിരുന്നോ ശനിയാഴ്ച തന്നെ അവർ പോയത്?"

"അല്ല! അവളുടെ അച്ഛനുണ്ടായിരുന്നെങ്കിലും അന്നുതന്നെ പോയേനെ! രാത്രി കുറച്ച് താമസിക്കുമെന്നു മാത്രം. പോകുന്ന കാര്യം അവർ നേരത്തേതന്നെ തീരുമാനിച്ചതാണല്ലോ"

"നിന്നോടവർ എല്ലാം പറയുമായിരുന്നോ?" രാജേന്ദ്രൻ ചോദിച്ചു.

വനജയ്ക്ക് രാജേന്ദ്രന്റെ ചോദ്യം ഇഷ്ടപ്പെടുന്നില്ല. ഇയാൾ മാത്രമെന്താണ് തന്നെ നീയെന്നു വിളിക്കുന്നത്? അവൾ പ്രകടമായ നീരസത്തോടെ രാജേന്ദ്രനെ നോക്കിയിരുന്നു.

"പറയെടീ! നിന്നോട് പാർവതി എല്ലാം പറയുമായിരുന്നോ? "

രാജേന്ദ്രൻ വീണ്ടും ചോദിച്ചു.

''പറഞ്ഞോളു വനജെ'' സി. ഐ മധുരതരമായിത്തന്നെ പിന്നെയും പറഞ്ഞു. എന്തെന്നറിയില്ലാ വനജയുടെ മുഖമടച്ചൊരടി കൊടുക്കുവാൻ അദ്ദേഹത്തിന്റെ കൈ തരിച്ചുവരുന്നുണ്ടായിരുന്നു. ഇവൾ പറയുന്നതെല്ലാം നുണയാണെന്നൊരു തോന്നൽ അദ്ദേഹത്തിന് പെട്ടെന്നുതന്നെ തോന്നി. എന്നാൽ എല്ലാം സത്യമാണെന്നും തോന്നി.

''പാർവതി എല്ലാം എന്നോട് പറയുമായിരുന്നു. ഞങ്ങൾ ഒന്നിച്ചാണ് ദേവിസ്റ്റോഴ്സിൽ പോകുന്നത്. അവൾ സാധനങ്ങൾ വാങ്ങുന്നതിന്റെ രൂപ കൊടുക്കുമ്പോൾ അതിന്റെകൂടെ ചന്ദ്രേട്ടനുള്ള കത്തും കൊടുക്കുമായിരുന്നു. അയാളും ആ സമയം മറ്റൊരു കത്ത് അവൾക്കും കൊടുക്കും.'' ഒരുനിമിഷം എന്തോ ആലോചിച്ചിരുന്നശേഷം വനജ വീണ്ടും തുടർന്നു. ''പാർവതി കടയിൽ വരാത്തപ്പോൾ ഞാനാണ് ചന്ദ്രേട്ടന് അവൾടെ എഴുത്തു കൊടുക്കുന്നതും ചന്ദ്രേട്ടൻ തരുന്ന കത്ത് പാർവതിക്ക് കൊടുക്കുന്നതും! എന്തൊരു സ്നേഹമായിരുന്നു അവരു തമ്മിൽ! എന്നിട്ടവളെ ആ ദുഷ്ടൻ...'' വനജ പല്ലുകടിച്ചു. അവളുടെ കണ്ണുകൾ ദേഷ്യം കൊണ്ട് ജ്വലിച്ചു.

സി.ഐ യും എസ്.ഐയും അപ്പോൾ പരസ്പരം ചില നിമിഷങ്ങൾ നോക്കിയിരുന്നു. വീണ്ടും ചില നേരത്തേയ്ക്ക് നിശ്ശബ്ദത അവിടെ പരന്നൊഴുകി.

''പാർവതിയും ചന്ദ്രനും കൂടി പുറപ്പെട്ടുപോകുന്നത് നീ കണ്ടു. പക്ഷേ, അതിന് വേറെ വല്ല തെളിവും ഉണ്ടോ?'' രാജേന്ദ്രൻ വനജയെ സൂക്ഷിച്ചുനോക്കിക്കൊണ്ടു ചോദിച്ചു.

''ഉണ്ട് സാർ'' രാജേന്ദ്രന്റെ നീ വിളി മറന്ന് ആവേശത്തോടെ വനജ പറഞ്ഞു. ''ശനിയാഴ്ച രാവിലെ ഞാനൊറ്റയ്ക്ക് കടയിൽ ചെന്നപ്പോൾ ചന്ദ്രേട്ടൻ തന്ന ഒരു കത്ത് എന്റെ കൈയിലുണ്ട്...''

പോലീസുദ്യോഗസ്ഥർ ചോദിക്കാതെതന്നെ തലയിണയുടെ അടിയിൽ നിന്നും കരുതിവെച്ചിരുന്നതുപോലെ ഒരെഴുത്തെടുത്ത് വനജ സി. ഐയുടെ കൈയിൽ കൊടുത്തു. അവളെ ഒന്ന് സൂക്ഷിച്ചുനോക്കിയശേഷം അദ്ദേഹം ആ എഴുത്ത് വാങ്ങിയിട്ട് രാജേന്ദ്രന്റെ നേരെ നീട്ടി. വളരെ ചെറിയൊരു കത്തായിരുന്നു അത്.

''വായിക്കൂ രാജേന്ദ്രാ!'' സി. ഐ ശങ്കരമേനോൻ ആവശ്യപ്പെട്ടു.

''സർ'' കത്ത് വാങ്ങിയശേഷം രാജേന്ദ്രൻ ശബ്ദത്തിൽ വായിക്കാൻ തുടങ്ങി.

''എന്റെ പാർവതിക്കുട്ടിക്ക്,

നമ്മൾ തീരുമാനിച്ചപ്രകാരം രാത്രി പത്തുമണിക്ക് ഞാൻ തെക്കുവശത്തെ പ്ലാവിൻ ചുവട്ടിലെത്തും. ഇനി പ്രത്യേകിച്ചൊന്നും പുതിയതായി പറയാനില്ല. അച്ഛന് കത്തെഴുതിവെയ്ക്കാൻ മറക്കരുത്.

അപ്പോൾ രാത്രി പത്തുമണി. ഞാൻ ഒരുങ്ങിവരും. എന്ന് നിന്റെ മാത്രം ചന്ദ്രേട്ടൻ.''

കത്തു വായിച്ചുതീർന്നപ്പോൾ അത് കേട്ടുകൊണ്ടിരുന്ന വനജ കട്ടിലിൽ നിന്നും എഴുന്നേറ്റിട്ട് വീണ്ടും ഇരുന്നു. അവളുടെ അസ്വസ്ഥത വർദ്ധിച്ചിരിക്കുന്നതായി സി. ഐ യ്ക്ക് തോന്നി.

''ആ കത്ത് സൂക്ഷിച്ചോളു രാജേന്ദ്രൻ' സി. ഐ, പറഞ്ഞു.

''സർ'' രാജേന്ദ്രൻ കത്ത് മടക്കി പോക്കറ്റിൽ ഭദ്രമാക്കിവെച്ചു.

''എന്താണ് നീ ഈ കത്ത് പാർവതിക്ക് കൊടുക്കാഞ്ഞത്?'' രാജേന്ദ്രൻ ശബ്ദമുയർത്തി ചോദിച്ചു.

അതുകേട്ട് വനജ പതറിയതുപോലെ തോന്നി. പതുക്കെ അവളെ വിയർത്തു.

''പറയൂ കുട്ടി'' സി. ഐ വീണ്ടും ചിരിച്ചുകൊണ്ടു പറഞ്ഞു.

''അയ്യോ, ഞാൻ ഞാനത് കൊടുത്തതാ സാർ. അതു വായിച്ച തുകൊണ്ടാണല്ലോ രാത്രി പത്തുമണിക്കുതന്നെ പോകുവാൻ അവൾ തയ്യാറായി നിന്നത്. കത്തു വായിച്ചശേഷം അവൾ എന്തോ ആലോ ചിച്ച് ജനൽപടിയിൽ വെച്ചതാണിത്. പിന്നെ എടുക്കാൻ മറന്നു. ഞാനതെടുത്ത് സൂക്ഷിച്ചുവെയ്ക്കുകയും ചെയ്തു!'' വളരെ സ്വാഭാ വികമട്ടിൽ വനജ പറഞ്ഞൊപ്പിച്ചു.

ആ പറഞ്ഞത് സത്യമാണെന്നുതന്നെ സി. ഐ യ്ക്കും എസ്. ഐ യ്ക്കും തോന്നി. പക്ഷേ, കള്ളത്തരത്തിന്റെ അടിത്തറയിലാണ് ആ സത്യവാക്കുകൾ ഉയർന്നു നില്ക്കുന്നതെന്നും അവർക്കു തോന്നി.

പെട്ടെന്നാണ് അപ്പുറത്തെ ചെറിയ മേശയിൽ ഒരു പത്രക്കടലാസിൽ കുറേ മരുന്നുകൾ കൂട്ടിവെച്ചിരിക്കുന്നത് രാജേന്ദ്രൻ കണ്ടത്. വനജയുടെ കൺമുമ്പിലാണതിരിക്കുന്നത്.

രാജേന്ദ്രൻ ചെന്ന് ആ മരുന്ന് കടലാസ്സിൽ പൊതിഞ്ഞെടുത്തു. സി.ഐ. അത് നിശ്ശബ്ദം നോക്കിയിരുന്നു. ഹോസ്പിറ്റലിൽ കിടന്നയന്നു മുതലുള്ള മരുന്നിന്റെ ശേഖരമായിരുന്നു അത്. അവൾ അത് കഴിച്ചിരുന്നില്ല എന്നുതീർച്ച, അതിനർത്ഥം ഹോസ്പിറ്റലിൽ ഒരസുഖവുമില്ലാതെയാണ് അവൾ അഡ്മിറ്റായതെന്നുമാണ്.

മരുന്ന് പൊതിഞ്ഞതെടുത്തുകൊണ്ട് രാജേന്ദ്രൻ വനജയെ നോക്കിയപ്പോൾ അത്ഭുതപ്പെട്ടുപോയി. വനജ അത് ശ്രദ്ധിക്കുന്നുണ്ടാ യിരുന്നില്ല. അവൾ ഏതോ ചിന്തയുടെ ലോകത്തായിരുന്നു. ആ സമയം സി. ഐ എന്തോ പതുക്കെ അവളോട് ചോദിക്കുകയും അവളെ ന്തോ അതിന് മറുപടി പറയുകയും ചെയ്തു. ആ നേരത്ത് രാജേന്ദ്രൻ മരുന്നുപൊതി പോക്കറ്റിൽ നിക്ഷേപിച്ചു. പിന്നേയും ഒന്നോരണ്ടോ ചോ ദ്യങ്ങളും ഉത്തരങ്ങളും സി. ഐ യും വനജയും തമ്മിൽ നടന്നു.

ഗീതമ്മ പറഞ്ഞത് ശരിയെന്ന് പെട്ടെന്ന് സി. ഐ യ്ക്ക് തോന്നി.

ഇവൾ ആള് ശരിയല്ല. ഇവളുടെ അമ്മയും അച്ഛനും ശരിയല്ല. ശരി! അദ്ദേഹം എഴുന്നേറ്റു

''നമുക്കു പോകാം രാജേന്ദ്രാ!''

''സർ''

അവർ വാതിൽക്കലെത്തിയപ്പോൾ ബാലകൃഷ്ണൻ ചാരിയിട്ടിരുന്ന വാതിൽ തുറന്നു. അവർക്കു പുറകേ വനജയും വാതില്ക്കലെത്തി. വാതിലിനടുത്ത് അകത്തെ സംസാരം എന്തെന്ന് കാതോർത്ത് വനജയുടെ അമ്മയും അച്ഛൻ ശേഖരനും നില്പുണ്ടായിരുന്നു. അവർ പെട്ടെന്ന് അതിവിനയത്തോടെ ഒതുങ്ങിനില്ക്കുകയും തൊഴുകയും ചെയ്തു. വനജയുടെ അമ്മയുടെ പേര് ഗോമതി എന്നായിരുന്നു.

''എടോ!'' സി. ഐ. ശേഖരനോട് പറഞ്ഞു. ''ഞങ്ങൾ വിളിക്കുമ്പോൾ മോളേയും കൂട്ടി സ്റ്റേഷനിൽ വരണം.''

''അയ്യോ സാറെ'' വനജയുടെ അമ്മ കൊഞ്ചിക്കൊണ്ടു പറഞ്ഞു. ''അവളെ വിഷമിപ്പിക്കരുതേ സാർ''

അത് ശ്രദ്ധിക്കാതെ സി. ഐ വീണ്ടും ശേഖരനോട് പറഞ്ഞു. ''നിങ്ങളുടെ മകൾ കേസ്സിലെ പ്രധാന സാക്ഷിയാണ്. ചന്ദ്രനാണ് പ്രതിയെന്ന് അവളുടെ സംസാരത്തിൽ നിന്നും മനസ്സിലായി. കുറച്ചു വിവരങ്ങൾ കൂടി അറിയാനുണ്ട്. അതാണ്.''

''വരാം സാർ'' ശേഖരൻ ആവേശത്തോടെ സമ്മതിച്ചു. ''അവനാണ് ഞങ്ങളുടെ പാർവതിയെ...''

അത് പറഞ്ഞുതീർക്കും മുമ്പേ വനജയുടെ അമ്മ പറഞ്ഞു.

''പാർവതിയെ കൊന്ന ആ ചന്ദ്രനെ പിടിക്കണം സാർ. അവനെ തൂക്കിക്കൊല്ലണം സാർ''

''നിന്നോടു ചോദിച്ചോ?'' രാജേന്ദ്രൻ രോഷത്തോടെ ചോദിച്ചപ്പോൾ അവർ നിശ്ശബ്ദയായി. പിന്നെ കീഴ്ചുണ്ട് കടിച്ചുപിടിച്ചുകൊണ്ട് രാജേന്ദ്രനെ ഒരു വല്ലാത്തനോട്ടം നോക്കുകയും ചെയ്തു.

പോലിസുകാർ മുറ്റത്തേയ്ക്കിറങ്ങാൻ തുടങ്ങിയപ്പോൾ പെട്ടെന്ന് വീടിനു മുമ്പിൽ മൂന്നുനാല് ബൈക്കുകൾ വന്നുനിന്നു. പുറകേ ഒരു ജീപ്പും.

പത്രക്കാരായിരുന്നു. ക്യാമറയും ചിലരുടെ കൈയിലുണ്ടായിരുന്നു.

അവർ സി. ഐ യേയും എസ്. ഐ യേയും പൊതിഞ്ഞു.

''പാർവതി കൊലചെയ്യപ്പെട്ട അന്ന് നാടുവിട്ട ചന്ദ്രനാണോ കൊലപാതകി? ചന്ദ്രനാണോ പ്രതി?''

''അയാൾ എവിടെയുണ്ടെന്നറിയാമൊ സാർ?''

''അറസ്റ്റ് ഉടനെ ഉണ്ടാകുമോ?''

''പാർവതിയുടെ അച്ഛൻ ഇതുവരെയായിട്ടും വരാത്തതെന്താണ്? കേരളത്തിലെവിടെയാണെങ്കിലും ആ അച്ഛൻ മകളുടെ ദുരന്തം അറിഞ്ഞുകാണുമല്ലോ? എന്നിട്ടുമെന്താണ് അദ്ദേഹം തിരിച്ചു വരാത്തത്?''

''പാർവതിയുടെ അച്ഛനെ കണ്ടുപിടിക്കാൻ പോലിസ് ഉത്സാഹിക്കാത്തതെന്താണ്?''

പത്രക്കാരുടെ ചോദ്യങ്ങൾ പോലീസുദ്യോഗസ്ഥരെ വരിഞ്ഞു മുറുക്കി. ഒന്നിനും വ്യക്തമായി മറുപടി പറയാതെ സി. ഐ. യും എസ്.ഐയും വെളിയിലേയ്ക്കു നടന്നു. ക്യാമറയിൽ നിന്നും ഫ്ളാഷ് മിന്നിക്കൊണ്ടിരുന്നു.

പോലീസുദ്യോഗസ്ഥർ അകന്നപ്പോൾ പത്രക്കാർ വനജയുടെ വീട്ടിലേയ്ക്കു തിരിഞ്ഞു. പത്രക്കാരുടെ മുമ്പിൽ ചിലപ്പോഴൊക്കെ കീഴ്ചുണ്ട് കടിച്ചും ശൃംഗാരചേഷ്ടകൾ കാണിച്ചും കൊഞ്ചിക്കുഴഞ്ഞും വനജയുടെ അമ്മ നിന്നു. അമ്മയോടൊപ്പം വനജയും അച്ഛൻ ശേഖരനും നിന്നു. പത്രക്കാർ അവരോട് ചോദ്യങ്ങൾ നിർത്താതെ ചോദിച്ചുകൊണ്ടിരുന്നു.

ഒൻപത്

പിറ്റേന്നിറങ്ങിയ പത്രങ്ങളിൽ പാർവതിയെ ക്രൂരമായി കൊലപ്പെടുത്തിയ സാഹചര്യങ്ങളും വിശദീകരണങ്ങളും നിറഞ്ഞു തുളുമ്പി.

വനജ പോലീസുദ്യോഗസ്ഥരോട് പറഞ്ഞ കാര്യങ്ങളെല്ലാംതന്നെ കൂടുതൽ നിറം ചേർത്ത് പത്രക്കാരോടും പറഞ്ഞു. അതെല്ലാം അവർ തങ്ങളുടെ പത്രങ്ങളിൽ ഓണസദ്യപോലെ വിളമ്പി. കൂട്ടത്തിൽ വനജയുടെ അമ്മയും അച്ഛനും കൂടി പൊടിപ്പും തൊങ്ങലും വെച്ച് പറഞ്ഞു കേൾപ്പിച്ചതെല്ലാം പത്രത്തിൽ പ്രേതകഥകൾ പോലെ അലറിക്കൊണ്ടിരുന്നു.

പത്രങ്ങൾ വായിച്ചവരും പത്രങ്ങൾ വായിച്ചുകേട്ടവരും പത്രത്തിലെ വാർത്തകൾ പറഞ്ഞുകേട്ടവരും നെഞ്ച് പൊത്തിപ്പിടിച്ചുനിന്നു കിതച്ചു.

ഗ്രാമം ഒന്നാകെ സ്നേഹിച്ചിരുന്ന ചന്ദ്രൻകുഞ്ഞാണോ പാർവതിയെ ബലാത്സംഗം ചെയ്തു കൊന്നത്? ഗ്രാമം നടുങ്ങിത്തരിച്ചുപോയി.

ചന്ദ്രൻകുഞ്ഞും പാർവതിയും തമ്മിൽ സ്നേഹമായിരുന്നോ? ഞങ്ങളുടെ ദൈവമേ! ഇതാരും അറിഞ്ഞിരുന്നില്ലല്ലോ! ഗ്രാമം വിതുമ്പി. എന്നാലും കൂട്ടത്തിൽ പുറപ്പെട്ടുപോരാൻ തയ്യാറായ പാതിമെയ്യായ പെണ്ണിനെ, പാർവതിയെ എന്തിനാണ് നശിപ്പിച്ചത്? ആരായിരുന്നു ഏതു ചെകുത്താനായിരുന്നു അവളെ നശിപ്പിക്കാൻ ചന്ദ്രന് കൂട്ടുനിന്നത്?

അവരെങ്ങനെയാണ് കാക്കച്ചി പാടശേഖരംവരെ പാർവതിയുടെ മൃതദേഹം കൊണ്ടുപോയതും അവിടെ വലിച്ചെറിഞ്ഞതും? ഗ്രാമം ഹൃദയംപൊട്ടി കരഞ്ഞു. ആ വാർത്ത കേട്ട ഗ്രാമം സ്നേഹിക്കുന്ന

ബഹുമാനിക്കുകപോലും ചെയ്യുന്ന ഗ്രാമവേശ്യയായ ഗ്രേസിക്കു ഭ്രാന്തു പിടിക്കുംപോലെ തോന്നി.

പാർവതിയുടെ കൊലപാതകത്തിനുശേഷം അവൾ ഗ്രാമത്തിലെയോ പട്ടണത്തിലെയോ തനിക്ക് ഇഷ്ടമുണ്ടായിരുന്ന സ്ഥിരം ഇടപാടുകാരിൽ ഒരാളെപ്പോലും സ്വീകരിച്ചിരുന്നില്ല. ഗ്രേസി പുരുഷന്മാരെ വെറുത്തു. അവരോടവൾക്ക് അറപ്പായി. അപ്പോഴും തിരുവല്ലയിൽ നിന്നും മാസത്തിലൊരിക്കൽ വരുന്ന ആൽഫി എന്ന ചെറുപ്പുക്കാരനോടവൾക്ക് സ്നേഹമായിരുന്നു. അവനെ ഭർത്താവായിട്ടാണ് അവൾ സ്വീകരിച്ചിരുന്നത്. അവൻ വരുന്ന രാത്രിയിൽ അവൾ ഭാര്യയായി മാറുമായിരുന്നു. പക്ഷേ, ചന്ദ്രന്റെ വിവരം അറിഞ്ഞതോടെ ആൽഫിയോടുപോലും അവൾക്ക് അകൽച്ചയായി. അവൻ വന്നാൽപോലും ഒരു പക്ഷേ, തീർച്ചയായും അവൾ സ്വീകരിക്കുമായിരുന്നില്ല. അവൾ ഇപ്പോൾ പകൽ നേരങ്ങളിൽ പറമ്പിൽ കൃഷി ചെയ്യുവാനാരംഭിച്ചു. മണ്ണിൽ പണിത് നെറ്റി വിയർക്കട്ടെ. സന്ധ്യാസമയം മുതൽ രാത്രിയൊത്തിരിനേരം വരെ അവൾ ബൈബിൾ വായിച്ചു. കർത്താവെ! പാപികളായ ഞങ്ങളെല്ലാവരോടും ക്ഷമിക്കണേ.

ഗ്രേസിയെക്കാൾ കഷ്ടമായിരുന്നു ഗീതമ്മയുടെ പകലുകളും രാത്രികളും! അവരുടെ മനസ്സും ശരീരവും അക്ഷരാർത്ഥത്തിൽ തന്നെ തളർന്നുവീണു. ആഹാരം കഴിക്കുവാൻ പോലും അവർ എഴുന്നേറ്റില്ല. കൈയൊന്ന് നനച്ചതുപോലുമില്ല. കുളിച്ചതില്ല. അവസാനം ബലംപ്രയോഗിച്ച് മൂത്തമകളും ഭർത്താവും കൂടി ഗീതമ്മയെ തങ്ങളുടെ വീട്ടിലേയ്ക്ക് കുട്ടിക്കൊണ്ടുപോയി. മുകളിൽ മഞ്ഞപെയിന്റടിച്ച ഒരു ടാക്സിയിലാണവരെ കൊണ്ടുപോയത്. വീട് പൂട്ടിയിടുകയും ചെയ്തു.

കാറിൽ കയറുംമുമ്പെ ഗീതമ്മ പാർവതിയെ ദഹിപ്പിച്ച സ്ഥലത്തേയ്ക്കു നോക്കി കണ്ണുനീർ പൊഴിച്ചു. അവളുടെ ചിതാസ്ഥലത്തു നിന്നിരുന്ന പ്ലാവിന്റെ ശാഖയിലെ ഇലകൾ കരിഞ്ഞുകൊഴിഞ്ഞിരുന്നു.

“കരയാതമ്മെ” മകൾ പറഞ്ഞു. അപ്പോൾ കാറകലുകയും ചെയ്തു.

പത്രങ്ങൾ സങ്കടത്തോടെ നാട്ടുകാരോട് ദിവസവും ചോദിക്കാൻ തുടങ്ങി. ഇത്രയും നാളായിട്ടും പാർവതിയുടെ അച്ഛൻ മടങ്ങിവരാത്തതെന്താണ്? ഇത്രയും ദിവസങ്ങളായിട്ടും പാർവതിയുടെ അച്ഛനെ പോലീസ് കണ്ടുപിടിക്കാത്തതെന്തുകൊണ്ടാണ്? ഗ്രാമവും സങ്കടത്തോടെ ചോദ്യം ദൈവത്തോട് തിരിച്ചുചോദിച്ചു.

പത്രങ്ങൾ രോഷത്തോടെ പിന്നെയും ചോദിച്ചു. പാർവതിയുടെ കൊലപാതകിയായ ചന്ദ്രനെ അറസ്റ്റ് ചെയ്യാത്തതെന്താണ്?

ഗ്രാമവും പല്ല് ഞെരിച്ചുകൊണ്ട് ചോദ്യം ആവർത്തിച്ചു. എവിടെ അവൻ? നല്ലവന്റെ മുഖംമൂടിയണിഞ്ഞു നടന്ന ആ കാട്ടുമൃഗം എവിടെ?

ഒരു തിങ്കളാഴ്ച ഉച്ചയ്ക്കു മുമ്പായി ദേവിസ്റ്റോഴ്സിന്റെ മുമ്പിൽ പോലീസ് ജീപ്പ് പാഞ്ഞുവന്നുനിന്നു.

കടയിൽ നല്ല തിരക്കായിരുന്നു. ചന്ദ്രനു പകരം മാധവൻനായരുടെ ഉറ്റസുഹൃത്തായ വലിയരാമന്റെ മകൻ കുഞ്ഞമ്പു എന്ന രഘുരാമ നാണ് മാനേജർ സ്ഥാനത്തിരിക്കുന്നത്.

ജീപ്പിൽ നിന്നും എസ്. ഐ രാജേന്ദ്രൻ ചാടിയിറങ്ങി കടയ്ക്കുള്ളി ലേയ്ക്കു കയറി കുഞ്ഞമ്പുവിന്റെ അരികിലെത്തി.

''ചന്ദ്രനെവിടേടാ...''

''എനിക്കറിയില്ല'' എസ്. ഐ യെ നോക്കി നിസ്സാരമട്ടിൽ കുഞ്ഞമ്പു പറഞ്ഞു. പിന്നെ സാധനം വാങ്ങിയ ആളിനോട് പണംവാങ്ങി ബാക്കി കൊടുക്കാൻ തുടങ്ങി.

''നിന്റെ പേരെന്താ?'' രാജേന്ദ്രൻ രോഷത്തോടെ ചോദിച്ചു. ഒന്നനങ്ങുവാൻപോലും കൂട്ടാക്കാതെ ചോദിച്ചയാളിന്റെ മുഖത്തു പോലും നോക്കാതെ കുഞ്ഞമ്പു ഒരേയിരിപ്പിരുന്നു.

''ചോദിച്ചതുകേട്ടില്ലേടാ? നിന്റെ പേരെന്താ?''

''കുഞ്ഞമ്പു'' വീണ്ടും നിസ്സാരമട്ട്!

കുഞ്ഞമ്പു! കുഞ്ഞമ്പുവിന്റെ അച്ഛൻ വലിയരാമൻ! തന്റെ അമ്മാച്ചന്റെ നിതാന്തശത്രുക്കൾ.

'ഛീ! എഴുന്നേല്ക്കെടാ....' രാജേന്ദ്രൻ അലറി. പുറകിൽ ബാലകൃ ഷ്ണനടക്കമുള്ള പോലീസുകാരും വന്നുനിന്നു.

''എവിടാടാ ചന്ദ്രൻ?'' വീണ്ടും രാജേന്ദ്രൻ അലറി.

''എന്റെ പോക്കറ്റിൽ'' എഴുന്നേല്ക്കാതെ ഇരുന്നിടത്തു നിന്നനങ്ങാതെ വീണ്ടും പുച്ഛസ്വരത്തിൽ കുഞ്ഞമ്പു പറഞ്ഞു. ഞങ്ങ ളുടെ ശത്രുവിന്റെ അനന്തരവൻ. പുലയൻ പോലീസ്. ഛീ!

ആ നിമിഷം രാജേന്ദ്രൻ കുഞ്ഞമ്പുവിന്റെ കോളറിനു കുത്തിപ്പി ടിച്ച് എഴുന്നേൽപിച്ചു നിർത്തിയിട്ട്, കവിളിനിട്ടാഞ്ഞൊരടി കൊടുത്തു. പടക്കം പൊട്ടുന്നതുപോലെ അടിയുടെ ശബ്ദമുയർന്നു. കച്ചവടം നടന്നിരുന്ന കട നിശ്ചലമായി നിന്നുപോയി.

''നീയെന്നെ തല്ലിയോടാ കഴുവേറി'' കുഞ്ഞമ്പു രാജേന്ദ്രന്റെ കൈ തട്ടിമാറ്റി തിരിച്ചടിച്ചു. ആ അടി നിഷ്പ്രയാസം ഇടതുകൈകൊ ണ്ട് തട്ടിമാറ്റി വീണ്ടും കൊടുത്തു രാജേന്ദ്രൻ കുഞ്ഞമ്പുവിനിട്ടൊന്ന്. ഇത്തവണ മുഖമടച്ചായിരുന്നു അടി. കുഞ്ഞമ്പു ആടിപ്പോയി. അയാൾ കസേരയിലേക്കിരുന്നുപോയി.

''ബാലകൃഷ്ണാ'' രാജേന്ദ്രൻ വിളിച്ചു.

''സർ''

''ചന്ദ്രൻ ഇവന്റെ പോക്കറ്റിലുണ്ടോയെന്നു പരിശോധിക്ക്''

ബാലകൃഷ്ണനും മറ്റു പോലീസുകാരുംകൂടി കുഞ്ഞമ്പുവിനെ വളഞ്ഞപ്പോൾ പ്രായം ചെന്ന കടയിലെ മാത്തപ്പൻ എന്ന പ്രധാന ജോലിക്കാരൻ ഓടിവന്നു. മാധവൻനായരുടെയും ചന്ദ്രന്റെയും വിശ്വ

സ്തനായ വേലക്കാരനാണ് അയാൾ. രാജേന്ദ്രന്റെ മുമ്പിൽ കൈ കൂപ്പി നിന്നു അയാൾ.

''ഒന്നും ചെയ്യരുതെ സാർ. ചന്ദ്രൻകുഞ്ഞ് ഇല്ലാത്തതുകൊണ്ട് മുതലാളി ഇരുത്തിയതാ കുഞ്ഞമ്പുവിക്കനെ!''

''കുഞ്ഞമ്പുവിക്കൻ'' എസ്. ഐ കളിയാക്കി പറഞ്ഞു. പലരും കുഞ്ഞമ്പുവിനെ കുഞ്ഞമ്പുവിക്കൻ എന്നാണ് വാത്സല്യപൂർവം പറഞ്ഞിരുന്നത്. കൈകുപ്പി നില്ക്കുന്ന മാത്തപ്പനോട് രാജേന്ദ്രൻ ചോദിച്ചു.

''നിങ്ങളുടെ മുതലാളി എവിടെ''

''വീട്ടിലുണ്ട് സാർ''

'ങ്ങും'' രാജേന്ദ്രൻ കുഞ്ഞമ്പുവിനെത്തന്നെ തറച്ചുനോക്കി ചിലനിമിഷം നിന്നു. വേദനയും അപമാനവും കാരണം കുഞ്ഞമ്പു മുഖം കുനിച്ചുപിടിച്ചു. അയാളുടെ കവിൾത്തടത്തിൽ അടി കിട്ടിയതിന്റെ പാട് തിണർത്ത് കിടന്നു.

''ബാലകൃഷ്ണാ, നമുക്ക് മുതലാളിയുടെ വീട്ടിലേയ്ക്കു പോകാം. ഇവനെ വിട്ടേരെ...'' രാജേന്ദ്രൻ പറഞ്ഞു.

ഈ സമയമൊക്കെയും കടയിൽ സാധനങ്ങൾ വാങ്ങാൻ വന്നവർ ഒന്നും വാങ്ങാതെ നില്ക്കുകയായിരുന്നു. അവർ കുഞ്ഞമ്പുവിനെ അടിക്കുന്നത് കണ്ട് സ്തംഭിച്ചു നിന്നു. അപ്പോൾ കുഞ്ഞമ്പുവിനെയും പോലീസടിക്കും എന്നവർക്ക് മനസ്സിലായി. മിക്കവർക്കും ആ അടി കണ്ട് മനസ്സിൽ ഗൂഢമായ സന്തോഷം അനുഭവപ്പെടുകയും ചെയ്തു.

കടയുടെ വാതിൽക്കൽ ചെന്നിട്ട് പെട്ടെന്ന് രാജേന്ദ്രൻ നാടകീയമായി വെട്ടിത്തിരിഞ്ഞ് കുഞ്ഞമ്പുവിനെ നോക്കി വലിയ ശബ്ദത്തിൽ ചോദിച്ചു. ''ചന്ദ്രന്റെ കൂടെ നീയും ചേർന്നല്ലേടാ പാർവതിയെ നശിപ്പിച്ചുകൊന്നത്? എന്നിട്ട് നീ ചന്ദ്രനെ ഒളിപ്പിച്ചു നിർത്തിയിരിക്കുകയല്ലേ? അതുകൊണ്ടല്ലേ അവനു പകരം നീ കടയിൽ വന്നിരിക്കുന്നത്?''

അരികിലൊരു ഇടി വെട്ടിയ പ്രകമ്പനമാണ് ആ ചോദ്യം അവിടെ സൃഷ്ടിച്ചത്. ആ ചോദ്യം കേട്ട് ആദ്യം നടുങ്ങിയത് കുഞ്ഞമ്പുവാണ്. പുറകെ മാത്തപ്പനടക്കമുള്ള കടയിലെ ജോലിക്കാർ നടുങ്ങി. അതിനേക്കാൾ നടുങ്ങിയത് കടയിൽ സാധനങ്ങൾ വാങ്ങുവാൻ വന്ന നാട്ടുകാരാണ്.

ശരിയാണൊ? അവർ പകയോടെ ചന്ദ്രന്റെ കസേരയിൽ തളർന്നിരിക്കുന്ന കുഞ്ഞമ്പുവിനെ നോക്കി. എല്ലാവരുടെയും സ്നേഹവും ആദരവും നേടാൻ നന്മ അഭിനയിച്ചു ജീവിച്ച ചന്ദ്രൻകുഞ്ഞെന്ന നരാധമൻ ഈ ചെകുത്താനെയും കൂട്ടിയാണോ പാർവതിയെ നശിപ്പിച്ച് കശക്കിയെറിഞ്ഞത്? ക്രൂരമായി കൊന്നുകളഞ്ഞത്?

കടയിൽ നിന്നും മേടിച്ച സാധനങ്ങൾ എല്ലാവരും നിർബന്ധ

പൂർവം മാത്തപ്പനെ തിരിച്ചേല്പിച്ച് പണം കൃത്യമായി മടക്കിവാങ്ങി. മാത്തപ്പൻ താണുകേണപേക്ഷിച്ചിട്ടും അവർ തീരുമാനം മാറ്റിയതേയില്ല. അവർ തിരിച്ചേല്പിച്ച സാധനങ്ങൾ കടയുടെ ഒരു മൂലയിൽ കൂടിക്കിടന്നു.

പെട്ടെന്നാണ് കടയ്ക്കു മുന്നിൽ നിന്നിരുന്നവർ അരിശത്തോടെ കുഞ്ഞമ്പുവിനെ നോക്കി അലറിയത്. ''ഇറങ്ങിപ്പോടാ കുഞ്ഞമ്പു. പാർവതിയുടെ ഘാതകാ കുഞ്ഞമ്പു, കൊലയാളി ചന്ദ്രനെ കൊണ്ടെത്താടാ, കാട്ടുകള്ളാ കുഞ്ഞമ്പു...''

ആ അലർച്ചകേട്ട് മാത്തപ്പനടക്കമുള്ള കടയിലെ ജോലിക്കാർ അന്തിച്ചുപോയി. എത്ര പെട്ടെന്നാണ് നാട്ടുകാർ മുദ്രാവാക്യം ഉണ്ടാക്കിയത് എന്നോർത്ത് അവർ പരസ്പരം നോക്കിനിന്നുപോയി.

പോലീസിന്റെ അടികൊണ്ടതിന്റെ വേദനയും അപമാനവും കൊണ്ട് വിയർത്തുകുളിച്ച് തലകുനിച്ചിരിക്കുകയായിരുന്ന കുഞ്ഞമ്പു മുദ്രാവാക്യം കേട്ട് തലയുയർത്തിനോക്കി. കടയുടെ മുമ്പിൽ ആൾക്കൂട്ടം വർദ്ധിക്കുകയാണ്. എത്ര വില കുറച്ചുകിട്ടിയാലും ഇനി മുതൽ ഈ കടയിൽനിന്നും ഒരു സാധനവും വാങ്ങരുതെന്ന് വരുന്നവർ വരുന്നവർ സ്വയം തീരുമാനിക്കുകയാണ്. സംഘം ചേർന്ന് ആ തീരുമാനം ഉറപ്പിക്കുകയും ചെയ്യുന്നു. പിന്നെ എല്ലാവരും വരിവരിയായി നിന്ന് സ്വയം നിർദേശങ്ങൾ സ്വീകരിച്ചുകൊണ്ടും അനുസരിച്ചുകൊണ്ടും ഒരു ജാഥയായി മുന്നോട്ടുനീങ്ങി. അവർ മുദ്രാവാക്യങ്ങൾ മുഴക്കിക്കൊണ്ടിരുന്നു. നോക്കി നില്ക്കെ ജാഥയുടെ നീളം നീണ്ടു നീണ്ടു വന്നു. മുദ്രാവാക്യം ആസുരശബ്ദത്തോടെ ഉയർന്നു. ''പോടാ പോടാ കുഞ്ഞമ്പു, പാർവതീടെ ഘാതക കുഞ്ഞമ്പു, കൊലയാളി ചന്ദ്രനെ കൊണ്ടെത്താടാ, കാട്ടുകള്ളാ കുഞ്ഞമ്പു''

ഗ്രേസിയുടെ വീടിനു മുന്നിലുള്ള വഴിയിലൂടെ ജാഥ നീങ്ങി. പറമ്പിൽ ഏത്തവാഴയ്ക്ക് വളമിടുകയായിരുന്ന ഗ്രേസി ജാഥയുടെ അലർച്ച കേട്ട് വീടിന്റെ മുൻവശത്തേയ്ക്കോടിവന്നു. ശ്വാസമടക്കിപ്പിടിച്ച് ജാഥ കണ്ടുനിന്ന ഗ്രേസിക്ക് ജാഥയുടെ മുമ്പിലേയ്ക്കോടിച്ചെല്ലണമെന്ന് തോന്നി. ഒരു കൊടി പിടിക്കണമെന്നുള്ള ആവേശവുമുണ്ടായി. ഏതു നിറമുള്ള കൊടി വേണമെന്നുള്ള ആലോചനയും മനസ്സിലുയർന്നു.

ഗ്രേസിയുടെ മനസ്സിൽ ഒരു ഫെമിനിസ്റ്റ് സ്വയമറിയാതെ ജനിക്കുന്നു എന്ന് പറമ്പിന്റെ കിഴക്കുവശത്തു വളർന്നു നിന്നിരുന്ന ഒരു വരിക്കപ്ലാവ് മനസ്സിൽ പറഞ്ഞു. പ്ലാവിന്റെ മനസ്സിലെ ചൊല്ല് പറമ്പിലെ തെങ്ങുകളെല്ലാം കേട്ടു. ഒരു മൂവാണ്ടൻ മാവ് തെക്കേ മൂലയ്ക്കു ഒറ്റയ്ക്കു നിന്നിരുന്നു. മാവും അതുകേട്ടു. പ്ലാവിനും മാവിനും തെങ്ങുകൾക്കും ആഹ്ലാദമായി. പ്ലാവു പറഞ്ഞു, ഗ്രേസിക്കുട്ടി നിനക്കു ഞാൻ അടുത്ത വർഷം തേൻ നിറച്ച ചക്കകൾ ധാരാളം തരാം! അതും താഴെയുള്ള

ശാഖയിൽ കായ്ച്ചു നിൽക്കാം. നിനക്ക് പറിച്ചെടുക്കാൻ ആരെയും വിളിക്കേണ്ടതില്ല! തെങ്ങുകൾ പറഞ്ഞു, കാമ്പുള്ള ഒത്തിരി തേങ്ങകൾ നിനക്കു ഞങ്ങൾ നല്കാം. മാവു പറഞ്ഞു, ഞാനും അതുതന്നെ ചെയ്യും, ഒത്തിരിയൊത്തിരി മാങ്ങാക്കുലകൾ...

ജാഥയിലുണ്ടായിരുന്ന എല്ലാ ആൾക്കാരും ഗ്രേസിയെ നോക്കി ചിരിച്ചുകൊണ്ടാണു പോയത്! കാമത്തോടെയല്ല സ്നേഹത്തോടെയാണ് ചിരിച്ചത്! എല്ലാവരുടെയും ഉള്ളിലുള്ള സ്നേഹം അവളോട് ചോദിച്ചു. ഗ്രേസി നീയൊരു സൂര്യകാന്തിപ്പൂവോ? 'ആരു നീ അനുജത്തി...?''

ഗ്രേസി ആരെയും ശ്രദ്ധിക്കാതെ ജാഥ നോക്കി പുഞ്ചിരിയോടെ നിന്നു. ജാഥയിൽ നിന്നുമുയരുന്ന മുദ്രാവാക്യങ്ങളുടെ ഇടിമുഴക്കങ്ങൾ കേട്ടവൾ കൈചുരുട്ടി അഭിവാദ്യം ചെയ്തപ്പോൾ ജാഥയ്ക്കാവേശം വർദ്ധിച്ചു.

''പോടാ, പോടാ കുഞ്ഞമ്പു..''

ജാഥ കൺമുമ്പിൽ നിന്നുമകന്നപ്പോൾ ഒരു ദീർഘനിശ്വാസത്തോടെ ഗ്രേസി കൃഷിപ്പണിയിലേയ്ക്കു നീങ്ങി. അവൾക്കിപ്പോൾ ഐശ്വര്യവും സൗന്ദര്യവും വർദ്ധിച്ചിരിക്കുന്നു. അവളിപ്പോൾ ഒരു പുരുഷനേയും സ്വീകരിക്കുന്നില്ല. ഇപ്പോൾ ആരും അവളെ സമീപിക്കുന്നുമില്ല.

അവൾ കൃഷി ചെയ്യുന്നു. വായനശാലയിൽ നിന്നും പുസ്തകങ്ങളെടുത്തു വായിക്കുന്നു. മിക്കവാറും സസ്യഭക്ഷണം ശീലമാക്കി വരികയും ചെയ്യുന്നു. രാത്രി കിടക്കും മുമ്പേ ബൈബിളും വായിച്ചു! സ്വസ്ഥിഭവഃ!

ജാഥയിൽ ഗ്രാമത്തിലെ മിക്കവരും പങ്കെടുത്തു. ഒരു രാഷ്ട്രീയ പാർട്ടിയുടെ കൊടിയോ രാഷ്ട്രീയ നേതാക്കന്മാരൊ ജാഥയിൽ ഉണ്ടായിരുന്നില്ല. എല്ലാ രാഷ്ട്രീയക്കാരും നേതാക്കന്മാരും ജാഥയിൽ ഉണ്ടായിരുന്നുതാനും. പക്ഷേ, അവരിപ്പോൾ അതൊന്നും ഓർത്തതേയില്ല. അതായിരുന്നു അന്നത്തെ ഗ്രാമം. അന്നത്തെ സ്നേഹം!

''പോടാ പോടാ കുഞ്ഞമ്പു, പാർവതീടെ ഘാതകാ കുഞ്ഞമ്പു, കൊലയാളി ചന്ദ്രനെ കൊണ്ടുത്താടാ, കാട്ടുകള്ളാ കുഞ്ഞമ്പു...''

ജാഥ കടയുടെ മുമ്പിൽനിന്നും അകുന്നയുടൻ കുഞ്ഞമ്പു എഴുന്നേറ്റ് ഒരക്ഷരം മിണ്ടാതെ വെളിയിലേക്കിറങ്ങി. അയാൾക്കൊരു സ്കൂട്ടറുണ്ടായിരുന്നു. അതോടിച്ചയാൾ അകന്നു.

കടയിൽ സാധനങ്ങൾ വാങ്ങാൻ പിന്നീട് ഒരാൾ പോലും വന്നില്ല. സന്ധ്യയ്ക്ക് മൂന്ന് ഗ്യാസ് ലൈറ്റുകൾ പതിവുപോലെ മാത്തപ്പൻ കത്തിച്ചുവെച്ചു. ഒരുതുടം മണ്ണെണ്ണ വാങ്ങാൻപോലും ഒരു പട്ടിക്കുറുക്കനെങ്കിലും അതിലെ ചെന്നില്ല. കട തുടങ്ങിയ നാൾമുതൽ ജോലിക്കാരനായി നിന്നിരുന്ന മാത്തപ്പൻ നിറകണ്ണുകളോടെ രാത്രിയിൽ കടയടച്ചു. പിന്നെ മാധവൻനായരുടെ വീട്ടിലെത്തി താക്കോൽ അദ്ദേഹത്തിന്റെ കാല്ക്കൽ വെച്ചിട്ട് പൊട്ടിക്കരഞ്ഞു.

ചാരുകസേരയിൽ തളർന്നിരിക്കുകയായിരുന്ന മാധവൻനായർ മാത്തപ്പന്റെ പൊട്ടിക്കരച്ചിൽ കേട്ട് വിഷമംകൊണ്ട് പിടഞ്ഞുപോയി.

''നീ വിഷമിക്കണ്ടാ മാത്താ. കടയിൽ ജോലി ചെയ്യുന്നവരാരും സങ്കടപ്പെടുകയും വേണ്ടാ. ചന്ദ്രനെ കണ്ടുപിടിക്കട്ടെ. സത്യസ്ഥിതി വെളിവാകുകയും ചെയ്യട്ടെടാ... നമുക്കെന്നിട്ട് തുറക്കാം കട... ചീത്ത യാകുന്ന സാധനങ്ങൾ പോട്ടെ...''. ഒരു നിമിഷം കണ്ണുകളടച്ചിരുന്നിട്ട് നിരുദ്ധകണ്ഠനായി പറഞ്ഞു. ''നിങ്ങൾക്ക് വേണ്ടതെല്ലാം ഞാൻ തന്നു കൊള്ളാം. പറ്റുമെങ്കിൽ ചീത്തയായി പോകുന്ന സാധനങ്ങൾ നാളെ രാവിലെ കട തുറന്ന് എടുത്തോണം. മറക്കരുത്.''

''ശരി മുതലാളി'' മാത്തപ്പൻ കണ്ണുതുടച്ചു.

''രാവിലെ നീയും മറ്റുള്ള ജോലിക്കാരും കൂടിവാ! ഇപ്പോ നീ പൊയ്ക്കോ...''

''ശരി മുതലാളി'' മാത്തപ്പൻ പോയി.

വിവരങ്ങൾ അറിഞ്ഞതുമുതൽ മാധവൻനായരുടെ മകൾ മായ കട്ടിലിൽ വീണതാണ്. അവൾക്ക് ഓർമ്മവെച്ചപ്പോൾ മുതൽ ചന്ദ്രണ്ണൻ കൂടെയുണ്ട്. അവൻ തന്റെ എല്ലാമാണെന്ന് അവൾ വിശ്വസിച്ചു. അയാൾ മായയെ മറ്റൊരു രീതിയിൽ തൊട്ടിട്ടുപോലുമില്ല. ഒരിക്കൽമാത്രം മായ അവന്റെ കവിളിൽ ചുംബിച്ചിട്ടുണ്ട്. ചന്ദ്രണ്ണൻ അപ്പോൾ ചിരിച്ചു. അത്ര മാത്രം! തിരിച്ച് തന്നെ ചുംബിക്കും എന്നവൾ കരുതി. പക്ഷേ, ഒന്നു മുണ്ടായില്ല. എങ്കിലും ചന്ദ്രണ്ണൻ തന്റേതാണെന്നവൾ എപ്പോഴും കരുതി. ഊണിലും ഉറക്കത്തിലും സ്വപ്നത്തിലും കരുതി. ഉറങ്ങാതെ കണ്ട സ്വപ്നത്തിലും കരുതി. കുന്നുംപുറത്തമ്പലത്തിലെ ദേവിക്ക് ചന്ദ്രണ്ണന്റെ പേരിൽ പുഷ്പാഞ്ജലി നടത്തുമ്പോൾ തന്റെ ഭർത്താവാണെന്ന മന സ്സോടെയാണ് അവൾ തൊഴുതുനിന്നത്. അയാൾ ഒട്ടും താമസിയാതെ തന്നെ വരണമാല്യം അണിയിക്കും എന്നവൾ ഉറച്ചുവിശ്വസിച്ചു.

അങ്ങനെതന്നെയാണ് മായയുടെ അമ്മയും കരുതിയത്. മറ്റൊരു ചിന്ത അവർക്കുണ്ടായതേയില്ല.

''ദേവി'' മാധവൻനായർ ഒരു രാത്രിയിൽ ഭാര്യയോട് പറഞ്ഞു. ''അടുത്ത ചിങ്ങത്തിൽ നമുക്ക് മായയുടെയും ചന്ദ്രന്റെയും കല്യാണം നടത്തണം!''

''വേണം! ഓണത്തിനു മുമ്പുതന്നെ നടത്തണം''

അപ്രതീക്ഷിതമായി അതു കേട്ട മായയുടെ മനസ്സിൽ ഓണം ഓടി വന്നു. അവളുടെ അടുത്ത കൂട്ടുകാരിയായിരുന്ന പാർവതി ഒരിക്കലൊരു മീറ്റിങ്ങിൽ പാടിയ പാട്ടിന്റെ ആദ്യവരികൾ അവളറിയാതെ, മൂളി. ''ചക്കരപ്പന്തലിൽ തേൻ മലർ ചൊരിയും ചക്രവർത്തികുമാരാ....''

എന്നിട്ടാണ് ഇപ്പോൾ...

''എന്റെ ദേവി'' മാധവൻനായർ അറിയാതെ കുന്നുംപുറത്തമ്മയെ

വിളിച്ചുപോയി. അദ്ദേഹത്തിന്റെ കണ്ണുകളപ്പോൾ നിറയുകയും ചെയ്തു.

ആ സമയം മാധവൻനായരുടെ വീടിന്റെ മുമ്പിൽ ഒരു പോലീസ് ജീപ്പ് വന്നുനിന്നു. ജീപ്പിൽ നിന്നും എസ്. ഐ രാജേന്ദ്രൻ ഇറങ്ങി ഹെഡ്കോൺസ്റ്റബിളും രണ്ടുമൂന്നു പോലീസുകാരും കൂടെ ഇറങ്ങി. പോലിസുകാരുടെ കൂട്ടത്തിൽ കോൺസ്റ്റബിൾ ബാലകൃഷ്ണനുമു ണ്ടായിരുന്നു.

ഇന്നലെ കുഞ്ഞമ്പുവിനിട്ടൊരടി കൊടുത്തിട്ട് കടയിൽനിന്നിറങ്ങിയ സമയം മാധവൻനായരുടെ വീട്ടിലേയ്ക്ക് പോകുവാനൊരുങ്ങിയതാണ് രജേന്ദ്രൻ. പക്ഷേ, ടൗണിലേയ്ക്ക് പെട്ടെന്നു പോകേണ്ടിവന്നതുകൊണ്ട് അത് ഈ ദിവസത്തേയ്ക്ക് മാറ്റി വെയ്ക്കുകയാണുണ്ടായത്!

സമയം രാവിലെ പതിനൊന്നുമണി കഴിഞ്ഞിരുന്നു. പോലീസുകാർ വരുന്നത് കണ്ട് വ്യസനം നിറഞ്ഞ മുഖത്തോടെയാണെങ്കിലും നേരി യൊരു മന്ദഹാസത്തോടെ മാധവൻനായരെഴുന്നേറ്റുനിന്ന് അവരെ സ്വീകരിച്ചു.

പോലീസുകാർ വരാന്തയുടെ ഒരറ്റത്ത് നിന്നപ്പോൾ മാധവൻനായരുടെ അരികിൽ കിടന്ന കസേരയിൽ എസ്. ഐ. രാജേന്ദ്രനിരുന്നു.

അരമണിക്കുറോളം മാധവൻനായരുമായി രഹസ്യമായി സംസാരിച്ചശേഷം രാജേന്ദ്രനെഴുന്നേറ്റു. മാധവൻനായരുടെ നിറഞ്ഞ കണ്ണുകളിലേയ്ക്കു നോക്കി രാജേന്ദ്രൻ നിശ്ശബ്ദനായി വിഷമം നിറഞ്ഞ മനസ്സോടെ ചില നിമിഷങ്ങൾ നിന്നു.

‘‘എവിടെ ഒളിച്ചിരുന്നാലും ചന്ദ്രനെ കണ്ടുപിടിക്കണം.’’ വ്യസനവും രോഷവും നിറഞ്ഞ ശബ്ദത്തിൽ മാധവൻനായർ പറഞ്ഞു. ‘‘അവൻ കുറ്റം ചെയ്തവനെങ്കിൽ ആ ദ്രോഹിയ്ക്ക് പരമാവധി ശിക്ഷ ലഭിക്കുകയും ചെയ്യണം.’’

ഒരുനിമിഷം നിശ്ചലനായിത്തന്നെ രാജേന്ദ്രൻ നിന്നു. അപ്പോൾ മാധവൻ നായർ സാവധാനം എഴുന്നേറ്റു.

‘‘ഞാൻ പോകട്ടെ...’’

‘‘ശരി’’

രാജേന്ദ്രൻ തിരിഞ്ഞ ഉടൻ മാധവൻനായർ പറഞ്ഞു. ‘‘നില്ക്ക്!’’

രാജേന്ദ്രൻ നിന്നിട്ട് തിരിഞ്ഞുനോക്കി. മാധവൻനായരുടെ മുഖ ത്തിപ്പോൾ വാത്സല്യം നിറഞ്ഞ ഒരു ചെറുപുഞ്ചിരി കടന്നുവരുന്നത് അയാൾ കണ്ടു.

’’തേവൻമൂപ്പന്റെ പെങ്ങളുടെ മകനാണല്ലേ?’’

‘‘അതെ!’ ഭവ്യതയോടെ രാജേന്ദ്രൻ പറഞ്ഞു.

‘‘രാജേന്ദ്രനെ ഞാൻ വളരെ കൊച്ചിലെ കണ്ടിട്ടുണ്ട്. മൂന്നോനാലോ വയസ്സുള്ളപ്പോൾ, ഞാനിപ്പോഴും ഓർക്കുന്നു!’’

രാജേന്ദ്രൻ അറിയാതെ കണ്ണുകളടച്ചുപോയി. അപ്പോൾ ഒത്തിരി വർ

ഷങ്ങൾക്കുപ്പുറത്തുനിന്നും ആ വിളി അയാൾ കേട്ടു. ''ഡാ രാജുവേ....''

''ഓ...'' രാജേന്ദ്രൻ മനസ്സിൽ വിളികേട്ടു.

''ശരി! ഇറങ്ങിക്കോളൂ?'' സ്നേഹപൂർവ്വം രാജേന്ദ്രന്റെ തോളിൽ തൊട്ടുകൊണ്ട് മാധവൻനായർ പറഞ്ഞു. മാധവൻനായരുടെ ആ തോളിലെ സ്പർശം തന്റെ മനസ്സിലേയ്ക്ക് ഒരു സ്നേഹമഴ പെയ്യിച്ചതായി രാജേന്ദ്രനു തോന്നി.

''പോകാം'' രാജേന്ദ്രൻ പോലീസുകാരോട് പറഞ്ഞു.

''സർ'' മുറ്റത്തേയ്ക്കിറങ്ങിയ രാജേന്ദ്രനു പുറകെ പോലീസുകാരും ഇറങ്ങി.

അവർ മുറ്റത്തിന്റെ മദ്ധ്യഭാഗത്തെത്തിയപ്പോൾ ഗയിറ്റു കടന്ന് കുഞ്ഞമ്പു എതിരെ വരുന്നത് രാജേന്ദ്രൻ കണ്ടു. രണ്ടാമത്തെ നോട്ടത്തിലാണ് അത് കുഞ്ഞമ്പു അല്ലാ അയാളുടെ അച്ഛനാണെന്ന് രാജേന്ദ്രന് മനസ്സിലായത്. തന്റെ അമ്മാച്ഛന്റെ ശത്രു! വലിയരാമൻ!

രാജേന്ദ്രന് എതിരെ അയാൾ വന്നു. രണ്ടുപേരും വഴിമാറാതെ നിന്നു. ഉദ്ദണ്ഡനായ വലിയരാമന്റെ മുഖത്തേയ്ക്ക് തല പൊക്കിനോക്കി രാജേന്ദ്രൻ നിന്നു. പോലീസുകാർ ചുളിഞ്ഞ മുഖത്തോടെ വലിയരാമനെ നോക്കി, പിന്നെ രാജ്രേന്ദനെ നോക്കി. പട്ടിക്കിട്ട് ഒന്നുകൊടുത്താലോ എന്നായിരുന്നു നോട്ടത്തിന്റെ അർത്ഥം. രാജേന്ദ്രനും വലിയരാമനും പരസ്പരം നോക്കി നിന്നു തന്നെ തോല്പിച്ചിട്ടുള്ള ശത്രുവിന്റെ അനന്തിരവൻ. പോടാ, പുലയൻ പോലീസേ! അയാൾ മനസ്സിലലറി.

''സർ'' കോൺസ്റ്റബിൾ ബാലകൃഷ്ണൻ രാജേന്ദ്രനെ വിളിച്ചു. അതിന്റെ അർത്ഥം രാജേന്ദ്രനു മനസ്സിലായി. വേണ്ടായെന്ന് പോലീസുകാരെ തിരിഞ്ഞുനോക്കാതെ കൈകൊണ്ടാംഗ്യം കാണിച്ചിട്ട് രാജേന്ദ്രൻ വഴിമാറിനടന്നു. പുറകെ പോലീസുകാരും.

പുറകിൽ വലിയരാമന്റെ വില്ലൻചിരി കേട്ടിട്ടും രാജേന്ദ്രനോ മറ്റു പോലീസുകാരോ തിരിഞ്ഞു നോക്കിയില്ല. അവർ ജീപ്പിൽ കയറി സ്റ്റേഷനിലേയ്ക്കു പുറപ്പെട്ടു. അവർ വരുന്നതും കാത്ത് സ്റ്റേഷന്റെ വരാന്തയിൽ ഒരാൾ അക്ഷമനായി നില്ക്കുന്നുണ്ടായിരുന്നു. ആ ആൾ കേശവൻകുട്ടിയായിരുന്നു. പാർവതി പങ്കെടുത്തിരുന്ന ഭജനസംഘത്തിന്റെ നേതാവ്! പാർവതി കൊല്ലപ്പെട്ടതിന്റെ പേരിൽ ചോദ്യങ്ങളെ നേരിട്ടയാൾ!

രാജേന്ദ്രന് കേശവൻകുട്ടിയെ മനസ്സിലായില്ല. പിന്നെ കേശവൻകുട്ടി സ്വയം പരിചയപ്പെടുത്തിയപ്പോഴാണ് രാജേന്ദ്രന് ഓർമ്മ വന്നത്. തൊടുപുഴയിലേയ്ക്ക് പോയിയെന്ന് വീട്ടുകാർ പറഞ്ഞ തുണിവില്പനക്കാരൻ! കേശവൻകുട്ടി!

''എനിക്കൊരു പ്രധാനപ്പെട്ട കാര്യം പറയാനുണ്ട് സാർ'' കേശവൻകുട്ടി പറഞ്ഞു.

''വാ'' രാജേന്ദ്രൻ അയാളെ അകത്തേയ്ക്കു കൂട്ടിക്കൊണ്ടുപോയി! കസേരയിലിരുത്തി. ''എന്താണു കാര്യം പറയൂ'

കേശവൻകുട്ടി ഒറ്റശ്വാസത്തിലെന്നവണ്ണം പറഞ്ഞുതുടങ്ങി. വെള്ളച്ചാട്ടം പോലെയുള്ള ആ സംസാരം തീർന്നപ്പോൾ രാജേന്ദ്രൻ അറിയാതെ, ചാടിയെഴുന്നേറ്റു. കുറച്ചു നിമിഷങ്ങൾ അങ്ങനെ നിന്ന ശേഷം രാജേന്ദ്രൻ സി. ഐയുടെ മുറിയിലേയ്ക്ക് വേഗം നടന്നുപോയി.

അരമണിക്കൂറിനകം സി. ഐയും എസ്.ഐയും കുറച്ചു പോലീസുകാരുമായി തൊടുപുഴയിലേയ്ക്കു പാഞ്ഞു. രണ്ടു ജീപ്പുകളിലാണവർ പുറപ്പെട്ടത്. രാജേന്ദ്രൻ കയറിയ ജീപ്പിൽ കേശവൻകുട്ടിയും ഉണ്ടായിരുന്നു.

തൊടുപുഴയിൽ ജീപ്പുകളെത്തി. പിന്നെ ശ്രീകൃഷ്ണസ്വാമി ക്ഷേത്രത്തിന് മുമ്പിലൂടെ കുറേയോടി ഒരു ഗ്രാമീണ പാതയിലേയ്ക്ക് തിരിഞ്ഞു. രണ്ടുമൂന്ന് വാഴത്തോട്ടങ്ങൾ കഴിഞ്ഞ് ചെറിയൊരു വീടിനു മുമ്പിൽ ജീപ്പുകൾ നിന്നു.

ജീപ്പുകൾ വന്നതിന്റെയും നിന്നതിന്റെയും ശബ്ദം കേട്ട് അകത്തു നിന്നും ഒരു യുവതി ഇറങ്ങിവന്നു. ഹാഫ്സാരി ഉടുത്ത ആ യുവതിയെ കണ്ട് സി.ഐയും എസ്.ഐയും അന്തിച്ചുനിന്നുപോയി!

പത്ത്

ആ യുവതി പാർവതി ആയിരുന്നു ഫോട്ടോയിൽ കണ്ട പാർവതി. മരിച്ചുകിടന്ന പാർവതി. എന്നാൽ പാർവതി ആയിരുന്നുമില്ല. പക്ഷേ, പാർവതി അല്ലാ ആ യുവതി എന്നാരും പറയുകയുമില്ല.

പാർവതിയുടെ നാട്ടിൽ ഇവളിപ്പോൾ ചെന്നാൽ നാട്ടുകാരുടെ ശ്വാസവും ശബ്ദവും നിലച്ചുപോകും. അവർ അറിയാതെ അലറിവിളിക്കുകയും ചെയ്യും! ''പാർവതീ...''

''ഞാൻ പറഞ്ഞതിവളെപ്പറ്റിയാണു സാർ'' കേശവൻകുട്ടി ഭവ്യതയോടെ പറഞ്ഞു.

സി.ഐയും എസ്.ഐയുമാണ് അവളുടെ അരികിലേയ്ക്കു ചെന്നത്. അതിനു മുമ്പുതന്നെ മറ്റുള്ള പോലീസുകാരെ സി. ഐയുടെ നിർദ്ദേശപ്രകാരം രാജേന്ദ്രൻ വീടിനു വെളിയിൽ കിടക്കുന്ന ജീപ്പിനരികിലേയ്ക്ക് പറഞ്ഞുവിട്ടിരുന്നു.

''എന്താണ് പേര്?'' സി. ഐ ആ യുവതിയോട് ചോദിച്ചു.

''സതി' ഇടറുന്ന തൊണ്ടയോടെ അവൾ പറഞ്ഞു. അവളുടെ കണ്ണുകളിൽ സങ്കടത്തിന്റെയും വേദനയുടെയും മഴ പെയ്യുന്നത് അവർ കണ്ടു.

പാർവതിയും സതിയും!

ഒരേ അച്ഛനും അമ്മയും! അമ്മയ്ക്ക് ഒരു പ്രവസത്തിൽ ഒന്നിച്ച് ജനിച്ചവർ. ഇരട്ടകൾ! ടിൻസ്!

''സതിയുടെ അച്ഛനെവിടെ?'' എസ്. ഐ ചോദിച്ചു.

''മരുന്നുകഴിച്ച് ഉറക്കത്തിലാണു സാർ''

''ഇപ്പോഴെങ്ങനെയുണ്ട്?''

''ചെസ്റ്റ് പെയിൻ കുറഞ്ഞു. എങ്കിലും ശരീരത്തിനും മനസ്സിനും വിശ്രമം വേണം സാർ!''

''ശരി! കുട്ടിയുടെ അച്ഛന്റെ പേരെന്താണ്?''

''രാഘവൻ'' സതി പതുക്കെ പറഞ്ഞു.

പെട്ടെന്ന് ആ പേര് രാജേന്ദ്രന് ഓർമ്മ വന്നു. രാഘവനെന്നുമാത്ര മല്ലല്ലോ പാർവതിയുടെ അച്ഛൻ നാട്ടിലറിയപ്പെടുന്നത്! രാഘവനാശാൻ എന്നല്ലേ!

''കുട്ടി അകത്തേയ്ക്ക് പൊയ്ക്കൊള്ളൂ'' സി. ഐ പറഞ്ഞു.

''സർ കയറി ഇരിക്കണം!'' കേശവൻകുട്ടി ക്ഷണിച്ചു.

സതി അകത്തേയ്ക്കു പോയശേഷം സി. ഐ കസേരയിലിരുന്നു.

''ഇരിക്ക് രാജേന്ദ്രാ'' സി. ഐ കസേര ചൂണ്ടി പറഞ്ഞു.

''സർ'' രാജേന്ദ്രനും ഇരുന്നു.

''കേശവൻകുട്ടിയും ഇരിക്കൂ''

''ഞാനിവിടെ ഇരിക്കാം സാർ'' കേശവൻകുട്ടി തറയിലുമിരുന്നു.

''കേശവൻകുട്ടി നിങ്ങൾ സ്റ്റേഷനിൽ വെച്ചു പറഞ്ഞതൊന്നും ഞങ്ങൾ രേഖപ്പെടുത്തിയിരുന്നില്ല. ഇവിടെ വന്നതിനുശേഷം ആകാ മെന്നുകരുതി. ഇപ്പോൾ അതൊന്നുകൂടി ചുരുക്കി പറയണം!''

''പറയാം സാർ''

''രാജേന്ദ്രാ, റൈട്ടറെ വിളിക്കൂ''

''സർ'' രാജേന്ദ്രൻ എഴുന്നേറ്റു.

നിമിഷങ്ങൾക്കകം റൈട്ടർ ജോൺസൺ കടലാസ്സും മറ്റു സാമഗ്രികളു മായി എത്തിച്ചേർന്നു.

കേശവൻകുട്ടി സംസാരിച്ചുതുടങ്ങി.

റൈട്ടർ എഴുതുവാനും.

''ഞാനൊന്നര വർഷം മുമ്പാണ് തൊടുപുഴയിൽ തുണി വില്ക്കുവാൻ വന്നത്. ആഴ്ചയിൽ മൂന്നു ദിവസമാണ് ഇവിടെ വില്പന. ചെറിയൊരു ലോഡ്ജിൽ താമസിക്കുമായിരുന്നു. അതിനിടയിലാണ് ഞാൻ തുണിയുമായി ഈ വീട്ടിലെത്തിയത്.''

കൈയിൽ സാമാന്യം വലിയൊരു സ്യൂട്ട്കേസുമായി കേശവൻകുട്ടി മുറ്റത്തുനിന്നുകൊണ്ട് വിളിച്ചുചോദിച്ചു. ''തുണിവേണോ? അമ്മാ, തുണികൾ വല്ലതും വേണോ?''

വാതിൽ അടഞ്ഞുകിടന്നിരുന്നു.

''ഇവിടാരുമില്ലേ?'' കേശവൻകുട്ടി വീണ്ടും വിളിച്ചുചോദിച്ചു.

''ആരാ'' അപ്പോൾ ഒരമ്മ വാതിൽ തുറന്നുവന്നു.

''നല്ല തുണികളുണ്ടമ്മാ! എല്ലാവർക്കും പറ്റിയ തുണികൾ.'' കേശവൻകുട്ടി പറഞ്ഞു.

അമ്മ ക്ഷണിക്കുംമുമ്പുതന്നെ കേശവൻകുട്ടി വരാന്തയിലിരുന്ന് സ്യൂട്ട്കേസു തുറന്ന് തുണികൾ നിരത്തി. ബ്ലൗസ് പീസുകൾ, ഫാഫ് സാരികൾ, പാവാടകൾ അങ്ങനെയങ്ങനെ...

''എനിക്കിപ്പോ ഒന്നുംവേണ്ടാ! മോൾക്കു വല്ലതും വേണമെങ്കിൽ അവളെടുക്കട്ടെ.'' ഒരുനിമിഷം അവരെന്തോ ആലോചിച്ചു നിന്നിട്ട് പറഞ്ഞു. ''അല്ലാ, ഇപ്പോൾ പണം ഒന്നും ഇരുപ്പില്ലല്ലോ! രണ്ടോ മൂന്നോ രൂപയെകാണു!''

''അതു സാരമില്ല. തുണി എടുത്തോളൂ. ആഴ്ചയിൽ രണ്ടോ മൂന്നോ വെച്ചു തന്നാമതി.''

''എങ്കി മോളെ വിളിക്കാം.'' അവർ അകത്തേയ്ക്കു നോക്കി മോളെ എന്നു വിളിച്ചപ്പോൾ എന്താ അമ്മേ എന്നു ചോദിച്ചുകൊണ്ട് ഒരു യുവതി ഇറങ്ങിവന്നു.

അവളെ കണ്ട നിമിഷം കേശവൻകുട്ടി ചാടിയെഴുന്നേറ്റു അയാൾ അറിയാതെ വിളിച്ചുപോയി. ''പാർവതീ...''

ആ വിളി ഉയർന്നതും അമ്മയും മകളും നടുങ്ങിയതും കേശവൻകുട്ടി കണ്ടതുമില്ല, അയാൾ ഒന്നും ശ്രദ്ധിക്കാതെ കാണാതെ എല്ലാം മറന്ന് വീണ്ടും ചോദിച്ചു 'പാർവതീ, നീ എങ്ങനെ ഇവിടെവന്നു?''

''ഞാൻ, ഞാൻ പാർവതിയല്ല സതിയാണ്.'' അറിയാതെ പെട്ടെന്ന് പൊട്ടിക്കരഞ്ഞുകൊണ്ട് അവൾ പറഞ്ഞു. ''പാർവതി! പാർവതിയെ...'' പറഞ്ഞത് പൂർത്തീകരിക്കാനാവാതെ അവൾ അമ്മയുടെ അരികിലേയ്ക്കോടിച്ചെന്ന് ചോദിച്ചു. ''അമ്മ കേട്ടോ?''

വൈദ്യുതാഘാതമേറ്റതുപോലെ നില്ക്കുകയായിരുന്ന അമ്മയെ സതി കെട്ടിപ്പിടിച്ചു. പിന്നെ കേശവൻകുട്ടി കണ്ടത് അവരിരുവരും ഒരുപോലെ പൊട്ടിക്കരയുന്നതാണ്.

കേശവൻകുട്ടി രാവിലെ പതിനൊന്ന് മണിക്കാണ് ആ വീട്ടിലെത്തിയത്. തിരിച്ചുപോയത് സന്ധ്യ കഴിഞ്ഞാണ്. ഊണുകഴിച്ചതും നാലുമണിക്കാപ്പിയും പലഹാരവും കഴിച്ചതും അവിടന്നുതന്നെ.

സതിയുടെ അമ്മ ദേവകി എല്ലാം തുറന്നുപറഞ്ഞു. അവർ മകളോടെല്ലാം നേരത്തെ പറയുകയും ചെയ്തിരുന്നു. എല്ലാം കേട്ട് അവിടന്നിറങ്ങിയ കേശവൻകൂട്ടിയുടെ മനസ്സിൽ സതി ഉണ്ടായിരുന്നു. സതിയുടെ ഉള്ളിൽ കേശവൻകുട്ടിയും നിറഞ്ഞുനിന്നു. അവൾ കേശവൻകുട്ടിയെ കേശവൻകുട്ട്യേട്ടാ എന്ന് വിളിച്ചു. അതു പിന്നെ ചുരുങ്ങി കുട്ട്യേട്ടനായി!

കേശവൻകുട്ടി പറഞ്ഞുകൊണ്ടിരുന്നു.

(റൈട്ടർ ജോൺസൺ എഴുതിക്കൊണ്ടുമിരുന്നു.)

-ദേവകിയുടെ മുറച്ചെറുക്കനായിരുന്നു രാമു.

''രാമേട്ടാ'' ദേവകി കരഞ്ഞുപറഞ്ഞു. ''ഇങ്ങനെ കുടിച്ചു നടക്കാതെ. ഇങ്ങനെപോയാൽ നമ്മുടെ കല്യാണം നടക്കില്ല. അതുകൊണ്ട് കുടിയൊക്കെ നിർത്തി ഒരു ജോലി കണ്ടുപിടിക്ക്. എന്നിട്ടെന്നെ വന്നു വിളിക്ക്. ഞാൻ വരാം. കല്യാണം കഴിഞ്ഞ് നമുക്കൊന്നിച്ചു ജീവിക്കാം.''

ഒരു പ്രാർത്ഥനപോലെ ദേവകി രാമുവിനോടു പറഞ്ഞുകൊണ്ടേയിരുന്നു. പക്ഷേ, രാമു അതുകേട്ടതായി നടിച്ചില്ല. എങ്കിലും ദേവകിയെ മറന്ന് ഒരുനിമിഷംപോലും രാമു ജീവിച്ചതുമില്ല.

അവസാനം,

''വിഷുവായിരുന്നു. ഉച്ചയൂണും കഴിഞ്ഞ് പോയതാണ് രാമേട്ടൻ. പതിവില്ലാത്തതുപോലെ എനിക്കന്ന് ഒരു വെള്ളിരൂപ വിഷുക്കൈനീട്ടം തന്നു. ഒരുമ്മയും! ആ പോക്കു പോയതാണ്. ഒരാഴ്ച കഴിഞ്ഞ് എനിക്കൊരു കാർഡ് കിട്ടി. തമിഴ്നാട്ടിലാണെന്നും ഒരു ജോലി കിട്ടി എന്നും അതിൽ എഴുതിയിരുന്നു, കള്ളുകുടി നിർത്തിയെന്നും കൂട്ടത്തിലുണ്ടായിരുന്നു. അച്ചന് പ്രത്യേകമായി രാമേട്ടൻ കാർഡിട്ടിരുന്നു. ഒരാഴ്ച കഴിഞ്ഞ് വീണ്ടും എനിക്കൊരു കാർഡ് വന്നു, ഞാൻ വരുന്നതുവരെ ദേവൂ നീ കാത്തിരിക്കണം എന്ന് ഒരു വരിമാത്രമേ ഉണ്ടായിരുന്നുള്ളൂ. പിന്നെ ഒരു വിവരോമില്ലാതായി. ഒരുവർഷം പോയി പിന്നെ വിഷുവന്നു. പിന്നെ ഓണവുമായി. ആ സമയം അച്ഛന് നെഞ്ചുവേദന കൂടി. അത് മാറാതായി. ആ സമയത്താണ് സതിയുടെ അച്ഛന്റെ വിവാഹാലോചന വന്നത്. രാഘവനെന്നായിരുന്നു ആളിന്റെ പേര് ഞാൻ കഴിവതും പിടിച്ചുനിന്നുനോക്കി. പക്ഷേ,''

അങ്ങനെ ദേവകി രാഘവന്റെ ഭാര്യയായി. എന്നാൽ ഒരു നിമിഷം പോലും രാമേട്ടൻ അവരുടെ മനസ്സിൽ നിന്നും പോയില്ല. മക്കളുടെ അച്ഛനേപ്പോലും അവർ രാമേട്ടനായിട്ടാണ് സങ്കല്പിച്ചിരുന്നത്. അങ്ങനെ തന്നെയാണ് കരുതിയിരുന്നത്.

വിവാഹം കഴിഞ്ഞ് ഒരു വർഷം കഴിഞ്ഞപ്പോൾ അവർ രണ്ടുകുട്ടികളെ പ്രസവിച്ചു. ഒരു പ്രസവത്തിൽ രണ്ടു പെൺമക്കൾ! പാർവതിയും സതിയും.

''സതിയാണ് ആദ്യം ജനിച്ചത്''

പിന്നെ പറയാനുള്ള കാര്യങ്ങൾ കേശവൻകുട്ടിയോട് പറയാൻ ദേവകിയിക്ക് എളുപ്പമായിരുന്നില്ല. വർത്തമാനത്തിന്റെ നദി പലപ്പോഴും, ഗതിമുട്ടിനിന്നു. വേദനയുടെ പാറകളിൽ തട്ടി വർത്തമാനനദിക്ക് പരുക്ക് പറ്റിക്കൊണ്ടിരുന്നു.

സതിക്കും പാർവതിക്കും മൂന്നുവയസ്സായ സമയത്താണ് ഒരു

വ്യാഴാഴ്ച്ച ഉച്ചകഴിഞ്ഞനേരം മഞ്ഞപെയിന്റ് മുകളിലടിച്ചിരുന്ന ഒരു കാർ ദേവകിയുടെ വീടിന് മുന്നിലെത്തിയത്. കാറിൽ നിന്നിറങ്ങിയ ആളെക്കണ്ട് ദേവകി ഒരു നിമിഷത്തേയ്ക്ക് മരിച്ചുപോയി. മരിച്ചുപോയ ദേവകിയുടെ ആത്മാവ് സ്വർഗ്ഗത്തിലെത്തിയിട്ട് വീണ്ടും തിരിച്ചെത്തി.

രാമേട്ടാ! ഒരു സ്നേഹക്കടലുപോലെ ദേവകി ഇളകി.

ദേവകിയുടെ ഭർത്താവ് രാഘവൻ ജോലിക്കു പോയിരിക്കുകയാണ്. അന്നയാൾ ഒരു പ്ലൈവുഡ് ഫാക്റ്ററിയിലെ തൊഴിലാളിയാണ്.

ദേവകിയുടെ രാമേട്ടൻ പണക്കാരനായി തിരിച്ചെത്തിയിരിക്കുന്നു. ദേവകി ഞാൻ നിന്റെ ശ്രീരാമനാണ് എന്ന് ചിലപ്പോഴൊക്കെ പറയുമായിരുന്നു അയാൾ.

ചില നിമിഷങ്ങൾ, നിമിഷങ്ങളല്ല യുഗങ്ങൾ, അവർ കണ്ണിമ യ്ക്കാതെ നോക്കിനിന്നു. പിന്നെ പുഴ കടലിലേയ്ക്കൊഴുകുംപോലെ അവർ അയാളിലേയ്ക്കലിഞ്ഞുചേർന്നു.

''പിന്നൊന്നും എനിക്കോർമ്മയില്ല മക്കളേ!'' ദേവകി ഒരുനിമിഷം വർത്തമാനകാലത്തിലേയ്ക്കു വന്നു. പിന്നെ വീണ്ടും ഓർമകളി ലേയ്ക്കു മടങ്ങി.

രാമു ആദ്യം ചോദിച്ചത് ഇതാണ്. 'നമുക്ക് മക്കളെത്ര?''

''രണ്ട് പെൺമക്കൾ...'' ദേവി കരഞ്ഞു. ചിരിച്ചു.

''രണ്ടുമക്കളിൽ ഒരാളെ നമുക്കെടുക്കാം. ഒരാളെ അച്ഛനും കൊടുക്കണം.'' രാമു തീരുമാനിച്ചു.

പിന്നെ ഒന്നും ചിന്തിച്ചില്ല. എല്ലാം പെട്ടെന്നായിരുന്നു. പാർവതിയെ അയൽപക്കത്തു താമസിക്കുന്ന ഗോമതിയമ്മയുടെ വീട്ടിൽ കൊണ്ടാക്കി. മനസ്സിനൊരു പ്രയാസവും തോന്നിയില്ലെന്നുള്ള താണ് വാസ്തവം. മകളേ! നിനക്കിനി അച്ഛനുണ്ട്.

''ഞാൻ സതിയേയും കൊണ്ട് ഒരിടംവരെ പോകുവാ ഇത്തിരി സമയം ഇവളിവിടെ നില്ക്കട്ടെ. അമ്മ പ്പോവരാം കേട്ടോ!'' അങ്ങനെ പറഞ്ഞപ്പോൾ പാർവതി പുഞ്ചിരിയോടെ തലയാട്ടി. ''ഇന്നും എന്റെ ആ കുഞ്ഞ് മനസ്സിൽ പുഞ്ചിരിയോടെ തലയാട്ടി നില്ക്കുന്നു!'' ദേവകിയുടെ കണ്ണുകൾ പുഴപോലെ നിറഞ്ഞൊഴുകി! അന്നൊഴുകാതി രുന്ന കണ്ണുനീർ ഇപ്പോൾ ഒഴുകുന്നു. ദേവകി മകളുമൊത്ത് രാമുവി നോടൊപ്പം യാത്രതിരിച്ചു. കാറിൽതന്നെയായിരുന്നു മടക്കയാത്രയും. രാമു നാട്ടിൽ ആരെയും കാണാൻ നിന്നില്ല.

''ഞാൻ വന്നതും പോയതും ആരും അറിയേണ്ടാ'' രാമു പറഞ്ഞു. ''നിനക്കുവേണ്ടിയാണ് ഞാൻ വന്നത്! നിന്നെ കൊണ്ടുപോകുവാ നുമാണ് ഞാൻ വന്നത്.''

കുറച്ചുസമയം നിശ്ശബ്ദയായിരുന്നിട്ട് ദേവകി കരഞ്ഞുകൊണ്ട് സ്വയ മെന്നവണ്ണം കേശവൻകുട്ടിയോട് പറഞ്ഞു. ''ഒരിക്കലും ഒരു സ്ത്രീ

ഭർത്താവിനെയും മക്കളെയും ഉപേക്ഷിച്ച് എത്ര സ്നേഹമുള്ളവൻ വിളിച്ചാലും പോകരുത്! ദൈവം വിളിച്ചാൽ പോലും പോകരുത്! ഒരു സ്ത്രീയുടെ ജീവൻ അവളുടെ ഭർത്താവും കുഞ്ഞുങ്ങളുമാണ്.''

കേശവൻകുട്ടി ദേവകി പറഞ്ഞ പഴയ കാര്യങ്ങൾ തുടർന്നു കൊണ്ടിരുന്നു.

''ചുരുക്കിപ്പറഞ്ഞാൽ മതി കേശവൻകുട്ടി!'' സി. ഐ പറഞ്ഞു.

ദേവകിയേയും മകളേയും കൊണ്ട് രാമു കാഞ്ഞങ്ങാട്ടേയ്ക്കാണ് പോയത്. അയാൾക്ക് കാസർഗോഡായിരുന്നു ജോലി. കള്ളകച്ചവടമായിരുന്നു. ഒപ്പം വാറ്റുമുണ്ടായിരുന്നു. കാഞ്ഞങ്ങാട്ടിൽ പാലച്ചുവട് എന്ന സ്ഥലത്തായിരുന്നു രാമുവിന് സ്ഥലവും വീടും ഉണ്ടായിരുന്നത്.

''രണ്ടുമൂന്നു വർഷങ്ങൾക്കകം രാമേട്ടന് നല്ല സാമ്പത്തികമായി. ഒരു കാറുവരെ വാങ്ങി. പക്ഷേ, പെട്ടെന്നാണ് എല്ലാം തകിടംമറിഞ്ഞത്.''

–എക്സൈസുകാരുടെ ഒരു കെണിയിൽ അയാൾ അകപ്പെട്ടു. അതോടൊപ്പം മനസ്സറിയാതെ കൊലക്കേസ്സിലും പ്രതികളിലൊരാളായിത്തീർന്നു. അവിടന്ന് തുടങ്ങുകയായി പതനം. അവസാനം കാഞ്ഞങ്ങാട്ടെ പാലച്ചുവട്ടിലുള്ള സ്ഥലവും വീടും കാറും ഒക്കെ വിറ്റ് കേസ്സുകളിൽ നിന്നും തലയുംവലിച്ച് ഒരു കൂട്ടുകാരന്റെ സഹായത്തോടെ തൊടുപുഴയിലെത്തി. അങ്ങനെയാണ് ഈ പത്തുസെന്റു സ്ഥലവും വീടും ഇവിടെ വാങ്ങിയത്. രാമു ഒരു ബാറിലെ ജോലിക്കാരനുമായി.

വർഷങ്ങൾ പൊയ്ക്കൊണ്ടിരുന്നു. സതി പത്താംതരം പാസ്സായി. പ്രീഡിഗ്രിക്ക് ചേരുവാൻ നിശ്ചയിക്കുകയും ചെയ്തു.

നേരത്തേതന്നെ ഉണ്ടായിരുന്ന അമിത മദ്യപാനം നിയന്ത്രണാതീതമായതോടെ രാമുവിന്റെ കരൾരോഗം ഗുരുതരമായി. എന്നിട്ടും മദ്യപിക്കുമായിരുന്നു. അവസാനം ഒരോണരാത്രിയിൽ രക്തം ശർദ്ദിച്ച് രാമു യാത്രപോയി. അതോടെ സതിയുടെ പഠിത്തവഴിയും അവസാനിച്ചു. എങ്കിലും അവൾ ഒരു തൊഴിൽ പഠിച്ചെടുത്തു. തയ്യൽ! അക്കാലത്ത് തയ്യൽക്കാർ വളരെവളരെ കുറവായിരുന്നു. വളരെ പെട്ടെന്ന് അവൾ തയ്യൽക്കാരി എന്നുള്ള നിലയിൽ പ്രശസ്തയായി. പകലും രാത്രിയും ചെയ്താൽ പോലും തീരാത്തത്ര ജോലിയുമായി.

''ഇന്നും അങ്ങനെതന്നെ'' ദേവകി പറഞ്ഞുകൊണ്ടേയിരുന്നു. ''രാമേട്ടൻ കുറച്ചു പണം ബാങ്കിലിട്ടിരുന്നു. മരിച്ചുകഴിഞ്ഞും കുറച്ചു പണം കിട്ടി. അതും ബാങ്കിലിട്ടു. അതിന് സ്വല്പം പലിശ കിട്ടും. പത്തുസെന്റു സ്ഥലത്ത് പറ്റുന്ന കൃഷി ചെയ്യുകയും ചെയ്തു. തയ്യലും! അതുകൊണ്ട് ഞങ്ങൾ ജീവിതം മുന്നോട്ടുകൊണ്ടുപോയി.''

ഓർമവെച്ചുതുടങ്ങിയപ്പോൾതന്നെ ദേവകി മകളോട് എല്ലാം തുറന്നു പറഞ്ഞു. വളർന്നുവരുംതോറും അവൾക്കെല്ലാം മനസ്സിലായി.

പാർവതിയേയും മുഖം ഓർമയില്ലാത്ത അച്ഛനേയും മനസ്സിൽ സദാ ഓർമിച്ചുകൊണ്ട് ജീവിക്കുമ്പോഴും അവൾ സ്വന്തമച്ഛനായി രാമുവിനെ കരുതുകയും സ്നേഹിക്കുകയും ചെയ്തു.

'സർ' കേശവൻകുട്ടി പറഞ്ഞവസാനിപ്പിക്കുകയാണ്.

''ഞാനെപ്പോഴും അവരോട് പാർവതിയേയും രാഘവനാശാനേയും കാണണമോ എന്നു ചോദിക്കും. പൊട്ടിക്കരഞ്ഞുകൊണ്ടവർ വേണ്ടായെന്നു പറയും! നിങ്ങളിവിടെയുള്ള കാര്യം പാർവതിയേയും രാഘവനാശാനേയും അറിയിക്കട്ടെയെന്നു ചോദിക്കുമ്പോഴും അവർ തൊഴുകൈയോടെ അരുതേ എന്നു പറയും സാർ. അറിയിച്ചാ ചത്തുകളയുമെന്നു പറയും''

കേശവൻകുട്ടി പറഞ്ഞുനിർത്തി. ചില നിമിഷങ്ങൾ നിശ്ശബ്ദമായി കടന്നുപോയി.

''ബാക്കികൂടി പറയൂ ചുരുക്കി പറഞ്ഞാൽ മതി.'' സി. ഐ വീണ്ടും പറഞ്ഞു.

''അതിൽ പിന്നെ ആഴ്ചയിൽ രണ്ടുദിവസമെന്നുള്ളത് മൂന്നുദിവസമായി തൊടുപുഴയിലേയ്ക്കുള്ള എന്റെ വരവ്. സതിയുടെ കാര്യം ഞാൻ വീട്ടിൽ പറഞ്ഞു. മറ്റു കാര്യങ്ങളൊന്നുംതന്നെ പറഞ്ഞില്ല. അവളെ വിവാഹം കഴിക്കുവാൻ തീരുമാനിച്ച കാര്യം പറഞ്ഞു. വീട്ടുകാരപ്പോൾ നിന്റെ ഇഷ്ടം നടക്കട്ടെ എന്നുപറഞ്ഞ് സന്തോഷിക്കുകയാണ് ചെയ്തത്. നമ്മുടെ പാർവതിയേയും വിവാഹം കഴിക്കുവാൻ പോകുന്ന സതി എന്ന കുട്ടിയേയും കണ്ടാൽ പരസ്പരം തിരിച്ചറിയില്ലാ എന്നുപറഞ്ഞപ്പോൾ വീട്ടുകാർക്ക് വളരെ ആഹ്ലാദമായി. അതുകേട്ടിട്ടവർക്ക് അത്ഭുതവുമായി.''

അകത്തുനിന്നും ഒരു വളകിലുക്കം കേശവൻകുട്ടിയുടെ സംസാരത്തിനിടയിൽ അവർ കേട്ടു. സ്വല്പനിമിഷങ്ങൾക്കുള്ളിൽ പാർവതി വാതിൽക്കൽ വന്നു നില്ക്കുന്നത് രാജേന്ദ്രൻ കണ്ടു. പെട്ടെന്നു തന്നെ രാജേന്ദ്രൻ തിരുത്തുകയും ചെയ്തു. ഇത് പാർവതിയല്ല സതിയാണ്.

സതി! പാർവതി ധരിച്ചിരുന്നതുപോലെ സതിയും കൈകളിൽ ചുവന്ന കുപ്പിവളകൾ ധരിച്ചിരിക്കുന്നത് രാജേന്ദ്രൻ കണ്ടു. സതിയും പാടുമോ, പാർവതിയെപ്പോലെ? രാജേന്ദ്രൻ സ്വയം ചോദിച്ചു.

കേശവൻകുട്ടി സംസാരിച്ചുകൊണ്ടിരുന്നു. ''പാർവതിയുടെ സംഭവം നടക്കുന്നതിന് കുറച്ചു ദിവസങ്ങൾക്കു മുമ്പ് സതിയുടെ അമ്മയ്ക്ക് അസുഖം വളരെ വർദ്ധിച്ചു. പനിയിലായിരുന്നു തുടക്കം. ഹോസ്പിറ്റലിൽ അഡ്മിറ്റായി. പനി കൂടിക്കൂടി വന്നു. ശ്വാസകോശത്തിനും അതോടൊപ്പം, ഹാർട്ടിനും പ്രശ്നങ്ങളായി. അവസാനം ബോധം നഷ്ടപ്പെടുകയും ചെയ്തു. ഇടയ്ക്കിടയ്ക്ക് ബോധം വീണപ്പോൾ രാഘവനാശാനെ കാണണം എന്ന് എന്നോട് ആവശ്യപ്പെട്ടു സാർ! വിളിച്ചോണ്ടു വേഗം വാ എന്ന് കരഞ്ഞുകൊണ്ട്

സതിയും പറഞ്ഞപ്പോൾ ഞാൻ നാട്ടിലേയ്ക്കു വന്നു. വന്നത് നമ്മുടെ പാർവതി മരിക്കുന്നതിന് രണ്ടുദിവസം മുമ്പായിരുന്നു. രാഘവനാശാൻ നാട്ടിലില്ലാ എന്നറിഞ്ഞു. എവിടെയായിരിക്കും, വായിക്കാൻ എവിടെ പോയിരിക്കും എന്ന് ഞാൻ അന്തിച്ചു നിന്നപ്പോൾ വേലുക്കുട്ടി ആചാരിയാണ് ഏറ്റുമാനൂരിൽ വായനയുണ്ടാവും എന്നറിയിച്ചത്. എങ്ങനെയൊക്കെയോ ഞാൻ രണ്ടുമണിക്കൂറിനകം ഏറ്റുമാനൂരിൽ ചെന്നു. ഭഗവാനെ തൊഴുതിട്ടു നോക്കുമ്പോൾ രാഘവനാശാൻ വായന കഴിഞ്ഞ് സ്റ്റേജിൽ നിന്നിറങ്ങുകയായിരുന്നു. ഞാനോടി ആശാന്റെ അരികിലേയ്ക്കു ചെന്നു. എന്നെ കണ്ടതോടെ ആശാൻ അന്തിച്ചു നിന്നുപോയി.''

''എന്താ കേശവങ്കുട്ട്യേ''

''ആശാൻ എന്റെകൂടെ ഇപ്പോത്തന്നെ വരണം!''

''ഹയ്യോ! ഭഗവാനേ! എന്റെ പാർവതിയ്ക്കെന്തുപറ്റി?'' രാഘവനാശാൻ കരയുന്നതുപോലെ ചോദിച്ചു. ''പറയ് കേശവങ്കുട്ട്യേ എന്താ മോൾക്ക് പറ്റിയത്?''

''പാർവതി സുഖമായിട്ടിരിക്കുന്നു. അവൾക്കൊന്നും പറ്റിയിട്ടില്ല. ആശാൻ എന്റെകൂടെ ഒരിടംവരെ ഒന്നുവരണം.''

''എവിടാടാ''

''എല്ലാം പറയാം വാ...''

-ഏറ്റുമാനൂർ ട്രാൻസ്പോർട്ട് സ്റ്റാന്റിൽ നിന്നും തൊടുപുഴയ്ക്കുള്ള വണ്ടിയിൽ രണ്ടാൾക്കാരും കയറി. ഒരു സീറ്റിലിരുന്ന് യാത്ര ചെയ്യുന്നതിനിടെ പതുക്കെപ്പതുക്കെ കേശവൻകുട്ടി രാഘവനാശാനോട് വിവരങ്ങൾ പറഞ്ഞു. എല്ലാം കേട്ടുകഴിഞ്ഞപ്പോൾ രാഘവനാശാൻ കുറച്ചുസമയം ഒന്നും മിണ്ടാതെ കണ്ണുകളടച്ചിരുന്നു. പിന്നെ സാവധാനം കണ്ണുകൾ തുറന്നിട്ട് പറഞ്ഞു.

''കേശവങ്കുട്ടീ! പാർവതിയ്ക്ക് നീ കൂടപ്പിറപ്പാണ്. എനിക്കു മകനും. അതുകൊണ്ടാണ് എന്റെ മറ്റൊരു മകളായ സതിയേയും അവളുടെ അമ്മയേയും ദൈവം നീയുമായി ബന്ധപ്പെടുത്തിത്തന്നത്. എനിക്കാരോടും ഒരു വിരോധവുമില്ല മകനേ! നാലാം വയസ്സിൽ എന്നിൽ നിന്നകന്ന എന്റെ സതിമോൾ എങ്ങനെയുണ്ട്?''

''പാർവതിയെപ്പോലുണ്ട്. കണ്ടാൽ രണ്ടുപേരെയും തിരിച്ചറിയില്ല.''

-രാഘവനാശാൻ അതുകേട്ടു ചിരിച്ചു. ഏത് അഭിനയ സാമ്രാട്ടിനും അഭിനയിച്ചു ഫലിപ്പിക്കാൻ പറ്റാത്ത ഒരു ചിരിയായിരുന്നു അത്. ഒപ്പം രാഘവനാശാന്റെ കണ്ണുകളിൽ കരച്ചിലിന്റെ ഒരു തിര അടിച്ചുകയറി തിരിച്ചുപോവുകയും ചെയ്തു. ''കേശവങ്കുട്ടീ! ചെറുപ്പം തൊട്ടേ പുരാണങ്ങൾ വായിച്ചു വായിച്ച് എന്റെ മനസ്സ് പാകമായിരിക്കുന്നു. ഒന്നും എന്റെ മനസ്സിനെ ഇളക്കാതെ പോകുന്നു. ഒന്നും നമ്മൾ നിശ്ചയി

ക്കുന്നതുപോലല്ലാ നടക്കുന്നതെന്നും എല്ലാം നടത്തുന്നത് ദൈവമാണെന്നും എനിക്ക് നല്ലതുപോലെ ബോദ്ധ്യമായിരിക്കുന്നു.'' രാഘവനാശാൻ പിന്നെ നിശ്ശബ്ദനായി കണ്ണുകളടച്ചിരുന്നു.

''കരളിൽ വിവേകം കൂടാതെക-
ണ്ടരനിമിഷംബത! കളയരുതാരും
മരണം വരുമിനിയെന്നുനിനച്ചിഹ
കരുതുക സദതം! നാരായണജയ!''

ഇടയ്ക്ക് ഭാഗവതവരികൾ പാടിയും പുറത്തെ കാഴ്ചകളിലേക്ക് കണ്ണയച്ചും ചിലനേരം കണ്ണുകളടച്ചും തൊടുപുഴവരെ രാഘവനാശാനിരുന്നു.

അവസാനം തൊടുപുഴയിലെത്തി. ഹോസ്പിറ്റലിലെത്തി. ദേവകിയുടെ കട്ടിലിനരികിലെത്തി. അവർ ഉണരാത്ത ഉറക്കത്തിലേയ്ക്കുള്ള പടവുകളിറങ്ങുകയായിരുന്നു. ബോധം തിരിച്ചുവരാത്തവണ്ണം പോയ് മറഞ്ഞിരുന്നു.

''ദേവു!' ഒന്നിച്ചു ജീവിച്ചിരുന്ന കാലത്ത് വിളിച്ചതുപോലെ ഭാര്യയുടെ തലയിൽ തലോടിക്കൊണ്ട് രാഘവനാശാൻ വിളിച്ചു. ഒന്നല്ല പലതവണ! ദേവകി അത് കേൾക്കുന്നുണ്ടായിരുന്നില്ല.

അപ്പോഴാണ് അരികിൽ നിന്നുകൊണ്ട് ഉറക്കെ തേങ്ങുന്ന സതിയെ രാഘവനാശാൻ ശ്രദ്ധിച്ചത്. എന്റെ പാർവതി തന്നെ ഇവൾ! ഇവൾ തന്നെ പാർവതി.

''മക്കളേ' രാഘവനാശാൻ അവളെ തന്നോട് ചേർത്തപ്പോൾ ബഹളമോ പൊട്ടിക്കരച്ചിലോ ഒന്നുമില്ലാതെ സതി അച്ഛന്റെ തോളിൽ തല ചേർത്തു.

''അച്ഛാ!' ഓർമവെച്ചതിനുശേഷം ആദ്യമായി അവൾ സ്വന്തമച്ഛന്റെ സ്നേഹച്ചൂടറിഞ്ഞു. എന്റെ അച്ഛൻ! അവൾ മനസ്സിൽ പറഞ്ഞുകൊണ്ടിരുന്നു.

അന്നും പിറ്റേന്നു പകലും രാത്രിയും അച്ഛനും മകളും അമ്മയുടെ അരികിലിരുന്നു. ഒപ്പം കേശവൻകുട്ടിയും.

''ഞായറാഴ്ച രാത്രി പതിനൊന്നു മണിയോടുകൂടി അമ്മ മരിച്ചു. പതുക്കെ ശ്വാസമെടുത്ത്പോയി.'' ഒരു നിമിഷം കേശവൻകുട്ടി സതിയെ നോക്കി. വാതിൽക്കലവൾ നിശ്ശബ്ദയായി നിശ്ചലയായി നില്ക്കുന്നു.

രാജേന്ദ്രൻ അവളെ ചില നിമിഷങ്ങൾ നോക്കിയിരുന്നു. സതിയുടെ കയ്യിലെ വളകൾ കണ്ടപ്പോൾ പാർവതിയുടെ കയ്യിൽ കിടന്നിരുന്ന ചുവന്ന വളകൾ ചാക്കോച്ചൻ മുതലാളിയുടെ ബോട്ടിന്റെ മൂലയിൽ പൊട്ടിക്കിടന്നിരുന്നതാണ് പെട്ടെന്ന് രാജേന്ദ്രൻ അറിയാതെ ഓർത്തുപോയത്. എസ്. ഐ രാജേന്ദ്രന്റെ മനസ് കുതിച്ചെഴുന്നേറ്റു. ഇനിയും അതു കണ്ടുപിടിച്ചിട്ടില്ല. ചന്ദ്രനെ അറസ്റ്റു ചെയ്തെങ്കിൽ മാത്രമേ എല്ലാത്തിനും തെളിവുകിട്ടുകയുള്ളുവെന്നും രാജേന്ദ്രൻ സ്വയം പറഞ്ഞു.

''ഞായറാഴ്ച രാത്രി പതിനൊന്നുമണിക്ക് എന്റെയും രാഘവനാശാന്റെയും സതിയുടെയും മുമ്പിൽവെച്ച് അമ്മ മരിക്കുന്ന നേരം പാർവതി കൊല്ലപ്പെടുകയായിരുന്നു.'' അതുപറഞ്ഞപ്പോൾ നിയന്ത്രിക്കാനാവാതെ കേശവൻകുട്ടിയുടെ ശബ്ദമിടറി. പക്ഷേ, സതി നിർവികാരയായി നിന്നു.

''തിങ്കളാഴ്ച അമ്മയുടെ ദഹനസമയംവരെ രാഘവനാശാൻ നിശ്ശബ്ദനായിരുന്നു. സമുദായ സംഘടനയാണ് എല്ലാം നടത്തിയത്. ഇവിടെയുള്ള നാട്ടുകാരെല്ലാവരും അപ്പോഴേയ്ക്കും രാഘവനാശാന്റെ വിവരം എങ്ങനെയൊക്കെയോ അറിഞ്ഞിരുന്നു.''

–സതിയുടെ കൈയിലെ വള കിലുങ്ങി. പാർവതിയുടെ കൈയിലെ ചുവന്ന വളകളുടെ കഷണങ്ങൾ ബോട്ടിന്റെ മൂലയിൽ...

എസ്. ഐ രാജേന്ദ്രൻ ദീർഘമായൊന്നു നിശ്വസിച്ചിട്ട് വലതു കയ്യ് കുടഞ്ഞു. സി. ഐ അതുകണ്ട് പതുക്കെ മന്ദഹസിക്കുകയും ചെയ്തു.

''അമ്മയുടെ ചിത എരിഞ്ഞുകൊണ്ടിരുന്ന സമയത്ത് രാഘവനാശാൻ എന്നോടു പറഞ്ഞു, പാർവതിയെ വിളിച്ചുകൊണ്ടുവരാൻ. ഞാൻ വിളിച്ചാൽ എന്റെ കൂടപ്പിറപ്പ് രണ്ടാമതൊന്നാലോചിക്കാതെ കൂടെവരുമായിരുന്നു. എനിക്കൊരു കാർ ഭാഗ്യവശാൽ നാട്ടിലേയ്ക്കു പോകുവാനായി ലഭിച്ചു. പാഞ്ഞുചെന്ന ഞാൻ കണ്ടത് പാർവതിയുടെ ദുരന്തക്കാഴ്ചയാണ് സാർ! അന്നുരാത്രിതന്നെ എന്തു ചെയ്യണമെന്നറിയാതെ ഞാൻ രാഘവനാശാന്റെ അരികിലേയ്ക്കു തിരിച്ചുപോന്നു. എങ്ങനെ വിവരം ആശാനെ അറിയിക്കുമെന്നുള്ള ആധിയോടെയാണ്, ഹൃദയം വെന്താണ് പിറ്റേന്ന് ഞാൻ ആശാന്റെ അരികിലെത്തിയത്....'' കേശവൻകുട്ടി ബാക്കി പറയാനാവാതെ ഇരുന്നിടത്തു നിന്നും എഴുന്നേറ്റിട്ട് വീണ്ടുമിരുന്നു!

''കുട്ട്യേട്ടൻ വന്നപ്പോഴേയ്ക്കും ആ വിവരവും ഞാനും അച്ഛനും അറിഞ്ഞുകഴിഞ്ഞിരുന്നു. പത്രത്തിലെല്ലാം ഉണ്ടായിരുന്നു.'' അത്രയും പറഞ്ഞത് സതിയായിരുന്നു. കരച്ചിൽ അവസാനിച്ചശേഷം പിന്നെ കരയുവാൻ ബാക്കിയില്ലാത്ത ഒരു കരച്ചിലോടെയാണ് സതി സംസാരിച്ചത്. ''പത്രം വായിച്ചുകഴിഞ്ഞ് അച്ഛൻ പിന്നെ ഒരക്ഷരം മിണ്ടിയിട്ടില്ല. എവിടേയ്ക്കോ നോക്കി അങ്ങനെ ഇരുന്നു. കുട്ട്യേട്ടൻ വന്നപ്പോൾ നെഞ്ച് പൊത്തിപ്പിടിച്ചുകൊണ്ട് പുറകോട്ടു മറിഞ്ഞു വീഴുകയും ചെയ്തു.''

അത്രയും പറഞ്ഞശേഷം സതി അവിടെ നിന്നില്ല. സാവധാനം അവളകത്തേയ്ക്കു നടന്നുപോയി.

''ഉടൻതന്നെ ഹോസ്പിറ്റലിൽ കൊണ്ടുപോയി. രണ്ടുദിവസം ഐസിയുവിൽ കിടന്നു സാർ! മിനിഞ്ഞാന്നാണ് ഡിസ്ചാർജ് ചെയ്തത്!''

അപ്പോൾ അകത്തുനിന്നും സതിയുടെ ശബ്ദമുയർന്നു. 'കുട്ട്യേട്ടാ അച്ഛനുണർന്നു!''

-പെട്ടെന്ന് കേശവൻകുട്ടി എഴുന്നേറ്റു.

''വരണം സാർ'' അയാൾ ആദരപൂർവം സി. ഐയേയും എസ്.ഐ. യേയും വിളിച്ചുകൊണ്ട് അകത്തേയ്ക്കു നടന്നു.

രാഘവനാശാൻ ഭിത്തിയിൽ ചാരി ഇരിക്കുകയായിരുന്നു കട്ടിലിൽ. തറവാടിത്തം നിറഞ്ഞ ആ മുഖം ഇപ്പോൾ മരിച്ച ആളിന്റേതുപോലെ തോന്നിച്ചു. കണ്ണുകൾ ഏതോ പുരാതന ജീവിയുടേതുപോലെ അപരിചിതമായി മാറിയിരുന്നു. മുറിയിലേയ്ക്കു വന്നവരെ നോക്കാതെ അദ്ദേഹം സാവധാനം പറഞ്ഞു.

''എല്ലാവർക്കും നമസ്കാരം.'' ഒരു പ്രത്യേക നാറ്റം ശ്വസിക്കുന്ന സമയത്ത് സംസാരിക്കുന്നതുപോലുണ്ടായിരുന്നു ആ സ്വരം. ''ഞാനിനി ഒരിക്കലും എന്റെ നാട്ടിലേയ്ക്കു വരില്ല. എന്റെ പാർവതി ഇവിടെയുണ്ട്. കേശവൻകുട്ടിയും ഇവിടുണ്ട്. അവരൊന്നിച്ച് ജീവിക്കട്ടെ! ഞാൻ മരിക്കുംവരെ ഇവിടെ കഴിഞ്ഞോളാം.''

ഒരു നിമിഷത്തെ നിശ്ശബ്ദയ്ക്കുശേഷം രാഘവനാശാൻ സ്നേഹാർദ്രമായിവിളിച്ചു. ''മകളെ പാർവതി!''

''എന്താച്ഛാ?'' സതി വിളികേട്ടു. പാർവതിയായി അവൾ മാറി.

''അച്ഛനു കിടക്കണം.''

-സതി അല്ലങ്കിൽ പാർവതി രാഘവനാശാനെ സാവധാനം കട്ടിലിൽ കിടത്തി. കിടന്നയുടൻ അദ്ദേഹം കണ്ണുകളടയ്ക്കുകയും ചെയ്തു.

അരമണിക്കൂറിനകം പോലീസ് സംഘം മടങ്ങി. കേശവൻകുട്ടി ആ വീട്ടിൽതന്നെ നിന്നു.

അന്നു രാത്രി ഏതോ ഒരാശ്വാസം കിട്ടിയതുപോലെയാണ് സർക്കിൾ ഇൻസ്പെക്റ്റർ ശങ്കരമേനോൻ ഉറങ്ങിയത്. ഉറങ്ങുംമുമ്പ് ഉടൻതന്നെ എങ്ങനെയെങ്കിലും എവിടെയാണെങ്കിലും ചന്ദ്രനെ അറസ്റ്റു ചെയ്യണമെന്ന് അദ്ദേഹം മനസ്സിൽ ദൃഢനിശ്ചയം ചെയ്യുകയും ചെയ്തു.

പക്ഷേ, അന്നത്തെ രാത്രിയിൽ രാജേന്ദ്രൻ അസ്വസ്ഥനായിരുന്നു. ജീവിതം ഏതെല്ലാം വഴികളിലൂടെയാണ് മനുഷ്യനെ കൊണ്ടുപോകുന്നതെന്ന ചിന്ത ആ ചെറുപ്പക്കാരനായ പോലീസാഫീസറെ അത്ഭുതപ്പെടുത്തുകയും ചെയ്തു.

രാത്രി വളരെയേറേ വൈകിയാണ് രാജേന്ദ്രനുറങ്ങിയത്. എന്നാൽ പിറ്റേന്നുണരുന്നത് നടുക്കുന്ന ഒരു സംഭവത്തിലേയ്ക്കാണെന്ന് രാജേന്ദൻ പുലർകാലസ്വപ്നത്തിൽ പോലും വിചാരിച്ചിരുന്നില്ല.

പതിനൊന്ന്

ചന്ദ്രൻ തൂങ്ങിമരിച്ചു!

പാർവതിയെ സംസ്കരിച്ചതിനരികിൽ ഒരു പ്ലാവ് നില്പുണ്ട്. ആ മരത്തിന്റെ താഴന്ന ശാഖയിലെ ഇലകൾ, പാർവതിയുടെ ചിതയിലെ ചൂടേറ്റ് വാടിക്കരിഞ്ഞ് പൊടിഞ്ഞുപോയിരുന്നു.

ആ താഴ്ന്ന ശാഖയിലാണ് ചന്ദ്രൻ തൂങ്ങിമരിച്ച് നില്ക്കുന്നത് നാട്ടുകാരിൽ ചിലർ ആദ്യം കണ്ടത്! കാട്ടുതീപോലെ വാർത്ത ഗ്രാമത്തിൽ പരന്നു. ഹയ്യോ എന്ന് ഗ്രാമം അലറിക്കരഞ്ഞു.

പോലിസെത്തും മുമ്പുതന്നെ മാധവൻനായർ, ചന്ദ്രന്റെ പിതൃതുല്യ നായ അമ്മാവൻ ജീപ്പിൽ പാഞ്ഞുവന്നു. ജീവിതത്തിൽ ആദ്യമായി അന്നദ്ദേഹം ജീപ്പോടിച്ചില്ല. കുഞ്ഞമ്പുവാണ് അന്ന് ഡ്രൈവറായി വന്നത്!

''മക്കളേ!' കഴുത്തിൽ കുരുക്കിട്ട് തൂങ്ങിമരിച്ചു നില്ക്കുന്ന അനന്തിരവനെ നോക്കി മാധവൻനായർ വിളിച്ചു. ചങ്കുപൊട്ടി വിളിച്ചു. അലറി വിളിച്ചു. പെട്ടെന്ന് ബി. പി കൂടി അദ്ദേഹം തളർന്നുവീണു. വന്ന ജീപ്പിൽ തന്നെ അദ്ദേഹത്തെ ചിലർ ചേർന്ന് ആശുപത്രിയിലേയ്ക്ക് കൊണ്ടുപോയി. കുഞ്ഞമ്പുതന്നെ ജീപ്പോടിച്ചു. ആ സമയം പോലിസ് ജീപ്പുകളെത്തി.

-ചന്ദ്രന്റെ മൃതദേഹം പോലീസിന്റെ നിർദേശപ്രകാരം നിലത്തിറക്കി. ഉള്ളാടൻ വാസുവാണ് അതു ചെയ്തത്. പുലയരെ സംസ്കരിക്കുന്ന പ്രത്യേക ശ്മശാനത്തിനടുത്ത് കുടിൽ കെട്ടി ഒറ്റയ്ക്ക് താമസിക്കുക യാണവൻ. അയൽഗ്രാമങ്ങളിൽ നിന്നും ആടുകളേയും പശുക്കിടാ ങ്ങളേയും മോഷ്ടിച്ചു കൊണ്ടുവന്ന് കൊന്ന് ഭക്ഷിക്കുന്നവൻ. ചാരായം സ്വന്തമായി വാറ്റി കുടിക്കുന്നവൻ. അവനെ എപ്പോഴും രക്തം മണത്തു. അവന്റെ കണ്ണുകളെപ്പോഴും കത്തിജ്വലിച്ച് പന്തങ്ങളായി. കൊമ്പൻമീശ എപ്പോഴും പിരിച്ചുകൊണ്ടവൻ ആൾക്കാരെ കാണുമ്പോൾ എന്തിനോ വെറുതെ അലറിച്ചിരിച്ചു. ആരും അവനോട് ഒരുവാക്ക് സംസാരി ക്കുവാൻപോലും നിന്നില്ല!

ചന്ദ്രന്റെ ഷർട്ടിന്റെ പോക്കറ്റിൽ രണ്ട് കത്തുകളുണ്ടായിരുന്നു. സർക്കിൾ ഇൻസ്പെക്റ്ററുടെ നിർദ്ദേശ്രപകാരം എസ്. ഐ രാജേന്ദ്രൻ കത്തുകളെടുത്ത് സൂക്ഷിച്ചു.

ജില്ലാഹോസ്പിറ്റലിൽ നിന്നും വന്ന ആംബുലൻസിൽ ചന്ദ്രന്റെ മൃതദേഹം കയറ്റി. വാസുവാണ് ഒറ്റയ്ക്കതു ചെയ്തത്. ഒരു പുഷ്പം പോലെയാണ് അവൻ മൃതദേഹം പൊക്കിയെടുത്തത്. അപ്പോൾ അവന്റെ കണ്ണുകൾ കൂടുതലായി ജ്വലിച്ചു. അവൻ ശബ്ദമില്ലാതെ ചിരിക്കുന്നു ണ്ടായിരുന്നു.

ആ പ്രദേശമാകെ ജനസഞ്ചയമായിരുന്നു. ആരും ആരെയും നോക്കി

യില്ല. ആരും പരസ്പരം സംസാരിച്ചതുമില്ല. മകരമാസത്തിലെ മൂടൽ മഞ്ഞുപോലെ ഒരവ്യക്തവേദന ഗ്രാമത്തെ വലയംചെയ്തു കിടന്നു.

പാർവതിയെ കൊന്ന് വയലിൽ തള്ളി. അവളെ സ്നേഹിക്കുകയും, പിന്നെ അവളെ ചതിച്ചു കൊല്ലുകയും ചെയ്തിട്ട് പുറപ്പെട്ടുപോയ ചന്ദ്രൻ തിരിച്ചുവന്ന് തൂങ്ങിമരിക്കുകയും ചെയ്തിരിക്കുന്നു. അതും പാർവതിയെ സംസ്കരിച്ചതിനരികിലുള്ള മരത്തിന്റെ കൊമ്പിൽ! ദൈവമേ! എന്തൊക്കെയാണ് സംഭവിക്കുന്നത്. ചിരപുരാതനയായ രാത്രി എന്തിനൊക്കെയാണ് സാക്ഷ്യം വഹിക്കുന്നത്?

സി. ഐയും എസ്. ഐയും ഒന്നിച്ചിരുന്ന് കത്ത് വായിച്ചു. രണ്ടു കത്തുകളിൽ ഒന്ന് പോലീസുകാർക്കായി ചന്ദ്രൻ എഴുതിയതാണ്.

''ബഹുമാന്യരായ പോലീസധികാരികൾക്ക്,

മഹാപാപിയും നിർഭാഗ്യവാനുമായ ചന്ദ്രൻ എന്ന ഞാൻ തൂങ്ങി മരിക്കുകയാണ്. എന്റെ പാർവതി ഇല്ലാത്ത ലോകത്ത് എനിക്കിനി ജീവിക്കുവാൻ വയ്യ. പക്ഷേ, എന്റെ പാർവതിയെ ആരാണ് ഈ വിധം നശിപ്പിച്ച് കൊന്ന് വയലിൽ തള്ളിയത്? ഏതു പിശാചിനാണ് ഇങ്ങനെ ചെയ്യുവാൻ തോന്നിയത്? എന്തുകൊണ്ടാണ് എല്ലാ സന്ധ്യകളിലും ദൈവത്തെ ഭജിക്കുന്ന പാർവതിയെ നശിപ്പിച്ചപ്പോൾ ദൈവം കണ്ണുപൊത്തിയത്; ഒന്നും മനസ്സിലാകുന്നില്ല. ഒന്നു മനസ്സിലാക്കുന്നു ഞാൻ! എനിക്ക് ഭ്രാന്താണ്, ഭ്രാന്തുകൂടി തുണിപോലും ഉടുക്കാതെ അപരിചിത സ്ഥലങ്ങളിൽ അലഞ്ഞുതിരിയുന്നതിനു മുമ്പ് ഞാൻ സ്വയം എന്റെ ജീവിതം അവസാനിപ്പിക്കുന്നു.

ഞാനും പാർവതിയും വിവാഹിതരാകുവാൻ ഒരുവർഷം മുമ്പു തന്നെ തീരുമാനിച്ചതാണ്.

(''അതെങ്ങനെ ചന്ദ്രേട്ടാ? പാർവതി ചോദിച്ചു.?'' ''നമ്മൾ തമ്മിൽ ഒത്തിരിയൊത്തിരി വ്യത്യാസങ്ങളില്ലേ? ചന്ദ്രേട്ടന്റെ അമ്മാവൻ അത് സമ്മതിക്കുമോ?''

''ഞാൻ സമ്മതിപ്പിക്കും''.

''എങ്ങനെ?''

''നമ്മുടെ വിവാഹം കഴിഞ്ഞ് അമ്മാവനെക്കൊണ്ട് സമ്മതിപ്പിക്കും.''

''അയ്യോ! എനിക്കു പേടിയാകുന്നു ചന്ദ്രേട്ടാ''

''എന്തിന്? നമ്മൾ ഒരുദിവസം നിശ്ചയിക്കും. അന്നു രാത്രിയിൽ നമ്മൾ ആലപ്പുഴയ്ക്കു പോകും''

''അയ്യോ! എന്റെ അച്ഛൻ''

''അച്ഛൻ വായനയ്ക്കും മറ്റുമായി പോകുന്ന രാത്രിയിൽ നമ്മൾ പോകും! നീ അച്ഛനൊരു കത്ത് എഴുതി വെയ്ക്കണം. എന്നിട്ട് നമ്മൾ ആലപ്പുഴയിലേയ്ക്കു പോകുന്നു''

''അയ്യോ! ചന്ദ്രേട്ടാ അവിടെ ചെന്നിട്ടെന്തു ചെയ്യുവാനാ?''

‘‘ആലപ്പുഴയിൽ എനിക്ക് അനുജനേപ്പോലൊരു സുഹൃത്തുണ്ട്. മജീദ്. പിറ്റേദിവസം നമ്മൾ മജീദുമായിപ്പോയി രജിസ്റ്റർ മാര്യേജ് ചെയ്യും!’’

‘‘ഹയ്യോ’’

‘‘ഹ! നീ എപ്പോഴും അയ്യോ! അയ്യോ എന്നു പറയാതെ പെണ്ണേ. ആലപ്പുഴയിൽ ചെന്ന് വിവാഹം ചെയ്തശേഷം നമ്മൾ ഒരുദിവസം മജീദിന്റെ വീട്ടിൽ താമസിക്കും. എന്നിട്ട് പിറ്റേദിവസം മജീദിനെ വിട്ട് നിന്റെ അച്ഛനെ ഞാൻ ആലപ്പുഴയ്ക്കു വരുത്തും.’’

‘‘അച്ഛനെ കണ്ടാലുടൻ ഞാനാ കാല്ക്കൽ വീഴും. മാപ്പുതരാൻ അച്ഛന് തോന്നാതിരിക്കോ അച്ഛനെനിക്കു മാപ്പുതരും.’’ അവൾ കരയുകയും ചിരിക്കുകയും ചെയ്തു. ‘‘എന്നിട്ടോ?’’

‘‘എന്നിട്ട്, ഞാനും നീയും അച്ഛനുംകൂടി എന്റെ അമ്മാവന്റെ വീട്ടിലേയ്ക്കു വരും. അവിടെ അമ്മാവന്റെ കാലിൽതൊട്ട് നമസ്കരിച്ചിട്ട് നമ്മളെ അനുഗ്രഹിക്കണമെന്നും സ്വീകരിക്കണമെന്നും അപേക്ഷിക്കും. അപ്പോൾ നമ്മളെ അമ്മാവൻ അനുഗ്രഹിക്കുകയും സ്വീകരിക്കുകയും ചെയ്യും. തീർച്ച!’’

‘‘ഒരുപക്ഷേ, ചന്ദ്രേട്ടന്റെ അമ്മാവൻ നമ്മളെ അംഗീകരിച്ചില്ലെങ്കിലോ?’’ പാർവതി നെഞ്ചിൽ നിറഞ്ഞ ശങ്കയോടെ ചോദിച്ചു.

‘‘എങ്കിൽ’’ ഒരു മടിയും കൂടാതെ തന്റേടത്തിന്റെ സ്വരത്തിൽ ചന്ദ്രൻ പറഞ്ഞു. ‘‘ഞാനും നീയും നിന്റച്ഛനും കൂടി നിന്റെ വീട്ടിൽ താമസിക്കും. എന്തു ജോലി ചെയ്തും നിന്നെ ഞാൻ പൊന്നുപോലെ നോക്കും.’’

‘‘എന്റെ ചന്ദ്രേട്ടാ’’ അതു കേൾക്കെ ഹർഷോന്മാദത്തോടെ ചന്ദ്രന്റെ മാറിലേയ്ക്ക് അവൾ തലചേർത്തു. അയാളവളെ ഗാഢമായി ആലിംഗനം ചെയ്യുകയും ചുംബിക്കുകയും ചെയ്തു.)

പാർവതിയെ ആരൊക്കെയോ ചേർന്ന് നശിപ്പിച്ച ആ ഞായറാഴ്ച രാത്രി പത്തുമണിയ്ക്കാണ് ഞങ്ങൾ ആലപ്പുഴയ്ക്ക് പോകുവാൻ തീരുമാനിച്ചുറപ്പിച്ചിരുന്നത്. രാത്രി പത്തരയ്ക്ക് ചങ്ങനാശ്ശേരിയിൽ വന്ന് ടാക്സിക്കാറുമായി കവലയിൽ മജീദ് എത്തും. കാറിൽ ചങ്ങനാശ്ശേരിവരെ ചെന്നിട്ട് അവിടെയുള്ള മജീദിന്റെ കൊച്ചാപ്പയുടെ വീട്ടിൽ എന്തെങ്കിലും നുണപറഞ്ഞ് വെളുപ്പാൻകാലം വരെ കഴിഞ്ഞിട്ട് ആലപ്പുഴയ്ക്കു പോകാനായിരുന്നു പ്ലാൻ. ശനിയാഴ്ച പാർവതിയും ഞാനും പരസ്പരം എല്ലാം പറഞ്ഞ് ഉറപ്പിച്ചിട്ടാണ് പിരിഞ്ഞത്. എന്നിട്ടും ഞായറാഴ്ച വനജ വന്നപ്പോൾ രാത്രിയിലത്തെ കാര്യം ഓർമിപ്പിച്ചുകൊണ്ട് പാർവതിയ്ക്കൊരു കുറിപ്പെഴുതി കൊടുത്തുവിടുകയും ചെയ്തു.

നിശ്ചയിച്ചുറപ്പിച്ചിരുന്നതുപോലെ ഞാൻ രാതി പത്തുമണിക്കു മുമ്പായിത്തന്നെ പാർവതിയുടെ വീടിനു തെക്കുവശത്തുള്ള പ്ലാവിൻ ചുവട്ടിൽ വന്നുനിന്നു. അവിടെവെച്ചാണ് ഞങ്ങൾ ചില രാത്രികളിൽ

കണ്ടുമുട്ടിയിരുന്നതും ആരും കാണാതെ എല്ലാ കാര്യങ്ങളും പരസ്പരം പറഞ്ഞിരുന്നതും. ശാരീരികമായി ഞങ്ങൾ ബന്ധപ്പെട്ടിരുന്നതേയില്ല. ഒരു ചുംബനമോ ഒരാലിംഗനമോ.... അതിനപ്പുറം ഒന്നും ഉണ്ടായിട്ടില്ല. ഞങ്ങളുടെ ആ പ്ലാവിൻചുവട്ടിലാണ് പാർവതിയെ ദഹിപ്പിച്ചത്. ആ പ്ലാവിന്റെ ശിഖരത്തിൽ ഞാൻ തൂങ്ങിമരിക്കുകയും ചെയ്യുന്നു. എന്റെ ദൈവമേ!

ഞായറാഴ്ച രാതി പത്തുമണിമുതൽ ഞാൻ കാത്തുനിന്നു. പാർവതിയുടെ വീട്ടിൽ ഇരുട്ടായിരുന്നു. സാധാരണ ഒരു ചെറിയ നിലവിളക്ക് രാത്രി പതിനൊന്നുമണിവരെ വീടിന്റെ വരാന്തയിൽ കത്തിച്ചു വെയ്ക്കുന്നത് പതിവാണ്.

മണി പത്തരയായി. പത്തേമുക്കാലായി. പതിനൊന്നായി. പാർവതി വരുന്നില്ല. അവളുടെ അച്ഛൻ വന്നിട്ടുണ്ടാവുമോ? എന്നാലും വരാന്തയിൽ വെളിച്ചമുണ്ടാവേണ്ടതാണല്ലോ!

(ചന്ദ്രൻ പാർവതിയുടെ വീടിനടുത്തേയ്ക്കു നടക്കുന്നു. ഇരുട്ടിൽ കുളിച്ചു നില്ക്കുന്ന അവളുടെ വീടിനയാൾ പ്രദക്ഷിണം വെച്ചു. നിശ്ശബ്ദതയും ഇരുട്ടും നിറഞ്ഞുതുളുമ്പുന്ന രാത്രി ഉറങ്ങാതിരുന്ന് നെടുവീർപ്പിടുന്നുണ്ടായിരുന്നു.

പാർവതിയുടെ മുറിയുടെ ജനാലയ്ക്കരികിലയാൾ ചെന്നു. ജനാല അകത്തുനിന്നും അടച്ച് കുറ്റിയിട്ടിരിക്കുന്നു. വീടിനു മുമ്പിലേയ്ക്കയാൾ ഓടിച്ചെന്നു. മുൻവശത്തെ മുറി വെളിയിൽ നിന്നും ഓടാമ്പലിട്ട് അടച്ചിരിക്കുന്നു. പാർവതി അകത്തില്ല! ഈശ്വരാ! ചന്ദ്രൻ വിയർപ്പിൽ കുളിച്ചു. അയാൾ ഇടതുനെഞ്ച് പൊത്തിപ്പിടിച്ച് അനക്കമറ്റുനിന്നു

പാർവതീ എന്നയാൾ നിശ്ശബ്ദമായി അലറിവിളിച്ചു. പാർവതീ നീ എവിടെയാണ്; എന്തുപറ്റി നിനക്ക്? നീ എന്നെ പറ്റിക്കാൻ എവിടെയെങ്കിലും ഒളിച്ചിരിക്കുന്നുവോ? അതും ഒരു മണിക്കൂർ, ഹ!

അയാൾ വീണ്ടും വീടിനുചുറ്റും നടന്നു. ഓടി പ്ലാവിന്റെ ചുവട്ടിലെത്തി. പ്ലാവിന് വലംവെച്ചു. പിന്നെ പ്ലാവിന്റെ തടിയിൽ കെട്ടിപ്പിടിച്ചുനിന്നു. നിന്ന നില്പിൽ ഊർന്ന് നിലത്തേയ്ക്ക് വീണു. പാർവതി....! ഭ്രാന്തനെപ്പോലെ ചന്ദ്രൻ നിലത്ത് കമഴ്ന്ന് കിടന്നു കരഞ്ഞു. പിന്നെ പെട്ടെന്നു ചാടിയെഴുന്നേറ്റ് അയാൾ വനജയുടെ വീടിനു നേരെ ഓടിച്ചെന്നു. ചുറ്റും ഇരുട്ടൊഴുകുകയാണ്. ഇരുട്ടിലൊരു തുരുത്തുപോലെ വനജയുടെ വീട് നിലകൊണ്ടു. അയാൾ വനജയുടെ മുറിയ്ക്കു വെളിയിലുള്ള ജനാലയുടെ അടുത്തെത്തി. ജനലിന്റെ വാതിലുകൾ ചാരിയിട്ടിരിക്കുകയായിരുന്നു. അയാൾ അത് തുറന്നു. അകത്ത് മുറിയ്ക്കുള്ളിലെ ഇരുട്ടിന്റെ തടാകത്തിൽ ഒന്നുംതന്നെ കാണുവാൻ കഴിയുമായിരുന്നില്ല.

ചന്ദ്രൻ അമർത്തിയ ശബ്ദത്തിൽവിളിച്ചു. ''വനജേ... വനജേ..''

–കുറേയേറെ വിളികൾക്കുശേഷം അകത്തുനിന്നും ചോദ്യം ഉയർന്നു.

''ആരാ?''

''ഞാനാ! ചന്ദ്രൻ''

''അയ്യോ!'' അവൾ പെട്ടെന്ന് തീപ്പെട്ടിയുരച്ച് വിളക്കു കൊളുത്തി. മത്തപ്പൂവുപോലെ വിളക്ക് ഇരുളിൽ വിടർന്നു നിന്നു.

വനജ ഓടി ജനാലയ്ക്കരികിലേയ്ക്കു വന്നു. ''എന്താ ചന്ദ്രേട്ടാ തിരിച്ചുവന്നത്?'' അവൾ പരിഭ്രമത്തോടെ തിരക്കി.

''തിരിച്ചുവന്നെന്നോ?'' ഭ്രാന്തുപിടിച്ചവനെപ്പോലെ ചന്ദ്രൻ അലറി ചോദിച്ചു. പക്ഷേ, ശബ്ദം പതുക്കെയാണ് പുറത്തുവന്നത്. ''അതിനു ഞാൻ എവിടെ പോയിട്ടാ?''

''എന്നതാ ഈ പറയുന്നെ? പോയില്ലെന്നൊ?'' അഴിഞ്ഞു കിടന്ന മുടി വാരിക്കെട്ടിക്കൊണ്ട് അവൾ പാമ്പിനെപ്പോലെ ചീറി. ''എട്ടുമണിക്ക് ചന്ദ്രേട്ടൻ പ്ലാവിന്റെ ചുവട്ടിൽ വന്നു നില്ക്കുന്നത് ഞാൻ കണ്ടതാ ണല്ലോ! ഞാൻ പോയിവരാം, ചന്ദ്രേട്ടൻ വന്നു വനജേ എന്ന് എന്നോടു പറഞ്ഞിട്ട് പാർവതി ബാഗുമായി നിങ്ങളുടെ അരികിലേയ്ക്ക് വന്നതും പിന്നെ നിങ്ങളൊന്നിച്ചു പോകുന്നതും ഞാൻ കണ്ടതാണല്ലോ! എന്നിട്ടു പോയില്ലെന്നോ? നുണ പറയുന്നോ?''

''ഹാ! എന്നായിത്?'' ചന്ദ്രന് ബോധം മറയുംപോലെ തോന്നി. ''പത്തുമണിക്ക് പോകാമെന്നാണല്ലോ ഞാൻ പറഞ്ഞിരുന്നതും ഞങ്ങൾ തീരുമാനിച്ചിരുന്നതും. പിന്നെങ്ങനെയാ? നീ, നീ എന്താ ഈ പറയു ന്നത്?'' അയാളുടെ കണ്ണുകൾ നിറഞ്ഞൊഴുകി.

''ആ! അതൊന്നും എനിക്കറിയാൻ വയ്യ!'' വനജ കോട്ടുവായിട്ടു. ''നാളെ പാർവതിയെ കാണാനില്ലെന്നു പറയുമ്പോ എല്ലാവരോടും ചന്ദ്രേട്ടന്റെ കൂടെ അവൾ പോയതു ഞാൻ കണ്ടു എന്നുതന്നെ പറയും.'' അവൾ പെട്ടെന്ന് ജനാലയടച്ച് അകത്തുനിന്നും കുറ്റിയിടുകയും വിളക്കണയ്ക്കുകയും ചെയ്തു.)

ചുറ്റുംനിറഞ്ഞ ഇരുട്ടിന്റെ കടലിൽ എന്താണ് ചെയ്യേണ്ടതെന്ന റിയാതെ ഞാൻ എത്രസമയം അവിടെ നിന്നെന്ന് എനിക്കറിയില്ല സാർ! അപ്പോഴാണ് മജീദ് കവലയിൽ കാറുമായിട്ടെത്തിയിട്ടുണ്ടാവും എന്ന കാര്യം പെട്ടെന്നെങ്ങനെയോ ഞാനോർത്തത്. ഞാനോടി കവലയിലെത്തിച്ചേർന്നപ്പോൾ അവിടെ മജീദില്ല കാറുമില്ല. ചിങ്ങവനത്തു വന്നപ്പോൾ ടാക്സിക്കാറിന്റെ ടയറുകൾ വെടി തീർന്നെന്ന് പിന്നെപ്പോഴോ എന്റെ അബോധാവസ്ഥയ്ക്കിടയിൽ അവൻ പറഞ്ഞ് ഞാനറിഞ്ഞെന്നാണ് എന്റെ ഓർമ! രാത്രി മുഴുവനും ഞാൻ ഭ്രാന്തനെപ്പോലെ ഗ്രാമത്തിലൂടെ ഓടിനടന്നു. അവസാനം മഠത്തിലെ സ്വാമിയുടെ വള്ളപ്പുരയിൽ ചെന്നുവീണതോർക്കുന്നുണ്ട് ഞാൻ. പിറ്റേന്നു രാവിലെ പാർവതിയുടെ വിവരം ഞാനറിഞ്ഞു. ആൾക്കൂട്ടത്തിനി

ടയിൽ നിന്നുകൊണ്ട് ഞാനെന്റെ പാർവതിയെ കാണുകയും ചെയ്തു.

(എന്റെ കുന്നിൻപുറത്തമ്മേ! ചന്ദ്രൻ നെഞ്ചുപൊത്തിപ്പിടിച്ചു കൊണ്ട് വയലിൽ ആൾക്കൂട്ടത്തിനിടയിൽ പാർവതിയെ കണ്ടുകൊണ്ടുനിന്നു.

''ചന്ദ്രേട്ടാ'' പാർവതി വിളിക്കുന്നു. ''നമുക്കു പോകാം.''

''ചന്ദ്രേട്ടാ''! പാർവതി കരയുന്നു. ''കണ്ടുവോ എന്നെ''? ''എന്നെ വലിച്ചുകീറി നശിപ്പിച്ചിട്ടിരിക്കുന്നത് കണ്ടുവോ ചന്ദ്രേട്ടാ'')

-എനിക്കു പിന്നെയൊന്നും ഓർമയില്ല സാർ! ഞാനെങ്ങനെയോ ആലപ്പുഴയിലേയ്ക്കുള്ള ബോട്ടിൽ കയറി. പുറപ്പെട്ട് പോകാനായി കൊണ്ടുവന്ന എന്റെ ബാഗ് ഞാനപ്പോഴും, സൂക്ഷിച്ചിരുന്നു.അതിനകത്ത് പാർവതിയെ ചാർത്താനുള്ള താലിമാലയുണ്ടായിരുന്നു.മജീദിന്റെ വീട്ടിലെത്തിയത് മാത്രം എനിക്കോർമ്മയുണ്ട്. ഇപ്പോൾ ദിവസങ്ങൾ കഴിഞ്ഞിരിക്കുന്നു. ആധി മാറാനുള്ള മരുന്ന് കഴിച്ച് കഴിച്ച് ഞാനേറെക്കുറെ സ്വസ്ഥനായി. സ്വസ്ഥമായ ആ മനസ്സോടെയാണ് ഞാൻ നിങ്ങൾക്ക് ഈ കത്തെഴുതിവെച്ചിട്ട് പോകുന്നത്. പാർവതിയുടെ അരികിലേയ്ക്ക് ഞാൻ പോകുന്നു. എന്റെ പാർവതിയെ നശിപ്പിച്ച പിശാചുക്കളെ കണ്ടുപിടിക്കണം എന്നുള്ള അപേക്ഷ ഞാൻ നിങ്ങൾക്കു സമർപ്പിക്കുകയാണ്. ഒപ്പം വനജ എനിക്കുതന്ന ഒരെഴുത്തും ഇതിനോടൊപ്പം വയ്ക്കുന്നു. വിവാഹം കഴിഞ്ഞതിനുശേഷം അവളുടെ കൂട്ടുകാരിയുടെ തനിനിറം ബോദ്ധ്യപ്പെടുത്താൻ പാർവതിയെ കാണിക്കാനായി സൂക്ഷിച്ചു വെച്ചിരുന്നതായിരുന്നു ഈ കത്ത്. ഇനി ഈ കത്ത് പാർവതിയെ കാണിക്കുവാൻ സാധിക്കില്ലല്ലോ! അതുകൊണ്ട് ഈ കത്ത് നിങ്ങൾക്ക് വായിക്കുവാനായി വെയ്ക്കുന്നു. ഇനിയും എനിക്ക് ഒന്നും എഴുതുവാനില്ല. എന്റെ പാർവതിയുടെ അരികിലേയ്ക്ക് ഞാൻ പോവുകയാണ്. അമ്മാവന് ഞാൻ പ്രത്യേകമായി എഴുത്തിട്ടിട്ടുണ്ട്. എല്ലാവരും എന്നോട് ക്ഷമിക്കണം.''

കത്ത് വായിച്ചുകഴിഞ്ഞ് സി. ഐ ശങ്കരമേനോനും എസ്. ഐ രാജേന്ദ്രനും വല്ലാതായ മുഖത്തോടെ ചില നിമിഷങ്ങൾ നിശ്ശബ്ദരായി സ്തംഭിച്ചിരുന്നുപോയി. ഒരിക്കലും പ്രതീക്ഷിക്കാത്ത വഴിയിലേയ്ക്ക് കേസ് തിരിഞ്ഞിരിക്കുന്നു.

''ആ വനജ എഴുതിയ കത്തുകൂടി വായിക്കു രാജേന്ദ്രാ!''

രാജേന്ദ്രൻ വനജയുടെ കത്തും വായിക്കാനാരംഭിച്ചു. ചെറിയ കത്തായിരുന്നു അത്. നല്ല വൃത്തിയുള്ള കൈപ്പട!

''എന്റെ പ്രാണനായ ചന്ദ്രേട്ടാ.

ഞാൻ ജീവിതത്തിൽ ഏറെ കൊതിച്ചയാളാണ് എന്റെ ചന്ദ്രേട്ടൻ. പക്ഷേ, ചന്ദ്രേട്ടൻ സ്നേഹിച്ചത് പാർവതിയെയാണ്. എനിക്കവളോട് അസൂയയും കഠിനമായ ദേഷ്യവുമാണ്. ഞാനതൊന്നും കാണിക്കാറില്ല എന്നുമാത്രം! എന്നാലും ഞാനും എന്റെ ചന്ദ്രേട്ടനെ സ്നേ

ഹിക്കുന്നു. ചന്ദ്രേട്ടൻ പാർവതിയെ കല്യാണം കഴിച്ചോളു. ഞാനത് സഹിച്ചോളാം. അങ്ങനെയായാലും എനിക്കെന്റെ ചന്ദ്രേട്ടനെ വല്ലപ്പോഴും കിട്ടണം. എന്റെ പൊന്നിനെ ഓർക്കാത്ത ഒരു രാത്രിയും എനിക്കില്ല. എന്റെ ആഗ്രഹവും കൂടി സാധിച്ചുതരൂ ചന്ദ്രേട്ടാ. വല്ലപ്പോഴുമൊക്കെ എന്റെകുടെ വാ പൊന്നെ! പാർവതിയെ കല്യാണം കഴിച്ചാലും എന്റെകൂടെ വല്ലപ്പോഴും ഒന്നു വരണേ. എന്റെ കല്യാണം കഴിഞ്ഞാലും ഏതു രാത്രിയിൽ വന്നാലും ശരി എന്റെ പൊന്നിന് എന്റെ എല്ലാം തരാം. ചന്ദ്രേട്ടനെ കിട്ടാൻ കൊതിയോടെ കഴിയുന്ന വനജ''

എഴുത്തു വായിച്ചു കേട്ടയുടൻ ''ഛീ'' എന്നറിയാതെ ശബ്ദംവെച്ചു കൊണ്ട് സി. ഐ ശങ്കരമേനോൻ ഇരുന്നിടത്തു നിന്നും എഴുന്നേറ്റിട്ട് വീണ്ടും ഇരുന്നു. സി. ഐയുടെയും എസ്. ഐയുടെയും മുഖത്ത് സ്വേദകണങ്ങൾ ഉണ്ടായി വന്നു.

''രാജേന്ദ്രാ'' സി. ഐ ചീറുന്ന ശബ്ദത്തിൽ പറഞ്ഞു, ''ആ വനജയാണ് പാർവതിയെ ചതിക്കാൻ മുൻകയ്യെടുത്തത്. ആരൊക്കെ ചേർന്നാണ് പാർവതിയെ കൊലപ്പെടുത്തിയതെന്ന് വനജ പറയും. അവളെ മാത്രമല്ലാ അവളുടെ അമ്മയേയും അച്ഛനേയും കസ്റ്റഡിയി ലെടുക്കണം.''

''സർ'' എസ്. ഐ രാജേന്ദ്രൻ ജാഗരൂകനായിട്ടെഴുന്നേറ്റു.

-ദിവസങ്ങൾക്കുമുമ്പ് വനജയുടെ വീട്ടുകാരെപ്പറ്റി അന്വേഷിക്കാൻ നിയോഗിച്ച എല്ലാവർക്കും പ്രിയങ്കരനും മിടുക്കനുമായ കോൺസ്റ്റബിൾ ബാലകൃഷ്ണൻ പറഞ്ഞ വാക്കുകൾ സി. ഐയും എസ്. ഐയും ഓർത്തു.

ബാലകൃഷ്ണൻ. ''സർ, ആ കുടുംബത്തെപ്പറ്റി നാട്ടിൽ വളരെ മോശമഭിപ്രായമാണ്. തള്ളയും മകളും വളരെ ചീത്തകളാണെ ന്നാണ് നാട്ടുകാർ പറയുന്നത്. സ്വന്തം തന്തയാണ് ഇടനിലക്കാരൻ. ഹോസ്പിറ്റലിലെ ഒരു ഡോക്ടറടക്കം പലരും ആ വീട്ടിൽ വന്നു പോകുന്നവരാണ്.''

''സർ'' രാജേന്ദ്രൻ സി. ഐയോട് ചോദിച്ചു. ''ജില്ലാ ഹോസ്പി റ്റലിലെ ആ ഡോക്ടറേയും കൂടി കസ്റ്റഡിയിലെടുക്കണമോ?''

''ഇപ്പോ വേണ്ടാ! വനജയുടെ വായിൽ നിന്നും പാർവതിയെ ന ശിപ്പിച്ചതാരാണെന്നറിഞ്ഞിട്ടു മതി! ആ ഡോക്ടറിപ്പോൾ പ്രതിസ്ഥാന ത്തില്ലല്ലോ! അയാൾ അസുഖമൊന്നുമില്ലാത്ത വനജയെ ഹോസ്പി റ്റലിൽ അഡ്മിറ്റ് ചെയ്തു എന്നുള്ളതാണു സത്യം. അവൾ കഴിക്കാതി രുന്ന മരുന്നിന്റെ ശേഖരം നമ്മൾ കണ്ടതുകൊണ്ടാണ് അവൾക്കസുഖം ഒന്നുമില്ലായിരുന്നെന്ന് മനസ്സിലാക്കിയത്! പക്ഷേ, അതൊരു തെളി വല്ല. വേണമെങ്കിൽ തെളിവാക്കുകയും ഡോക്ടറെ അറസ്റ്റ് ചെയ്യുകയും ചെയ്യാം''.

''ശരി സാർ''.

''ഇന്നുതന്നെ നമുക്ക് വനജയേയും കുടുംബത്തേയും അറസ്റ്റ് ചെയ്യണം.''

''സർ'' എസ്. ഐ രാജേന്ദ്രൻ എഴുന്നേറ്റു.

പോലീസ് കമ്മീഷണറുടെ കാര്യാലയം

ഡി. എസ്. പി അജിത് കുമാർ, ഡി. വൈ. എസ്. പി ജോൺ മാത്യു, സർക്കിൾ ഇൻസ്പെക്ടർ ശങ്കരമേനോൻ, എന്നിവരിരിക്കുന്നു. സബ് ഇൻസ്പെക്റ്റർ രാജേന്ദ്രൻ നില്ക്കുകയാണ്.

സമയം ഉച്ചകഴിഞ്ഞ് മൂന്നു മണിയായിരിക്കുന്നു.

ഒരു തീരുമാനം നടപ്പിലാക്കുവാൻ പോവുകയാണ്.

''ആരും അത്ര ശ്രദ്ധിക്കാത്ത രീതിയിൽ വേണം അവരെ അറസ്റ്റു ചെയ്തുകൊണ്ടുവരാൻ.'' ഡി. എസ്. പി പറഞ്ഞു.

''ആ പെൺകുട്ടിയേയും അമ്മയേയും അച്ഛനേയും ഒന്നിച്ചുതന്നെ അറസ്റ്റു ചെയ്യണം. ജോൺമാത്യു നമുക്ക് ഒരു വനിതാ പി. സി.യെ വിടാം, ഇവരുടെകൂടെ... എന്താ?''

''ശരി സാർ.'' ഡി. വൈ. എസ്. പി ജോൺ മാത്യു മന്ദഹസിച്ചു.

''നമുക്കിവിടെ ഇപ്പോൾ രണ്ടുപേരുണ്ട്. മഹാലക്ഷ്മിയും മേരി തോമസും.''

''മഹാലക്ഷ്മിയെ വിടാം.'' ഡി. എസ്. പി കോളിംഗ് ബെല്ലമർത്തിയപ്പോൾ വെളിയിൽ നിന്നും കോൺസ്റ്റബിളെത്തി.

''മഹാലക്ഷ്മി.'' ഡി. എസ്. പി അത്രമാത്രം പറഞ്ഞു.

രണ്ടുമിനിട്ടിനുള്ളിൽ എത്തി മഹാലക്ഷ്മി. സാരിയായിരുന്നു വേഷം. തോളിൽ പോലീസ് ചിഹ്നം.

എസ്. ഐ രാജേന്ദ്രൻ ആദ്യമായി കാണുകയായിരുന്നു മഹാലക്ഷ്മിയെ. ഒരു മിന്നൽപിണർ വന്നതുപോലെ തോന്നി അയാൾക്ക്. അയാൾ തലയുയർത്തി മഹാലക്ഷ്മിയെ നോക്കിനിന്നു. ഒരുവെണ്ണക്കൽ പ്രതിമപോലത്തെ സുന്ദരിയെന്നു മാത്രം മനസ്സിൽ പറഞ്ഞു. അവരുടെ നീണ്ടമൂക്കിൽ നിന്നും അദ്ദേഹം കണ്ണുകൾ പിൻവലിച്ചില്ല. ഇന്ദിരാ ഗാന്ധിയുടെ മൂക്ക്!

''ഇന്ന് സന്ധ്യയ്ക്ക് ഒരറസ്റ്റുണ്ട്. പോകണം.'' ഡി. എസ്. പി പറഞ്ഞു. ആജ്ഞാസ്വരമായിരുന്നില്ലത്. ആ സ്വരത്തിൽ വാത്സല്യമായിരുന്നു നിറഞ്ഞു നിന്നിരുന്നത്.

(1965 മുതൽ വനിതാ പോലീസിൽ നിയമനം തുടങ്ങിയിരുന്നു.)

സന്ധ്യ മയങ്ങുന്നു. ആകാശത്ത് നക്ഷത്രങ്ങളുണ്ടായിരുന്നില്ല. ഒരു പോലീസ് ജീപ്പ് വളരെ വേഗത കുറച്ച് വനജയുടെ വീടിനു മുമ്പിൽ വന്നുനിന്നു.

മഹാലക്ഷ്മി വണ്ടിയിൽ നിന്നുമാദ്യമിറങ്ങി. പുറകേ രണ്ടു പോലീസു കാരും. എസ്. ഐ രാജേന്ദ്രൻ മുൻസീറ്റിൽതന്നെയിരുന്നു. ഡ്രൈവറും ഇറങ്ങി പോലീസുകാരോടൊപ്പം ചേർന്നു.

''ഒരുനിമിഷം നിങ്ങളിവിടെ നില്ക്ക്.'' മഹാലക്ഷ്മി പോലീസു കാരോട് പറഞ്ഞിട്ട് നടന്നു. വരാന്തയിൽ ഒരു നിലവിളക്ക് കരിന്തിരി കത്തുന്നുണ്ടായിരുന്നു.

''വനജേ'' സ്നേഹമൂറുന്ന സ്വരത്തിൽ മഹാലക്ഷ്മി വിളിച്ചു. ''മക്കളേ! വനജേ!''

''ഓ'' വനജ ഓടിയെത്തി. പുറകെ വനജയുടെ അമ്മ എത്തി. കുറച്ചുനേരം കഴിഞ്ഞ് വനജയുടെ അച്ഛനും അകത്തുനിന്നെത്തി. ''ആരാ?'' അവർ ഒന്നിച്ചു ചോദിച്ചു.

''പോകാം'' മഹാലക്ഷ്മി പറഞ്ഞു. ''എല്ലാവരും വരണം.'' അപ്പോഴേയ്ക്കും പോലീസുകാർ മഹാലക്ഷ്മിയുടെ പുറകിലെത്തിയിരുന്നു!

പത്തുമിനിട്ടിനകം വനജയേയും അവളുടെ അമ്മയേയും അച്ഛനേയും അകത്തെടുത്തിട്ടുകൊണ്ട് പോലീസ് ജീപ്പ് ഓടിയകന്നു. അങ്ങനെയൊരു സംഭവം നടന്നത് ദൈവമൊഴികെ ആരും അറിഞ്ഞില്ല.

പന്ത്രണ്ട്

പോലീസ്ക്ലബ്ബിലെ വിശാലമായ മുറി!

''ഞങ്ങളെ ഇനി ഉപ്രദവിക്കല്ലേ സാറെ! ഞങ്ങളെല്ലാം പറയാം!'' മഹാലക്ഷ്മിയോട് വനജയും അമ്മ ഗോമതിയും പറഞ്ഞു. വനജയുടെ അച്ഛൻ ശേഖരൻ അവിടെ ഉണ്ടായിരുന്നില്ല. അയാളെ വേറൊരു മുറിയിലടച്ചിരിക്കുകയായിരുന്നു.

''ശരി! ഒരുനിമിഷം!'' മഹാലക്ഷ്മി പുറത്തേയ്ക്കു പോയി. ആ മുറിയിൽ റൈട്ടർ അവർ പറയുന്നതെല്ലാം എഴുതുവാനായിട്ടിരിപ്പുണ്ടായിരുന്നു.

മഹാലക്ഷ്മി പോയപ്പോൾ ഗോമതി ദയനീയമായി റൈട്ടറെ നോക്കി. അവരിലെ മാദകത്വവും ലൈംഗികചേഷ്ടകളും ഒക്കെ വറ്റിയിരിക്കുന്നു. ഒരു വല്ലാത്ത ക്ഷീണത്തിൽ പ്രത്യേക രീതിയിലിരിക്കയായിരുന്ന ഗോമതിയുടെ മാറിടത്തിന്റെ വിടവ് റൈട്ടർക്ക് നല്ലതുപോലെ കാണാമായിരുന്നു. ഇഷ്ടമില്ലെങ്കിലും അയാൾ ആ കാഴ്ചയും കണ്ടിരുന്നു. ഗോമതിയുടെ നഗ്നമായ മുലകൾ റൈട്ടർ മനസ്സിൽ സങ്കല്പിക്കുകയും ചെയ്തു. പക്ഷേ, അയാൾ വനജയെ നോക്കിയില്ല. വനജയെ കണ്ടപ്പോഴൊക്കെ അയാൾ സ്വന്തം മകളെ ഓർത്തു.

അപ്പോൾ എസ്. ഐ രാജേന്ദ്രനും മഹാലക്ഷ്മിയും അവരുടെ

അരികിലേയ്ക്കു വന്നു. അവിടെയുള്ള കസേരകളിലൊന്നിൽ രാജേന്ദ്രനിരുന്നു. വനജയും ഗോമതിയും തറയിലിരിക്കയായിരുന്നു.

‘‘കൂടുതൽ ചോദ്യങ്ങളൊന്നുമില്ല. വിവരങ്ങളെല്ലാം ഇങ്ങോട്ടു പറഞ്ഞാൽ മതി.’’ രാജേന്ദ്രൻ പറഞ്ഞു.

‘‘കേട്ടോടി.’’ മഹാലക്ഷ്മി ചോദിച്ചു.

‘‘കേട്ടു.’’ വനജ മന്ത്രിച്ചു.

‘‘പാർവതി രാത്രി എത്രമണിക്കാണ് പോയത്?’’

‘‘രാത്രി എട്ടുമണിക്ക്.’’ കിളി പറയുംപോലെ വനജ പറഞ്ഞു.

‘‘നീ ഞങ്ങളോട് പറഞ്ഞത് ചന്ദ്രൻ നിനക്കു തന്ന എഴുത്തിൽ എഴുതിയിട്ടുള്ളതുപോലെ പത്തുമണിക്കാണ് പാർവതി പോയതെന്നല്ലേ?’’ രാജേന്ദ്രൻ ഒന്നിളകിയിരുന്നു. ‘‘നുണയാണ് നീ ഞങ്ങളോട് പറഞ്ഞത് അല്ലേ? ങ്ും, എന്നിട്ട്? എങ്ങനെയാണ് പാർവതിയോട് പത്തുമണിയെന്നുള്ളത് നീ എട്ടാക്കിയത്?’’

‘‘എന്തോ കാരണം കൊണ്ട് പത്തുമണിയെന്നുള്ളത് എട്ടാക്കി തീരുമാനിച്ച വിവരം ചന്ദ്രേട്ടൻ പറഞ്ഞെന്നു ഞാൻ പാർവതിയെ വിശ്വസിപ്പിച്ചു. ചന്ദ്രേട്ടന്റെ എഴുത്ത് ഞാൻ കൊടുത്തില്ല.’’

‘‘അങ്ങനെ നീ പാർവതിയെ ചതിച്ചു.’’ രാജേന്ദ്രൻ പതുക്കെ ചിരിച്ചു. ‘‘നിനക്ക് പാർവതിയോട് ഇത്രയധികം ദേഷ്യമുണ്ടായിട്ട് ഇത്രയും നാൾ ആ കുട്ടിയോട് എങ്ങനെയാണ് സ്നേഹം അഭിനയിച്ചത്’’ രാജേന്ദ്രൻ വനജയെ ചില നിമിഷങ്ങൾ നിശ്ശബ്ദനായി നോക്കിയിരുന്നു. ‘‘ശരി! ഞങ്ങൾക്ക് പ്രധാനമായിട്ടറിയേണ്ടത് എട്ടുമണിക്ക് ചന്ദ്രൻ കാത്തുനില്ക്കുമെന്നു പറഞ്ഞ സ്ഥലത്ത് അയാൾക്കു പകരം ആരാണ് വന്നതെന്നാണ്? ആരാണ് പാർവതിയെ അവിടെനിന്നും ബലംപ്രയോഗിച്ചു കൊണ്ടുപോയത്?’’

രാജേന്ദ്രന്റെ ചോദ്യത്തിന് മറുപടി പറയാനാവാതെ വനജ തല കുനിച്ചിരുന്നു.

‘‘പറയെടീ’’ രാജേന്ദ്രൻ അമർത്തിയ ശബ്ദത്തിൽ ചോദിച്ചു. ‘‘ആരാണ് ചന്ദ്രനു പകരം പാർവതിയെ ചതിച്ചത്?’’

-അപ്പോഴും വനജ നിശ്ശബ്ദയായിത്തന്നെ ഇരുന്നു.

‘‘ഛീ! പറയെടീ നായിന്റെ മോളെ!’’ മഹാലക്ഷ്മി അലറിക്കൊണ്ട് മുന്നോട്ടാഞ്ഞപ്പോൾ, ‘‘അയ്യോ, പറയാമേ’’ എന്നായി വനജ. അപ്പോഴും നിർവികാരമായ ഭാവത്തോടെ നിശ്ചലയായിട്ടിരിക്കയായിരുന്നു ഗോമതി. ആ സ്ത്രീയുടെ മുഖവും മനസ്സും പെട്ടെന്ന് വല്ലാതെ മാറിപ്പോയിരിക്കുന്നു!

‘‘പറയ്...’’ മഹാലക്ഷ്മി ശാന്തയായി പറഞ്ഞു. ‘‘പറയു മക്കളേ’’

എല്ലാം പറയുവാനായി രാജേന്ദ്രന്റെ മുഖത്തേയ്ക്കു നോക്കിയ വനജ പെട്ടെന്ന് മുഖംപൊത്തി പൊട്ടിക്കരഞ്ഞു. തെല്ലുസമയം കരഞ്ഞപ്പോൾ

വനജ വീണ്ടും രാജേന്ദ്രനെ ഉറ്റുനോക്കി ചില നിമിഷങ്ങൾ ഇരുന്നു. അവൾ പറയുവാൻ മാനസികമായി തയ്യാറെടുക്കുകയാണ്.

''പറയു കുട്ടി'' എസ്. ഐ രാജേന്ദ്രൻ സഹതാപത്തോടെ തിരക്കി. ''ആരായിരുന്നു പാർവതിയെ ചതിച്ചത്? ആരോടാണ് നീ കഥകളെല്ലാം, പറഞ്ഞത്? ചന്ദ്രനുപകരം ആരാണ് വന്നത്?''

വീണ്ടും നിശ്ശബ്ദത

''പറയെടീ കഴ്‌വർടാ മോളേ!'' മഹാലക്ഷ്മി കൈവീശി വനജയുടെ കവിളിനിട്ടൊരടികൊടുത്തു.

''ഹയ്യോ! പറയാം.''

''പറയെടീ''

''അന്ന് ചന്ദ്രേട്ടനു പകരം വന്നത്, പകരം വന്നത് സലീമിക്കയായിരുന്നു.''

അതുകേട്ടപ്പോൾ അരികിലൊരമിട്ട് പൊട്ടിയതായി തോന്നി രാജേന്ദ്രന്.

''ആര്? ഗുണ്ട സലിമോ?''

''അതേ സാർ''

''ഗുണ്ട സലിം''

നഗരമദ്ധ്യത്തിൽ നാല് ഭീമാകാരന്മാരായ മല്ലന്മാരെ ഒറ്റയ്ക്കു നേരിടുന്ന ഗുണ്ട സലിമിന്റെ ചിത്രം രാജേന്ദ്രന്റെ മനസ്സിൽ തെളിഞ്ഞുവന്നു.

കുറച്ചുവർഷങ്ങൾക്കു മുമ്പാണ്. രാജേന്ദ്രൻ എസ്. ഐയുടെ നിയമനം കാത്തുകഴിയുന്ന നാളുകൾ. പട്ടണത്തിൽ വന്നത് ചില പുതിയ പുസ്തകങ്ങൾ വാങ്ങുവാനാണ്. തേവൻമൂപ്പനും വന്നിരുന്നു. 'കുമരകം' ഹോട്ടലിൽ നിന്നും അപ്പവും ആട്ടിറച്ചിയും അനന്തരവന് മേടിച്ചുകൊടുത്തിട്ട് മൂപ്പൻ തിരിച്ചുപോയി. അപ്പോഴാണ് നടുറോഡിൽ അടി തുടങ്ങിയത്.

നാല് ദീർഘകായന്മാരെ മിന്നലുപോലെ അടിച്ചുപരത്തുകയാണ് ഒരു ചെറുപ്പക്കാരൻ. അടിയോടടി. അമ്മാച്ചൻ ഈ തല്ല് കാണേണ്ടതായിരുന്നുവെന്ന് രാജേന്ദ്രനു തോന്നി. ഇയാളെ അമ്മാച്ചൻ നേരിട്ടാലോ? ഒറ്റയ്ക്കൊറ്റയ്ക്ക്....

പെട്ടെന്നാണ് നാലു മല്ലന്മാരിൽ രണ്ടാൾക്കാർ ചിതറിയോടിയത്. രണ്ടുപേർ തലയുംതല്ലി നടുറോഡിലേയ്ക്ക് വീഴുകയും ചെയ്തു. വീണുകിടന്ന ഒരുത്തന്റെ നെഞ്ചിൽ ചവുട്ടിനിന്നുകൊണ്ട് അയാൾ അലറി. രാജേന്ദ്രനപ്പോൾ ടാർസനെയാണ് ഓർമ വന്നത്. അലർച്ചയോടെ റോഡിറമ്പിൽ കിടന്ന ഒരു കല്ലെടുത്ത് വീണുകിടക്കുന്ന മറ്റേയാളിന്റെ തലയ്ക്കിട്ടിടിക്കാൻ ഒരുങ്ങിയപ്പോൾ പെട്ടെന്നത് സംഭവിച്ചു. കാണികളായി നിന്നവരിൽനിന്ന് ഒരാരവം ഉയർന്നു.

രാജേന്ദ്രൻ നോക്കിയപ്പോൾ ആ ചെറുപ്പക്കാരൻ തെറിച്ചുവിണിരിക്കുന്നു. സലിം വീണു എന്നാരോ പറഞ്ഞപ്പോഴാണ് ആ

ചെറുപ്പക്കാരന്റെ പേര് രാജേന്ദ്രൻ മനസ്സിലാക്കുന്നത്.

സലിം വീണ ഉടനേ താഴെ വീണുകിടന്നവർ പിടഞ്ഞെഴുന്നേറ്റ് ജീവനുംകൊണ്ട് പായുന്നതാണ് രാജേന്ദ്രൻ കണ്ടത്! പക്ഷേ, സലിം അത് ശ്രദ്ധിച്ചില്ല. അയാൾ ശ്രദ്ധിച്ചത് തന്നെ തള്ളിയിട്ട ആളിനെ ആയിരുന്നു. കഴിഞ്ഞയാഴ്ച പുതിയതായി പട്ടണത്തിൽ വന്ന എസ്. ഐ ഉഗ്രൻ രാജനായിരുന്നു അത്. ഒരാഴ്ചയ്ക്കകം എസ്. ഐ രാജൻ പേരിനു പുറകിൽ ഉഗ്രനെന്ന പേര് സമ്പാദിച്ചു- എസ്. ഐ ഉഗ്രൻ രാജനും ഗുണ്ട സലിമും!

ആൾക്കാർ ഉൾക്കിടിലത്തോടെ ആ സംഘട്ടനം കണ്ടുനിന്നു. പടക്കം പൊട്ടുന്നതുപോലെ അടിയും അലർച്ചയും. പോലിസുകാർ പാഞ്ഞുവന്നെങ്കിലും എസ്. ഐ അവരെ വിലക്കി.

കാഴ്ചക്കാരനായി നിന്ന രാജേന്ദ്രനടക്കം അവസാനം എല്ലാവരും നടുങ്ങിപ്പോയി. എസ്. ഐ ഉഗ്രൻ രാജനെ അനങ്ങാൻ വയ്യാത്തവിധം 'കൊടുംപൂട്ടിട്ട്' പോലീസുകാരുടെ മുമ്പിലേയ്ക്ക് കൊണ്ടുപോയി നിർത്തിയശേഷം സലിം പറഞ്ഞു. ''ഞാൻ സാറിനെ വിടുകയാണ്. നിങ്ങൾക്കെന്നെ അറസ്റ്റുചെയ്യാം.''

കൈവിലങ്ങിടീച്ച് പോലീസ് സ്റ്റേഷനിലെത്തിച്ച സലിമിനെ എസ്. ഐയുടെ നിർദ്ദേശപ്രകാരം അതഴിപ്പിച്ചു. സലിമിനെ വലയം ചെയ്ത് പോലീസുകാർ നിന്നു. എസ്. ഐ ഉഗ്രൻ രാജൻ സാവധാനം നടന്ന് സലിമിന്റെ മുൻപിൽ ചെന്ന് അയാളെ തറച്ചുനോക്കി നിന്നശേഷം ക്രൂരമായ സ്വരത്തിൽ പറഞ്ഞു.

''ഞാൻ നിന്നെ ആരും അറിയാതെ കൊല്ലാൻ പോവുകയാണ്. എന്തുപറയുന്നു?''

''കൊന്നുകൊള്ളൂ സാർ'' സലിം പുഞ്ചിരിച്ചു. ''ഞാൻ യൂണിഫോമിട്ട എസ്. ഐ യുമായി തല്ലുകൂടിയത് തെറ്റാണ്. എന്നെ സാറിന് എന്തും ചെയ്യാം!'' ഒന്നു നിർത്തിയശേഷം സലിം തുടർന്നു. ''പക്ഷേ, എന്നെ കൊല്ലണമെങ്കിൽ അതിനുമുമ്പ് ഒന്നുകൂടി നമുക്കൊറ്റയ്ക്കൊറ്റയ്ക്കടിക്കണം. എന്നിട്ടെന്നെ തോല്പിക്കണം. എന്നിട്ടുമാത്രമേ എന്നെ കൊല്ലാൻ സാറിന് പറ്റുകയുള്ളൂ.''

ആ വാക്കുകൾ കേട്ട് എസ്. ഐ പൊട്ടിച്ചിരിച്ചതും സലിമിന് ഹസ്തദാനം നല്കിയതും ഒരുമിച്ചായിരുന്നു. ചൂട് പാലപ്പവും ആട്ടിറച്ചിയും വയറുനിറയെ സലിമിന് അദ്ദേഹം വാങ്ങിക്കൊടുപ്പിച്ചു. അന്നുമുതൽ അവർ തമ്മിൽ ആത്മമിത്രങ്ങളായി മാറുകയും ചെയ്തു.

പോലീസധികാരികളെല്ലാം എപ്പോഴും സലിമിന് വേണ്ടപ്പെട്ടവരായിരുന്നു. ആ അഹങ്കാരം വെച്ചുകൊണ്ടുതന്നെ സലിം ചെയ്യാത്ത അടിപിടികൾക്കും അതിക്രമങ്ങൾക്കും കൈയുംകണക്കുമില്ലായിരുന്നു. പട്ടണത്തിൽവെച്ച് സ്ത്രീകളെ അപമാനിക്കുന്നത് അയാളുടെ ക്രൂരവിനോദ

മായിരുന്നു. ചില ചില്ലറ തടവുശിക്ഷകളിൽ ആ കുറ്റങ്ങളെല്ലാം ഒതുങ്ങിപ്പോവുകയും ചെയ്തു. എന്നാൽ പട്ടണത്തിലെ പ്രസിദ്ധമായ വിമൻസ് കോളേജിന്റെ മതില് ചാടി കോളേജിന്റെ പിൻഭാഗത്ത് ചെന്ന് മജിസ്ട്രേട്ടിന്റെ ഏക മകളെ അപമാനിച്ച കേസ്സിൽ സലിം അകപ്പെട്ടു.

അഞ്ചുവർഷത്തെ തടവുശിക്ഷ സലിമിന് ക്ലീനായിട്ടങ്ങ് ലഭിച്ചു. ജയിലിലെ 'നല്ലനടപ്പ്' നല്ല രീതിയിൽ സ്വീകരിച്ചും പരോളിന് വരാതെയും നാലരവർഷം കഴിഞ്ഞപ്പോൾ സലിം ജയിൽ വിമോചിതനുമായി. ജയിലിൽ നിന്നിറങ്ങിയശേഷം സലിം പക്ഷേ, ഒരു സ്ത്രീയേയും പൊതുസ്ഥലത്തുവെച്ച് അപമാനിക്കുവാൻ ശ്രമിച്ചിട്ടുപോലുമില്ല. എങ്കിലും ദിവസവും എന്തെങ്കിലുമൊക്കെ കലാപങ്ങൾ ഉണ്ടാക്കിക്കൊണ്ടിരുന്നു. ഏത് രാഷ്ട്രീയപാർട്ടികളുടെയും ജാഥയും മീറ്റിങ്ങും ഏതെങ്കിലും രീതിയിൽ കലക്കുകയെന്നുള്ളതായിരുന്നു സലിമിന്റെ പ്രധാന വിനോദം. ചില പ്രമാണിമാരുടെ മുഖത്തിനിട്ട് പ്രതീക്ഷിച്ചിരിക്കാതെ കൈ നിവർത്തി അയാൾ അടിക്കുമായിരുന്നു. പക്ഷേ, പോലീസിന്റെ പിടിയിൽ ഒരിക്കലും സലിം അകപ്പെട്ടില്ല. ഒരു മായാവിയെപ്പോലെ അയാൾ രക്ഷപ്പെട്ടു. അല്ലെങ്കിൽ ചില പോലീസുകാർതന്നെ അയാളെ രക്ഷപ്പെടുത്തി, ആ സലിമാണ് പാർവതിയെ...

അയാൾക്ക് വലിയ സമ്പന്നന്മാരുടെ വമ്പൻ സഹായങ്ങൾ ലഭിച്ചിരുന്നു. ആട്ടിറച്ചിയും അണ്ടിപ്പരിപ്പും പുവൻപഴവും ആപ്പിളുമൊക്കെയാണ് അയാൾ ദിവസവും കഴിച്ചിരുന്നത്. ഒരുതുള്ളി മദ്യംപോലും ഉപയോഗിച്ചിരുന്നില്ലത്രെ!

''അയാൾ എവിടെയാണ് താമസിക്കുന്നതെന്ന് ദൈവത്തിനു മാത്രമേ അറിയൂ സാർ'' ഒരുദിവസം കോൺസ്റ്റബിൾ ബാലകൃഷ്ണൻ രാജേന്ദ്രനോടു പറഞ്ഞു. ''അയാളുടെ ശരീരത്തിൽ തൊട്ടാൽ കരിങ്കല്ലിൽ തൊടുന്നതുപോലെയാണെന്നാണ് കേട്ടിട്ടുള്ളത്.''

ആ സലിമാണ് പാർവതിയെ നശിപ്പിച്ച് കൊന്ന് വയലിൽ വലിച്ചെറിഞ്ഞിരിക്കുന്നത്. അവനൊറ്റയ്ക്കായിരുന്നില്ല എന്നുള്ളത് തീർച്ച. ആരൊക്കെച്ചേർന്നാവും അത് ചെയ്തിരിക്കുന്നത്?

''ഈ സലിം നിന്റെ വീട്ടിൽ വരുമായിരുന്നോ?'' രാജേന്ദ്രൻ തിരക്കി.

''വരുമായിരുന്നു.'' വനജ പറഞ്ഞു. വേരുകളും തായ്‌വേരും മണ്ണിൽ നിന്നും വേർപെട്ടുപോയ മരമായി മാറിപ്പോയി വനജ. വീണുപോയ ഒരു മരമായി മാറി അവൾ. അമ്മ ഗോമതി എപ്പോഴേ വീണിരിക്കുന്നു.

''സലീമിനെ ആരാടി വീട്ടിൽ കൊണ്ടുവരുന്നത്?'' മഹാലക്ഷ്മി ചോദിച്ചു.

''അച്ഛൻ''

അതുകേട്ട് എസ്. ഐ. രാജേന്ദ്രൻ തല കുനിച്ചു.

''സലിം നിന്നെ മാത്രമേ ഉപയോഗിച്ചിരുന്നൊള്ളോ?''

''അല്ല!''വനജ എന്ന ജഡം പറയുന്നു. ''അമ്മയേയും.''

ഗോമതിയുടെ മുഖത്ത് ഒരു കോടിയ ചിരിയുണ്ട് ഇപ്പോൾ. റൈട്ടർ ആ ചിരി കണ്ടു, ഇപ്പോൾ അയാൾ അവളുടെ മാറിന്റെ വിടവിലേയ്ക്ക് നോക്കുന്നതേയില്ല! അയാൾക്ക് ഗോമതിയോട് അറപ്പ് തോന്നി.

''അമ്മയേയും മകളേയും ആ സലിം അപ്പുറത്തും ഇപ്പുറത്തും കിടത്തുമായിരുന്നോ?'' മഹാലക്ഷ്മി വീണ്ടും തിരക്കി.

''ഇല്ല!'' ഗോമതി പെട്ടെന്നുച്ചത്തിൽ പറഞ്ഞു. മറ്റാരുടേയോ ശബ്ദം പോലെ തോന്നിച്ചു അത്, അവർ പെട്ടെന്നു ചിരിച്ചുകൊണ്ട് പറഞ്ഞു, ''എന്നെ ചെയ്യുമ്പോൾ മകളെ എന്റെ അരികിലിരുത്തും. അവളെ ആകുമ്പോൾ ഞാനും!''

ഛീ! രാജേന്ദ്രന്റെ മുഖം വീണ്ടും കുനിഞ്ഞു. അദ്ദേഹം ഇരുന്നിടത്തു നിന്നും എഴുന്നേറ്റിട്ട് വീണ്ടുമിരുന്നു.

''സലിമല്ലാതെ. ആരൊക്കെ വരുമായിരുന്നു?''

''ജില്ലാ ഹോസ്പിറ്റലിലെ ഡോക്ടർ. കമ്പത്തുനിന്നും വരുന്ന ഒരു തമിഴൻ മുതലാളി! പിന്നെ... പിന്നെ... കുഞ്ഞമ്പുവണ്ണൻ!''

കുഞ്ഞമ്പു! കുഞ്ഞമ്പുവണ്ണൻ. രാജേന്ദ്രൻ പല്ലുകൾ ഞെരിച്ചു. അമ്മാച്ചന്റെ ശത്രുവിന്റെ മകൻ. വലിയരാമന്റെ മകൻ! അവനും പാർവതിയെ പിടിച്ച കൂട്ടത്തിലുണ്ടായിരുന്നിരിക്കും!

''ഇവരേയും നിന്റെ അച്ഛനാണോ കൊണ്ടുവരുന്നത്?''

''അതെ!''

''ഇവന്മാർ നിങ്ങളുടെകൂടെ കിടക്കുമ്പോൾ ആ തന്ത എന്തു ചെയ്യും''

''കള്ളുകുടിച്ചോണ്ടിരിക്കും''.

''അവന്, നിന്റച്ഛന് സർക്കാർ ഹോസപിറ്റലിൽ അറ്റൻഡർ ജോലിയല്ലേ?''വീണ്ടും മഹാലക്ഷ്മി തിരക്കി.

''അതെ''

രാജേന്ദ്രൻ എഴുന്നേറ്റുകൊണ്ടു പറഞ്ഞു. ''മതി ലക്ഷ്മി'' പിന്നെ അദ്ദേഹം റൈട്ടറോട് ചോദിച്ചു. ''എല്ലാം എഴുതിയില്ലേ''

''തീരുന്നു!'' റൈട്ടർ പറഞ്ഞു.

''എഴുതിക്കഴിഞ്ഞ് നമുക്കൊന്നു വായിക്കാം. എന്നിട്ടിതുങ്ങളെക്കൊണ്ട് ഒപ്പിടിക്കാം.''

''ശരി സർ''

''താങ്ക്യൂ ലക്ഷ്മി!'' വേദന കലർന്ന ഒരു പുഞ്ചിരിയോടെ എസ്. ഐ. രാജേന്ദ്രൻ പറഞ്ഞു. പിന്നെ ചോദിച്ചു. ''ലക്ഷ്മിയും പോകല്ലേ''?

''അതെ സാർ''

എസ് ഐ രാജേന്ദ്രനും പുറകെ റൈട്ടറും മുറിയുടെ പുറത്തേയ്ക്കു പോയി. മഹാലക്ഷ്മി താഴെ ഇരിക്കുന്ന വനജയേയും ഗോമതിയേയും നോക്കിനിന്നു. മഹാലക്ഷ്മിയുടെ വായിൽ ഒരുതരം കയ്പുരസം

നിറഞ്ഞു. ഉള്ളിൽ കോപവും സങ്കടവും സഹിക്കവയ്യാതാകുമ്പോഴാണ് മഹാലക്ഷ്മിക്ക് ഇങ്ങനെ തോന്നുന്നത്. രണ്ടുമൂന്നു നിമിഷങ്ങൾ അവർ വൃത്തികെട്ട ആ തള്ളയേയും മകളേയും നോക്കിനിന്നു.

''എഴുന്നേല്ക്കെടി'' വനജയോട് മഹാലക്ഷ്മി പറഞ്ഞു, വനജ സാവധാനം എഴുന്നേറ്റുനിന്നു. കൈചുരുട്ടി വനജയുടെ ഇടതുതോളി നിട്ടാഞ്ഞൊരിടി കൊടുത്തു മഹാലക്ഷ്മി. ഇരുമ്പുകൂടം കൊണ്ടിടിക്കും പോലുണ്ടായിരുന്നു ആ ഇടി. ഒന്നു കരയാൻപോലും സാധിക്കാതെ ശ്വാസം നിലച്ചതുപോലെ ചില നിമിഷങ്ങൾ വനജ നിന്നുപോയി. അവളുടെ ഹൃദയസ്പന്ദനത്തിന്റെ അളവുകൾ തെറ്റിക്കഴിഞ്ഞു. ഇനി അവൾ കടുത്ത ഹൃദ്രോഗിയായി മാറിക്കഴിയും അധികം താമസിയാതെ! നിന്റെ ആത്മമിത്രത്തെ, പാർവതിയെ ചതിച്ചതിന് നിനക്കിത്രയെങ്കിലും ഞാനായിട്ട് തരണ്ടേ വനജേ... വനജയെ നോക്കി മഹാലക്ഷ്മി ചിരിച്ചു.

''മാതാവ് എഴുന്നേല്ക്കണം'' ഗോമതിയെ നോക്കി വനജ കല്പിച്ചു. ഒരു ചിരിയോടെ ഗോമതി എഴുന്നേറ്റുനിന്നു. എന്നിട്ട് മഹാലക്ഷ്മിയോട് പതുക്കെ ചോദിച്ചു. ''ആരാ വരുന്നത് സലിമാണോ അവനാണെങ്കി എനിക്കുവയ്യ! അവനെന്നെ ചെയ്തുചെയ്ത് കൊല്ലും''. പിന്നെ അവർ നിർത്താതെ ചിരിക്കാൻ തുടങ്ങി... ചുരുട്ടിയ കൈ 'ശ്ശെ' എന്നു കുടഞ്ഞു കൊണ്ട് മഹാലക്ഷ്മി മുറിക്കു വെളിയിലിറങ്ങി, വാതിലുകൾ ബന്ധിച്ചു.

മഹാലക്ഷ്മിയുടെ വിട്!

ചെറുപ്പക്കാരനായ ഒരു എസ്. ഐ യുടെ പൂർണകായ ഫോട്ടോ ഫ്രെയിം ചെയ്തുവെച്ചിട്ടുണ്ട് വീടിന്റെ ഭിത്തിയിൽ.

മഹാലക്ഷ്മിയുടെ അച്ഛൻ! അവൾ പത്താം തരത്തിൽ പഠിക്കുമ്പോൾ കള്ളന്മാരുടെ കുത്തേറ്റ് മരിച്ച പോലീസാഫീസർ! മഹാലക്ഷ്മി ഫോട്ടോ യ്ക്കു മുമ്പിൽ കൈകൂപ്പി നിന്നുകൊണ്ട് പറഞ്ഞു ''അപ്പാ നാൻ കുറ്റം ശെയ്തവനിട്ട് നല്ലതുപോലെ കൊടുത്താച്ച്! ഹാപ്പി ആയില്ലേ അപ്പാ!''

മകളേ! ഐ ആം വെരി ഹാപ്പി... എവിടെയോ ഇരുന്നുകൊണ്ട് അപ്പാ പറയുന്നത് മഹാലക്ഷ്മി കേട്ടു.

മകളുടെ ശബ്ദം കേട്ട അകത്തുനിന്നും അമ്മ വന്നു. മഹാലക്ഷ്മിയുടെ മുടി നരച്ചാലെങ്ങനെയോ അതുപോലെയിരിക്കുന്നു ആ അമ്മ.

''വന്താച്ചാ''. അമ്മ മകളുടെ കൈയിൽ പിടിക്കാനൊരുങ്ങിയപ്പോൾ മകൾ പുറകോട്ടുമാറി.

''റ്റച്ച് പണ്ണാതമ്മാ! പിശാചിനെ അടിച്ച കൈയിൽ തൊടാതെ! നാൻ ഇപ്പോ താൻ ശുദ്ധമായി വറേൻ''.

''വാമ്മാ!'' അമ്മ വാത്സല്യത്തോടെ പറഞ്ഞു.

മഹാലക്ഷ്മി കുളിച്ച് വസ്ത്രം മാറി നെറ്റിയിൽ ഭസ്മംതൊട്ട് പൂജാമുറിയിലെത്തി. ദേവിയും ഗുരുവായൂരപ്പനും. അവൾ കൈകൂപ്പി.

''ഓം പരാശക്ത്യൈ നമഃ'' പത്തുതവണ ചൊല്ലി.

''ഓം നമോ ഭഗവതേ! വാസുദേവായ'' ''ശ്രീകൃഷ്ണായ പരമാത്മനേ നമഃ'' അതും ചൊല്ലി പത്തുതവണ. ഹൃദയം ഭക്തിപാരവശ്യത്താൽ നിറഞ്ഞു തുളുമ്പിയത് മഹാലക്ഷ്മി അറിഞ്ഞില്ല. കണ്ണുകൾ നിറഞ്ഞൊഴുകിയതും അറിഞ്ഞില്ല. കുറച്ചുസമയം കഴിഞ്ഞ് ശാന്തിയും സമാധാനവും നിറഞ്ഞ മനസ്സോടെ മഹാലക്ഷ്മി പൂജാമുറിയുടെ വെളിയിൽ വന്ന് വിളിച്ചുപറഞ്ഞു. ''അമ്മാ! പശിക്കറുത്, ടിഫിൻ എങ്കെ?''

''വാമ്മാ!'' അമ്മ വിളിച്ചു. ഡൈനിങ്ങ് റൂമിലെ ടേബിളിൽ സ്വാദിഷ്ഠമായ പലഹാരവും നെസ് കഫേയും അമ്മ വിളമ്പി വെച്ചിരുന്നു. അതിനരികിൽ ഒരു നോവലും ഇരിപ്പുണ്ടായിരുന്നു. ഒരു കുറ്റാന്വേഷണ നോവലായിരുന്നു അത്.

വനജയുടെ അച്ഛൻ ശേഖരനെ ഒരുമുറിയിൽ ഒറ്റയ്ക്കിരുത്തിയിരിക്കുകയായിരുന്നു. ഇന്നലെ രാത്രിമുതൽ അയാൾ ആ മുറിയിലായിരുന്നു. വന്നയുടൻ വനജയ്ക്കും ഗോമതിക്കും അയാൾക്കും വിഭവസമൃദ്ധമായ അത്താഴമാണ് നല്കിയത്.

അത്താഴം കഴിഞ്ഞപ്പോൾ വനജയേയും ഗോമതിയേയും മഹാലക്ഷ്മി കൂട്ടിക്കൊണ്ടുപോയി. ''ഇന്ന് ഞങ്ങളൊന്നിച്ചാണുറങ്ങുന്നത് കേട്ടോ ശേഖരൻസാറേ'' മഹാലക്ഷ്മി പറഞ്ഞു.

അവർ പോകുന്നത് തെല്ലു വിഷമത്തോടെ ശേഖരൻ നോക്കിയിരുന്നു. ആ ഇരുപ്പിൽ അയാൾ ഉറക്കംതുങ്ങി.

''ശേഖരൻസാർ ഉറങ്ങിക്കോളൂ''. ഒരു മുറി ചൂണ്ടിക്കാട്ടിയിട്ട് സിവിൽ ഡ്രസ്സിലായിരുന്ന കോൺസ്റ്റബിൾ ഹംസ പറഞ്ഞു. കേട്ടപാതി ശേഖരൻ മുറിയുടെ മൂലയ്ക്കു വെച്ചിരുന്ന പായെടുത്ത് നിവർത്തിയിട്ട് ലൈറ്റും ഓഫ് ചെയ്തശേഷം ഒറ്റ ഉറക്കമങ്ങ് ഉറങ്ങി. പിറ്റേന്ന് പത്തുമണിയായപ്പോഴാണുണർന്നത്. ഹോസ്പിറ്റലിൽ ജോലിക്കു പോകാൻ പറ്റിയില്ലല്ലോ എന്ന് അപ്പോഴാണ് ഓർത്തത്. സാരമില്ല. നാളെ ചെല്ലുമ്പോൾ കാഷ്വൽലീവിന് എഴുതിക്കൊടുക്കാം എന്ന് തീരുമാനിച്ചു.

അപ്പോൾ ഇന്നലെ കണ്ട കോൺസ്റ്റബിൾ ഹംസ ചിരിയോടെ ചോദിച്ചു. ''സുഖമായി ഉറങ്ങി ശേഖരൻ സാർ അല്ലേ''

''ഉവ്വ്'' കസേരയിൽ കാലിന്മേൽ കാലും കയറ്റി ഇരിക്കുകയായിരുന്ന ശേഖരൻ ഗൗരവംവിടാതെ പറഞ്ഞു. ''എനിക്കൊരു ചായ കിട്ടണം. നല്ല കടുപ്പത്തിലും ചൂടിലും.''

''ഇപ്പോത്തരാം സാർ'' ഹംസ അവിടെനിന്നും പോകുന്നത് പുച്ഛത്തോടെ ശേഖരൻ നോക്കിയിരുന്നു. ഹല്ല പിന്നെ! രണ്ടു കൂട്ടരും സർക്കാർ ജോലിക്കാർ! അല്ലാതെ പിന്നെ? എങ്കിലും വനജയും ഗോമതിയും എവിടെയാണ്? വനജയേയും ഗോമതിയേയും ഓർത്തുകൊണ്ട്

കണ്ണുകളടച്ച് ശേഖരൻ കസേരയിൽ ചാരിയിരുന്നപ്പോൾ പെട്ടെന്ന് മനസ്സിൽ സലിമിന്റെ രൂപം തെളിഞ്ഞുവന്നു.

നാളെ വെള്ളിയാഴ്ചയാണ്. നാളെ രാത്രിയിൽ സലിം വീട്ടിൽ വരുമല്ലോ എന്ന ഓർമയിൽ ശേഖരന് ലൈംഗികോത്തേജനം ഉണ്ടായി. ഗോമതിയെ അവൻ എന്തെല്ലാമാണ് ചെയ്യുന്നത്!

സലിം വെള്ളിയാഴ്ചകളിൽ രാത്രി പത്തുമണിക്ക് വരുമ്പോഴെല്ലാം സഞ്ചി നിറയെ ഭക്ഷണവും കൊണ്ടുവരുമായിരുന്നു. ഒരു കുപ്പി റമ്മും! അക്കാര്യങ്ങളെല്ലാം ഓർത്തുകൊണ്ട് ഒരു പുഞ്ചിരിയോടെ ശേഖരൻ കണ്ണുകൾ തുറക്കാതെ കസേരയിൽ കാലിന്മേൽ കാലും കയറ്റിവെച്ചങ്ങനെ സുഖമായിട്ടിരുന്നു. അപ്പോഴാണ് ആരോ അവന്റെ ചുമലിൽ തൊട്ടത്.

''ചായ കൊണ്ടുവന്നോ?'' കണ്ണുകൾ തുറക്കാതെ അയാൾ ചോദിച്ചു.

''കൊണ്ടുവന്നു സാർ! നല്ല കടുപ്പവും ചൂടുമുള്ള ചായ! കണ്ണ് തുറന്നാട്ടേ''

ശേഖരൻ ചായയ്ക്കു കൈ നീട്ടിയശേഷം കണ്ണുകൾ തുറന്നു. പെട്ടെന്നയാൾ നടുങ്ങിത്തരിച്ച് ചാടിയെഴുന്നേറ്റു.

മുൻപിൽ പോലീസിന്റെ പട!

''എവിടെയാടാ സലിം!'' ആ ചോദ്യവും പുറകെ ഒരടിയും മാത്രം ശേഖരൻ ഓർക്കുന്നുണ്ട്.

അര മണിക്കൂർ കഴിഞ്ഞപ്പോൾ ശേഖരൻ പറഞ്ഞു. ''നാളെ രാത്രി പത്തുമണി കഴിയുമ്പോൾ സലിം വീട്ടിലെത്തും.'' ഇതു പറഞ്ഞതും ശേഖരൻ ഓർക്കുന്നുണ്ട്! പിന്നെ അയാൾക്ക് ഒന്നും ഓർമയില്ല. ഓർമയുണ്ടായതും കണ്ണുതുറന്നതും പിറ്റേന്ന് വെളുപ്പിനെ!

പതിമൂന്ന്

ശേഖരന്റെ വീടും രാത്രി പത്തുമണിയും!

വീടിന്റെ വരാന്തയിൽ ഒരു റാന്തൽവിളക്ക് (പാനീസ് വിളക്ക്) തിരിതാഴ്ത്തി കത്തിച്ചു വെച്ചതിന്റെ വെളിച്ചം 'ഠ' വട്ടത്തിൽ ക്ഷീണിച്ചൊഴുകി. പുറത്ത് രാത്രി കറുത്തുകിടന്നു. അമാവാസിയോടടുപ്പിച്ചുള്ള രാത്രിയായിരുന്നു അത്. എവിടെയൊക്കെയോ മരച്ചില്ലകളിലിരുന്ന് മൂങ്ങകൾ മൂളിക്കൊണ്ടിരുന്നു.

ശേഖരൻ വീടിന്റെ വരാന്തയിൽ ഗോമതിയുടെ മുറിയുടെ ജനാലയ്ക്കരികിലിട്ടിരിക്കുന്ന ഒരു സ്റ്റൂളിൽ ബീഡിയും വലിച്ചിരിപ്പുണ്ട്.

–സമയം പത്ത് പത്ത്!

ഒരു ബീഡി തീർന്നപ്പോൾ അതിൽ നിന്നും മറ്റൊരു ബീഡി കൊ

ളുത്തി ശേഖരൻ വലിച്ചു. അവനെ വിയർത്തൊഴുകുന്നുണ്ടായിരുന്നു. ഒരുതരം തണുത്ത വിയർപ്പ്!

പത്ത് പതിനൊന്ന്! അപ്പോൾ ഒരു സൈക്കിൾ ലൈറ്റില്ലാതെ ശേഖരന്റെ വീട്ടുമുറ്റത്ത് വന്നുനിന്നു. സലിമായിരുന്നു അത്! സൈക്കിൾ സ്റ്റാൻഡിൽ വെച്ചിട്ട് സലിം ഒരു സഞ്ചിയുമായി വരാന്തയിലേയ്ക്കു കയറി.

''ശേഖരോ!'' ആഹ്ലാദപൂർവം സലിം വിളിച്ചു. ''ഇന്നു ഞാൻ കൊണ്ടുവന്നിരിക്കുന്നത് റമ്മല്ലെടാ! ബ്രാന്റിയാ! ബ്രാന്റി'' സഞ്ചി തറയിൽ വെച്ചിട്ടയാൾ തുടർന്നു. ''ആടിന്റെ കരൾ വറുത്തതും പച്ച റൊട്ടിയുമാണ് സ്പെഷ്യൽ. ഹ! നീയെന്നാടാ കൂവേ! ഒന്നും മിണ്ടാതിരിക്കുന്നത്!''

അതിനും ശേഖരൻ മറുപടിയൊന്നുംതന്നെ പറഞ്ഞില്ല. പകരം ബീഡിയുടെ പുക വിഴുങ്ങി ചുമയ്ക്കുകയാണ് ചെയ്തത്. ചുമച്ചതൊ ചുമ അഭിനയിച്ചതോ?

''എടാ!'' സലിം വീണ്ടും പറഞ്ഞു. ''എനിക്കിന്ന് വനജയെ മതി, ഗോമതി വിശ്രമിക്കട്ടെ. ഹാ! എന്തേലും ഒന്നു മിണ്ടെടാ ഊവ്വേ! എന്താടാ വനജയെ മതിയെന്നു പറഞ്ഞപ്പോൾ നീയെന്നെ നോക്കുന്നത്?''

ശരിയായിരുന്നു. റാന്തലിന്റെ ദുർബലമായ വെളിച്ചത്തിലും ശേഖരൻ സലിമിനെ നോക്കിയിരിക്കുന്നത് ആർക്കുവേണമെങ്കിലും കാണാമായിരുന്നു

''വനജയെ മതീന്നു പറയുമ്പോൾ നീയെന്നും എന്നെ വല്ലാതെ നോക്കുന്നത് ഞാൻ അറിയാറുണ്ട്! അവടെ കൂടെ ഞാൻ കെടക്കുന്നതിന് നെനക്കെന്നാടാ ഊവ്വേ കെഴപ്പ്? വനജ നിന്റെ മകളല്ലാന്ന് നീ പറഞ്ഞിട്ടൊള്ളതല്ലേ? ഗോമതീം പറഞ്ഞിട്ടൊള്ളതല്ലേ? പിന്നെന്നാടാ പുല്ലേ നീ എന്നെ നോക്കുന്നെ? ങ്ങാ! നീ ആ ബ്രാന്റീം കരള് വറുത്തതും കഴിച്ചോണ്ടിരിക്ക്. ഞാൻ വനജേടെ അടുത്തേക്കു പോവ്വാ...''

സലിം തിരിഞ്ഞ് അപ്പുറത്തേയ്ക്കു നടന്നതും റാന്തൽവിളക്കണഞ്ഞതും ഒരേ നിമിഷമായിരുന്നു. ഇരുട്ടിന്റെ സുനാമിയായി വീട്. ആ ഇരുട്ടിൽ ശേഖരൻ വലിക്കുന്ന ബീഡിയുടെ തിളക്കം വൈരക്കല്ലുപോലെ കാണപ്പെട്ടു. അടുത്ത നിമിഷത്തിൽ ഒരലർച്ച ഉയർന്നു. തുടർന്ന് മൽപിടിത്തത്തിന്റെ ശബ്ദവും കിതയ്ക്കുന്ന ശബ്ദവും കൂടിക്കുഴഞ്ഞു. പിന്നെ എല്ലാം ശാന്തം, ശേഖരന്റെ ബീഡിയുടെ തിളക്കവും തീർന്നു.

പത്തുമിനിട്ടിനകം ശേഖരന്റെ വീടിനു മുന്നിൽ പോലീസ് ജീപ്പു വന്നു നിന്നു. ആരോ ടോർച്ച് തെളിച്ചു. ശേഖരന്റെ ചെറിയ വീട്ടുമുറ്റത്ത് സലീമിന്റെ കൈയും കാലും കെട്ടി വായിൽ തുണി തിരുകി കിടത്തിയിരിക്കുന്നത് ഒരു നിമിഷം എല്ലാവരും കണ്ടുനിന്നു. ''എടുത്ത് വണ്ടിയിലിട്'' ആരോ ഒരാൾ പതുക്കെ പറഞ്ഞു. പെട്ടെന്ന് മൃഗത്തെ കൊണ്ടുപോകും പോലെ തലകീഴായി തൂക്കിപ്പിടിച്ച് സലിമിനെജീപ്പിലേയ്ക്കു കൊണ്ടുപോയി സീറ്റിനു താഴേയ്ക്കിട്ടു. വായിൽ തുണി

തിരുകിയ സലിമിൽനിന്നും ഒരു ശബ്ദമുണ്ടായി. അതവൻ കരഞ്ഞതല്ല ചിരിച്ചതാണെന്ന് എസ്. ഐ രാജേന്ദ്രന് മനസ്സിലായി, ശേഖരനെ ബലം പ്രയോഗിച്ച് ജീപ്പിനുള്ളിൽ സലിമിന്റെ ശരീരത്തിനു മുകളിൽ ഇരുത്തുകയും ചെയ്തു. പിന്നീട് ജീപ്പോടി.

വിശ്വസ്തരായ പോലീസുകാർ മാത്രമേ ശേഖരനും കുടുംബവും കസ്റ്റഡിയിലാണെന്നറിഞ്ഞിട്ടൊള്ളൂ. ഡി. എസ്. പി അക്കാര്യം പ്രത്യേകം നിർദേശിച്ചിട്ടുണ്ടായിരുന്നു. പത്രക്കാർക്ക് ഒരു മണംപോലും കൊടുക്കരുതെന്നും അദ്ദേഹം നിർബന്ധം പിടിച്ചു. വിവരങ്ങൾ ചോർന്നു പോയാൽ പ്രതികൾ തീർച്ചയായും രക്ഷപ്പെടും!

ജില്ലാ ഹോസ്പിറ്റലിലേയ്ക്കു ശേഖരന്റെ 'ലീവ് ആപ്ലിക്കേഷൻ' ആരോ എത്തിച്ചു. അപ്പോൾ ശേഖരന്റെ പറ്റുപടിക്കാരനായ ഡോക്ടർ അസ്വസ്ഥനായി. ലീവ് ആപ്ലിക്കേഷൻ കൊടുക്കാൻ ചെന്ന ആളിനോട് ഡോക്ടർ തിരക്കി. ''അയ്യോ ശേഖരനെന്തുപറ്റി? വനജയും ഗോമതിയും ഇവിടില്ലേ''?

''ഇല്ല. അവരെല്ലാവരും കൂടി പഴനി, രാമേശ്വരം, തിരുപ്പതി എന്നിവിടങ്ങളിൽ തീർത്ഥാടനത്തിനു പോയിരിക്കാ! മൂന്നുപേരും തല മൊട്ടയടിച്ചിട്ടേ വരൂ''

''അയ്യോ!'' ഡോക്ടറുടെ ശ്വാസം നിമിഷങ്ങളോളം നിലച്ചുപോയി, തല മുണ്ഡനം ചെയ്ത സ്ത്രീകളെ ഡോക്ടർക്കിഷ്ടമില്ലല്ലോ!

സലിം നിലത്തിരിക്കുകയായിരുന്നു. ഡി. എസ്. പി യും ഡി. വൈ. എസ്. പി.യും സി. ഐ. യും എസ്. ഐ. യും അടക്കം പോലീസിലെ ഉന്നതയുദ്യോഗസ്ഥരെല്ലാം സലിമിന്റെ മുൻപിലുണ്ടായിരുന്നു. പോലീസ് ക്ലബ്ബിലെ ഉൾവശത്തുള്ള വലിയ മുറിയിലാണവർ. കേരളത്തിൽ മാത്രമല്ല ഇന്ത്യയിലെ പല സ്ഥലത്തും പാർവതി കൊലക്കേസ് പരന്നിരുന്നു. അത്രയ്ക്കും പ്രമാദമായ കൊലക്കേസിലെ മുഖ്യ പ്രതിയാണ് മുമ്പിലിരിക്കുന്നത്. ഇവനിൽ നിന്നും വിവരങ്ങൾ അറിഞ്ഞേപറ്റു. എങ്ങനെയാണ് പാർവതിയെ വീടിന്റെ മുറ്റത്തു നിന്നും കൊണ്ടുപോയത്? ആരൊക്കെ ചേർന്നാണ് അവളെ നശിപ്പിച്ചത്? ആരൊക്കെ കൂടിയാണ് വയലിൽ അവളെ കൊണ്ടിട്ടത്? എല്ലാം അവനെക്കൊണ്ടു പറയിക്കുവാൻ ചെയ്യാവുന്നതൊക്കെ ചെയ്തു, എല്ലാ മർദനമുറകളും നടത്തി, ഇനി കൊല്ലുക എന്നതു മാത്രമാണ് ചെയ്യാനുള്ളത്! കൊന്നുകളഞ്ഞാലോ അവൻ ചത്തുകളഞ്ഞാലോ എല്ലാം കുഴഞ്ഞു. വനജയുടെ മൊഴിയിൽ നിന്നും സലിമാണ് മുഖ്യപ്രതി എന്നു തെളിഞ്ഞുകഴിഞ്ഞു. എങ്കിലും സലിം എല്ലാം പറഞ്ഞേപറ്റൂ പക്ഷേ,

''ഞാനൊന്നും പറയില്ല!'' സലിം ആവർത്തിച്ചു പറഞ്ഞുകൊണ്ടിരുന്നു.

എന്തുചെയ്യും? എല്ലാവരും കുഴഞ്ഞു. ഇവന്റെ മനസ്സിലുള്ളതറിയു

വാൻ എന്തെങ്കിലും മിഷ്യൻ ഉണ്ടായിരുന്നെങ്കിലെന്ന് ഡി. എസ്. പി. ആത്മാർത്ഥമായി ആഗ്രഹിച്ചുപോയി.

അപ്പോഴാണ് സലിം പറഞ്ഞത്. ''ഞാൻ എല്ലാം പറയാം സാറന്മാരെ! പക്ഷേ, ഒരു കണ്ടീഷൻ!''

''എന്താണെടാ?'' സി. ഐ. അലറിക്കൊണ്ടു ചോദിച്ചു. ആ അലർച്ച കേട്ട് സലിം ചിരിച്ചു. ''പറയെടാ! എന്താ നിന്റെ കണ്ടീഷൻ?''

''സാറെ! ഞാൻ സത്യം പറയണമെങ്കിൽ എന്നെ ആരെങ്കിലും ഒറ്റയ്ക്കൊറ്റയ്ക്കടിച്ചു തോല്പിക്കണം. അല്ലെങ്കിൽ കൊന്നാലും ഞാൻ സത്യം പറയില്ല''. ദൃഢസ്വരത്തിൽ സലിം പറഞ്ഞപ്പോൾ പോലീസുദ്യോഗസ്ഥർ പരസ്പരം മൗനമായി നോക്കി.

''നിന്നെ അടിച്ചു തോല്പിച്ചാൽ നീ സത്യം പറയുമെന്നുറപ്പാണോ?'' ഡി. എസ്. പി. ചോദിച്ചു.

''എന്റെ ഉമ്മയാണെ സത്യം''. മുമ്പിലേയ്ക്ക് വലതു കൈ നീട്ടി സലിം പറഞ്ഞു.

''ആരാ നിന്റെ ഉമ്മ?'' ഡി. എസ്. പി. വീണ്ടും ചോദിച്ചു.

''എന്നെ പ്രസവിച്ച സ്ത്രീ... എന്റെ ഉമ്മ...'' സലിം കണ്ണുകളടച്ച് പിടിച്ച് കുറച്ചുനിമിഷങ്ങളിരുന്നു. ''പക്ഷേ, ഉമ്മ എന്റെ പത്താമത്തെ വയസ്സിൽ മയ്യത്തായി, അല്ലാ കൊന്നു''.

''ആര്''

''എന്റെ വാപ്പാ. അയാളും ചത്തു''. സലിം ചിരിച്ചു.

''എവിടാ നിന്റെ വീട്''

''ഈ ദുനിയാവാ എന്റെ വീട്''

വീണ്ടും പോലീസുദ്യോഗസ്ഥർ പരസ്പരം നോക്കി. വീണ്ടും അവിടെ നിശ്ശബ്ദത പരന്നു.

''ശരി! നിന്നെ അടിച്ചു തോല്പിക്കാൻ ആളെ ഞങ്ങൾ കൊണ്ടുവരാം''.ഡി. എസ്. പി യാണ് അതും പറഞ്ഞത്. ''എന്നാണ് അങ്ങയുടെ സമയം?''

''ഇന്നു പറ്റില്ല. ഇന്ന് എന്നെ ഒന്നുറങ്ങാൻ സമ്മതിക്കണം. നാളെ പത്ത്മണിക്കുശേഷം എപ്പോ വേണമെങ്കിലും'' സലിം വിണ്ടും ചിരിച്ചു.

''സമയം നിന്നെ അറിയിക്കാം. ഇപ്പോൾമുതൽ നിനക്ക് നല്ല ഭക്ഷണവും വിശ്രമവും ലഭിക്കും''.

- പിറ്റേദിവസം ഒന്നും നടന്നില്ല.

അതുകഴിഞ്ഞുള്ള ദിവസം രാവിലെ ഏഴുമണി കഴിഞ്ഞപ്പോൾ സലിമിനോട് ഒരു പോലിസ് കോൺസ്റ്റബിൾ പറഞ്ഞു. ''ഇന്ന് മൂന്നു മണിയ്ക്കാണ് യുദ്ധത്തിനുള്ള സമയം നിശ്ചയിച്ചിരിക്കുന്നത്''.

സലിം ഒന്നും മിണ്ടിയില്ല. കോൺസ്റ്റബിളിന്റെ മുഖത്തേയ്ക്കുപോലും നോക്കിയില്ല, കോൺസ്റ്റബിൾ കുറച്ചുനേരം സലിമിനെ നോക്കിനിന്നശേഷം പിന്തിരിഞ്ഞു.

സാധാരണ എന്നും രാവിലെ പത്തുമണി കഴിഞ്ഞുണരുന്ന സലിം ഇന്ന് അതിരാവിലേതന്നെ ഉണർന്നു. ഉണരുകയായിരുന്നില്ല അയാളെ ആരോ ഉണർത്തുകയായിരുന്നു. മറ്റാരുമായിരുന്നില്ല അയാളെ ഉണർത്തിയത് ഉമ്മയായിരുന്നു.

സലിം ഒരു രാത്രിയിലും സ്വപ്നങ്ങളൊന്നും കണ്ടിരുന്നില്ല. രാത്രി എപ്പോൾ കിടന്നാലും അപ്പോൾ തന്നെ ഉറങ്ങും! ഉണരുന്നത് പുതിയ സംഘട്ടനങ്ങളിലേയ്ക്കാണ്. അതിനിടയിൽ സമൃദ്ധമായ ഭക്ഷണവും പെണ്ണും. ആവശ്യത്തിന് പണം നല്കുവാൻ പല സമ്പന്നന്മാരും കാത്തിരിക്കുകയും ചെയ്യുന്നു.

പക്ഷേ, ഇന്നലെ രാത്രിയുറക്കത്തിൽ സലിം ഉമ്മയെ സ്വപനം കണ്ടു. ഉമ്മ മരിച്ചശേഷം സലിം ആദ്യമായി ഉമ്മയെ കാണുകയാണ്.

സലിം ഇപ്പോൾ വിചാരിക്കുന്നത് ഉമ്മയെ സ്വപ്നം കണ്ടതല്ലാ എന്നാണ്. ഉമ്മ ഇന്നലെ വന്നതാണെന്നാണ്. ഉമ്മ എന്റെ അരികിൽ വന്നു.അങ്ങനെ തന്നെ സലിം ഉറച്ച് വിശ്വസിച്ചു

''ഉമ്മാ''

''മോനെ അലീമേ....'' ഉമ്മ വിളിക്കുന്നു. ഉമ്മ ഒരിക്കലും സലീമേ എന്ന് വിളിച്ചിട്ടേയില്ലല്ലോ! അലീമേ എന്നാണ് വിളി!

''കയിക്കു മോനേ! നല്ല പത്തിരിയും എറച്ചിക്കറീമാ? കയിക്ക്...''

രാത്രിയിൽ ഉമ്മ സ്വപ്നത്തിൽ തന്ന പത്തിരിയുടെയും ഇറച്ചിക്കറിയുടെയും സ്വാദ് ഇപ്പോഴും നാവിലുണ്ടെന്ന് സലിം ഇപ്പോൾ അത്ഭുതപ്പെട്ടു. അയാളുടെ കണ്ണുകൾ പതുക്കെ നിറയുകയാണ്.

''മോനെ! ഉമ്മാക്ക് ആരുമില്ല! ഉമ്മായെ വാപ്പ തച്ച് മയ്യത്താക്കുമെന്ന് എനക്കറിയാം. അപ്പോ ഉമ്മാന്റെ മോൻ വെശമിക്കരുത്.''

''ഉമ്മാ''

''മോനേ അലിമേ! വാപ്പ ശെയ്യണ ചേലുക്ക് ന്റെ മോൻ ഒരു പെണ്ണിനേം തല്ലരുത്. . മോനെ അലീമേ! - ഏതുപെണ്ണിനെ തല്ലാനാണോ നീ കൈ പൊക്കുന്നത് അപ്പോ ന്റെ മോൻ ഉമ്മാനെ ഓർക്കണം.'' ഉമ്മ കരഞ്ഞു.

ഉമ്മയുടെ കണ്ണുനീർ മുഖത്തു വീണപ്പോൾ പൊള്ളുന്നതായി സലീമിനു തോന്നി. സ്വപ്നം കാണുകയല്ലാ ഉമ്മ തന്റെ അരികിലിരിക്കുകയാണ് എന്നയാൾ വിശ്വസിച്ചു.

''ഒരു പെണ്ണിനേം ന്റെ മോൻ വേദനിപ്പിക്കരുത്! എല്ലാ പെണ്ണിലും ന്റെ മോന്റെ ഉമ്മ ഒണ്ടെന്നോർത്തോളിൻ...'' ഉമ്മ തലയിൽ തഴുകിക്കൊണ്ടു പറഞ്ഞു.

-ചില നിമിഷങ്ങളിലേയ്ക്ക് ഉമ്മ അപ്രത്യക്ഷയായി. പിന്നെ സലിം കണ്ടത് വാപ്പ ഉമ്മയെ തൊഴിച്ചു കൊല്ലുന്നതാണ്.

ഉമ്മ മരിച്ചുകിടക്കുന്നു.

''അലിമേ'' ഉമ്മ തലയിൽ തലോടിക്കൊണ്ട് പറഞ്ഞു. ''ഉമ്മാ പോണ്''

ആ സമയം സലിം നടുങ്ങിയുണർന്നു. ഒരിളംകാറ്റ് തന്നെ തഴുകി കടന്നുപോയതായി സലിമിനു തോന്നി. നടന്നകലുമ്പോൾ വസ്ത്രങ്ങളുലയുന്നതിന്റെ ശബ്ദവും കേട്ടതായി സലിമിനു തോന്നി.

അപ്പോൾ ഉണർന്ന സലിം പിന്നെ ഉറങ്ങിയതേയില്ല. കോൺസ്റ്റബിൾ പറഞ്ഞതയാൾ കേട്ടതുമില്ല. ശ്രദ്ധിച്ചതുമില്ല!

''ഇന്നു മൂന്നുമണിയ്ക്കൊരുത്തനും സലിമിനെ തല്ലാൻ വരില്ല.'' സർക്കിൾ ഇൻസ്പെക്റ്റർ ശങ്കരമേനോനോട് ഡി. എസ്. പി പറഞ്ഞു. ''മൂന്നുമണിയാകുമ്പോൾ നാളെയാകട്ടെ എന്നു പറയണം. അങ്ങനെ ഒന്നുരണ്ടുദിവസങ്ങൾ കഴിയട്ടെ. അതിനകം നമുക്കവനിൽ നിന്നെല്ലാം പിടിച്ചെടുക്കാം.''

''സർ''

'' നാളെ സന്ധ്യ കഴിയുമ്പോൾ ആ വനജയേയും അവടെ തന്തയെയും തള്ളയെയും തല മുണ്ഡനം ചെയ്തിട്ട് അവരുടെ വീട്ടിലാക്കണം. ആരും അറിയരുത്. അവരെ പുറത്തേക്കു വിടാതെ സമർത്ഥമായി നോക്കുകയും ചെയ്യണം.''

''സർ''

''പിറ്റേന്നു രാവിലെ നാട്ടുകാരെല്ലാവരും അറിയത്തക്കരീതിയിൽ മൂന്നിനേയും അറസ്റ്റു ചെയ്ത് അത് രേഖപ്പെടുത്തി സ്റ്റേഷനിലേയ്ക്ക് കൊണ്ടുവരികയും പാർവതി കൊലക്കേസ്സിലെ പ്രധാന പ്രതികളെന്ന നിലയിൽ ഈ കുടുംബത്തെ അറസ്റ്റു ചെയ്തിരിക്കുന്നു എന്ന് പത്രക്കാർക്ക് ന്യൂസ് കൊടുക്കുകയും ചെയ്യണം. അവർ കുടുംബസമേതം തിരുപ്പതിയിലോ പഴനിയിലോ മറ്റോ പോയിവന്നതാണെന്നും പത്രക്കാരെ ബോദ്ധ്യപ്പെടുത്തണം. മറ്റുപ്രതികളെ ഉടൻതന്നെ അറസ്റ്റു ചെയ്യുമെന്നും പത്രക്കാരെ അറിയിക്കണം.'' ഡി. എസ്. പി അജിത് പറഞ്ഞു.

''സർ'' സർക്കിൾ ഇൻസ്പെക്റ്റർ എഴുന്നേറ്റു.

-അന്ന് മദ്ധ്യാഹ്നം മൂന്നുമണി കഴിയുന്നു. സലിം രാവിലത്തെ ഭക്ഷണം തൊട്ടിട്ടില്ല. ഉച്ചയ്ക്കുള്ള ഭക്ഷണം കൊണ്ടുവരേണ്ടതില്ലായെന്നയാൾ പറയുകയും ചെയ്തു. അയാൾ പച്ചവെള്ളം മാത്രം കുടിച്ചു കൊണ്ടിരുന്നു.

സി. ഐ ശങ്കരമേനോനും എസ്. ഐ രാജേന്ദ്രനും സലിമിന്റെ അരികിലേയ്ക്കു ചെന്നു. അയാൾ തറയിൽ മലർന്നു കിടക്കുക ആയിരുന്നു. കണ്ണുകൾക്കുമിതെ കൈകൾ വെച്ചിരുന്നു.

''സലിം'' രാജേന്ദ്രൻ വിളിച്ചു.

വിളികേട്ട സലിം സാവധാനം എഴുന്നേറ്റിരുന്നു.

''ഇന്ന് അടിപ്പരിപാടി നടക്കില്ല. ആളെത്തിയില്ല. നാളെ നമുക്കു നടത്താം. ഒരു പതിനൊന്നു മണിയാകുമ്പോൾ! എന്താ!''

സലിം പെട്ടെന്നെഴുന്നേറ്റു നിന്നു. വരണ്ട ശബ്ദത്തിലയാൾ പറഞ്ഞു. ''വേണ്ട സാർ, ജയിച്ചാലും തോറ്റാലും എനിക്ക് എല്ലാ സത്യവും

പറയേണ്ടിവരും. ഞാൻ നടന്നതെല്ലാം വിശദമായി ഇപ്പോൾ തന്നെ പറയാം.''

''നീ കാര്യായിട്ടാണോ പറയുന്നത്?'' സി. ഐ അമ്പരപ്പോടെ തിരക്കി.

''അതെ സാർ.'' എന്തിനോ അപ്പോൾ സലിമിന്റെ കണ്ണുകൾ നിറഞ്ഞൊഴുകി.

സലിം പറഞ്ഞുതുടങ്ങി. ഡി. എസ്, പി. അടക്കമുള്ളവരുടെ മുൻപിൽ സലിം ഒരുവാക്കുപോലും വിടാതെ എല്ലാം പറയുവാൻ ആരംഭിച്ചു. മിക്ക രാത്രികളിലും അയൽപക്കത്തെ പാർവതിയെ നശിപ്പിക്കണമെന്നും ചന്ദ്രനെന്ന ആളിനെ കുഴപ്പത്തിലാക്കണമെന്നും വനജ എന്നോടു പറയുമായിരുന്നു.

''ഇപ്പോ വിളിച്ചിറക്കി ഓളെ നസിപ്പിക്കണോ?'' സലിം ചോദിയ്ക്കും.

''യ്യോ! പ്പോ വേണ്ടാ, സലിമിക്കാ. ഞാൻ പറയാം.'' സലിമിനെ ചുറ്റിപ്പിണഞ്ഞു കിടന്നുകൊണ്ട് വനജ പറയുകയും ചെയ്യും.

വനജയുടെ ഈ ആഗ്രഹം സലിം ഗോമതിയോടും ശേഖരനോടും പറഞ്ഞപ്പോൾ അവരതിനെ കയ്യടിച്ച് പ്രോത്സാഹിപ്പിക്കുകയാണ് ചെയ്തത്.

ഒരു വെള്ളിയാഴ്ച പകൽ നേരത്ത് വനജയുടെ വീട്ടിലെത്തിയ സലിം അവിചാരിതമായി പാർവതിയെ കാണുകയും ചെയ്തു. അയാൾ അവളെ കണ്ണിമയ്ക്കാതെ നോക്കിനിന്നു. പാർവതിയുടെ സൗന്ദര്യം കണ്ട് സലിമിന് ശ്വാസംമുട്ടി.

രാത്രിയിൽ സലിമിനോട് വനജ തിരക്കി. ''പാർവതിയെ കണ്ടോ? എങ്ങനെയുണ്ട്?''

''ഉഗ്രൻ'' സലിം ആവേശത്തോടെ പറഞ്ഞു.''നീ ആ പെണ്ണിന്റെ പത്തയല്പക്കത്ത് വരില്ല! ഹൊ! എന്തൊരു ചരക്ക്!''

ഇരുട്ടായിരുന്നതുകൊണ്ട് വനജയുടെ മുഖത്തെ അസൂയ അയാളപ്പോൾ കണ്ടില്ല. അവൾ പല്ലുഞെരിക്കുന്നതയാൾ ശ്രദ്ധിച്ചതുമില്ല.

അവസാനം മറ്റൊരു വെള്ളിയാഴ്ച വന്നുചേർന്നു. ആ രാത്രിയിൽ വനജ നിർബന്ധപൂർവ്വം തന്റെ കൂടെ കിടക്കാൻ സലിമിനെ നിർബന്ധിച്ചു വിളിച്ചു.

''എനിക്കിന്നു നിന്റെ അമ്മയെ മതി! ഗോമതിയെ...ചില ദിവസം നിന്നേക്കാൾ എന്നോട് യുദ്ധം ചെയ്യുന്നത് നിന്റമ്മയാ!''

''പോടാ.'' വനജ കൊഞ്ചിക്കുഴഞ്ഞു. ''വാ! സലിമിക്കാ പാർവതിയെ കിട്ടാൻ പോവുകാ നിങ്ങൾക്ക്. ഇന്ന് ഞാനെല്ലാം പറയാം വാ!'' അന്നു രാത്രി കൂടുതൽ വികാരവിവശയായി വനജ സലിമിനോടിടപെട്ടു. അവസാനം അയാളുടെ മാറിൽ ഒരു പുഷ്പദലം പോലെ കിടന്നുകൊണ്ടവൾ പറഞ്ഞു.

''മറ്റന്നാൾ ഞായറാഴ്ച രാത്രി എട്ടുമണിക്ക് പാർവതിയുടെ വീടിന്റെ തെക്കുവശത്തുള്ള പ്ലാവിന്റെ ചുവട്ടിൽ സലിമിക്ക വരണം! ചന്ദ്രനെന്നു പേരുള്ള ഒരാളുമായി ഒളിച്ചോടാൻ അവൾ വരും. കൊണ്ടുപൊയ്ക്കോ.'' വനജ കിതച്ചു ''അവളെ പൊക്കിക്കോ. എന്നിട്ട് മതിവരുവോളം അനുഭവിച്ചിട്ട് കൊന്നുകളഞ്ഞോ'' അത്രയും പറഞ്ഞിട്ട് വനജ സലിമിനെ ഗാഢമായി ആലിംഗനം ചെയ്തു. ''അവളെ മതിവരുവോളം അനുഭവിച്ചശേഷം അവടെ കൈയിലൊള്ള സൊർണോം സലിമിക്ക എടുത്തോ. എന്നിട്ടുവേണം അവളെ കൊല്ലാൻ. അവടെ സ്വർണത്തിൽ എന്തെങ്കിലും എനിക്കും തരണം!''

അതുകേട്ട് സലിം ഉള്ളിൽ ചിരിച്ചു.

ഞായറാഴ്ച രാവിലെ ആരും സംശയിക്കാത്ത രീതിയിൽ സലിം പാർവതിയുടെ വീടും തെക്കുവശത്തുള്ള പ്ലാവും ഒക്കെ കണ്ടുമടങ്ങി. അതിനുശേഷം ഒരു സുഹൃത്തിനേയും കണ്ട് കാര്യങ്ങൾ സംസാരിച്ചു. അവനും രാത്രിയിൽ വരാമെന്നു സമ്മതിച്ചു.

''ആരായിരുന്നു ആ സുഹൃത്ത്?''

ഒരുനിമിഷം സലിം മൗനിയായി തലയും കുനിച്ചിരുന്നു. പിന്നെ തല ഉയർത്തി എല്ലാവരേയും മാറിമാറി നോക്കിയിട്ട് പതുക്കെ പറഞ്ഞു.

''ഉള്ളാടൻ വാസു''

ചന്ദ്രന്റെ മൃതദേഹം പുഷ്പംപോലെ എടുത്ത് ആംബുലൻസിൽ കയറ്റിത്തന്നവൻ. പുലയരുടെ ശ്മശാനത്തിനരികിൽ ഒറ്റയ്ക്ക് കുടിലുകെട്ടി താമസിക്കുന്നവൻ. ചോര മണക്കുന്ന പിശാച്.

''എന്നിട്ട്?''

ഞായറാഴ്ച രാത്രി എട്ടുമണി!

സലിം പ്ലാവിന്റെ ചുവട്ടിൽ വന്നുനിന്നു. രാത്രി കറുത്തുനിറഞ്ഞു തുളുമ്പുകയായിരുന്നു.

അപ്പോൾ പ്ലാവിനരികിലേയ്ക്ക് പാർവതി നടന്നുവന്നു. പാർവതിയുടെ കൈയിൽ ഒരു ബാഗുമുണ്ടായിരുന്നു.

സലിമിന്റെ അടുത്തുവന്നുനിന്ന് കരയുന്ന സ്വരത്തിൽ പാർവതി വിളിച്ചു.

''ചന്ദ്രേട്ടാ''

പിന്നെ പാർവതി സംസാരിച്ചതേയില്ല! അവളുടെ വായിൽ തുണി കയറ്റിയത് സലിമാണ്. ആ നിമിഷം തന്നെ പാർവതിയുടെ കൈയും കാലും കൂട്ടിക്കെട്ടിയത് ഉള്ളാടൻ വാസുവുമാണ്.

പറമ്പുകളിൽ കൂടി അവർ ഇരുട്ടത്ത് പാർവതിയെയും ചുമന്നുകൊണ്ട് തോടിന്റെ കരയിലെത്തി. തോട്ടിൽ ഒരു വള്ളം കെട്ടിയിട്ടിരുന്നു. ആടിനെ മോഷ്ടിച്ചു കൊണ്ടുവരുന്ന രീതിയിലാണ് ഉള്ളാടൻ വാസു പാർവതിയെ ചുമന്നുകൊണ്ടുവന്നത്. അവളുടെ ബാഗ് സലിമിന്റെ

കൈയിലായിരുന്നു. അവൻ പാർവതിയെ വള്ളത്തിലേയ്ക്ക് ആടിനെ ഇടുംപോലെ ഇട്ടുകളഞ്ഞു.

''എടാ പതുക്കെ! ഇപ്പോഴെ അവളെ കൊല്ലാതെ!'' സലിം പറഞ്ഞു.

''വള്ളം ആരുടെയായിരുന്നു?'' സലിമിനോട് സി. ഐ തിരക്കി.

''ഏതോ തോട്ടിറമ്പിൽ എവിടെയോ കെട്ടിയിട്ടിരുന്നതാ. വാസു അഴിച്ചോണ്ടുപോന്നു!'' സലിം പതുക്കെ ചിരിച്ചു.

-പാർവതിയേയും വള്ളത്തിലിട്ടുകൊണ്ട് വാസു തുഴഞ്ഞു, ഈ തോട് പുത്തൻ തോട്ടിൽ ചെന്നുചേരും. പുത്തൻതോടിന്റെ കരയിൽ ഒറ്റപ്പെട്ട ഒരു വലിയ വള്ളപ്പുരയുണ്ട്. പകൽ നേരത്ത് വാസു ആരും കാണാതെ അവിടെ റാന്തൽ വിളക്കും ചാരായവും ഒക്കെ വെച്ചിരുന്നു. വള്ളപ്പുരയിൽ ഒരു ചായ്പും ഉണ്ടായിരുന്നു. ഏകാന്തമായ ആ പരിസരത്ത് സന്ധ്യ കഴിഞ്ഞാൽ ഒരീച്ചപോലും വന്നിരുന്നില്ല.

വള്ളപ്പുരയുടെ മുമ്പിൽ വള്ളമടുപ്പിച്ചിട്ട് പാർവതിയെ സലിം ചുമന്ന് ചായ്പിൽ കൊണ്ടുകിടത്തി. പിന്നെ റാന്തൽ വിളക്ക് കണ്ടുപിടിച്ച് കൊളുത്തുകയും ചെയ്തു. സലീമിന്റെ കൈയിൽ ചെറിയൊരു ടോർച്ചുണ്ടായിരുന്നു.

മോഷ്ടിച്ചുകൊണ്ടുവന്ന പെണ്ണാടിന്റെ തോല് പൊളിക്കും പോലെ വാസു അവളെ നഗ്നയാക്കി. അവൾക്കൊന്നു പിടയുവാൻ പോലും സാധിക്കാത്ത രീതിയിലായിരുന്നു അവളുടെ കൈയും കാലും വാസു കെട്ടിയിരുന്നത്. വായിൽ തിരുകിയ തുണി വാസു കുറെയെടുത്തുമാറ്റി. അവൾ ദീർഘശ്വാസംവിട്ടുകൊണ്ട് നിശ്ചലയായി കിടന്നു. കണ്ണുകൾ നിറഞ്ഞൊഴുകുന്നുണ്ടായിരുന്നു. വായിൽ കുറച്ചുതുണി കയറ്റിവെച്ചിരുന്നതു കൊണ്ട് ഒരു വാക്ക് യാചിക്കുവാൻപോലും അവൾക്ക് കഴിയുമായിരുന്നില്ല.

അവൾ കൊണ്ടുവന്ന ബാഗ് വള്ളത്തിൽ നിന്നും വാസു എടുത്തുമാറ്റി. ഒരു മാലയും കമ്മലും അഴിച്ചെടുത്തതും അവനെടുത്തു.

''ഒക്കെ നീയെടുത്തോ, എനിക്കൊന്നും വേണ്ട'' സലിം പറഞ്ഞു. ''നമുക്കിവളെ ആർക്കു കൊടുക്കണം ആദ്യം?''

ഇഷ്ടംപോലെ പണവും മദ്യവും തരുന്ന മുതലാളിമാർ പലപ്പോഴും സലിമിനോടു പറയുമായിരുന്നു. 'ഡോ! സലിമേ ഞങ്ങൾക്ക് ഒരു കൊച്ചുപെണ്ണിനെ കൊണ്ടുതാടാ, പത്തിരുപതു വയസ്സുള്ള ഒരു സുന്ദരിയെ... അത്തരമൊന്നിനെ എവിടെ നിന്നേലും പൊക്കിക്കൊണ്ടുവാ... എത്ര പണംവേണേലും തരാമെടാ''

അവസാനം സലിമും വാസുവും കൂടി ആലോചിച്ച് ഒരു മുതലാളിയെ തീരുമാനിച്ചു.

സലിമിന്റെ കയ്യിൽ വാച്ചുണ്ടായിരുന്നു. സമയം നോക്കിയപ്പോൾ രാത്രി പത്തരമണി.

പാർവതിയെ നഗ്നയാക്കി ഒറ്റയ്ക്ക് വള്ളപ്പുരയുടെ ചായ്പ്പിൽ

കിടത്തിയശേഷം അവർ റാന്തലിന്റെ വെളിച്ചം വളരെ താഴ്ത്തിവെച്ചു. പിന്നെ ചായ്പ് വെളിയിൽനിന്നും ബന്ധിച്ചശേഷം മുതലാളിയെ വിളിക്കാൻ പോയി.

''ആരെ വിളിക്കാനാണ് പോയത്?''

''ചാക്കോച്ചൻ മുതലാളിയെ!''

-ചാക്കോച്ചൻ മുതലാളിയുടെ ബോട്ടിന്റെ മൂലയിൽ കിടന്നിരുന്ന പാർവതിയുടെ വളക്കഷണങ്ങളും മുടിയിഴകളും പെട്ടെന്ന് രാജേന്ദ്രന്റെ ഓർമയിൽ തെളിഞ്ഞുവന്നു.

''എനിക്ക് വെള്ളം കുടിക്കണം.'' സലിം പെട്ടെന്നു പറഞ്ഞു. അവൻ മുന്നിലിരിക്കുന്ന പോലീസുകാരോടല്ലാ അത് പറഞ്ഞത്. ഉമ്മയോടാ യിരുന്നു. ഉമ്മാാ വെള്ളം!

''മോനെ അലീമെ...'' ഉമ്മ വെള്ളം കൊണ്ടുവരുന്നു! വെള്ളം കൊണ്ടു വന്നത് വനിതാപോലീസായിരുന്ന മഹാലക്ഷ്മിയായിരുന്നു!

പതിനാല്

പോലിസുകാർക്ക് ഗ്രേസിയുടെ സല്യൂട്ട്.

പുത്തൻ തോടിന്റെ കരയിലൂടെ കുറച്ചുസമയം നടന്നാൽ ചാക്കോച്ചൻ മുതലാളിയുടെ ബംഗ്ലാവായി. വാസുവും സലിമും കൂടി മുതലാളിയുടെ വീടിന് മുന്നിലെത്തിയപ്പോൾ അവരന്തിച്ചുപോയി.

മുതലാളിയുടെ ബംഗ്ലാവിന്റെ മുറ്റത്ത് ചെറിയൊരാൾക്കൂട്ടം ഉണ്ടായിരുന്നു. അവിടെ സത്കാരം നടക്കുന്നു. മദ്യവും ഭക്ഷണവും വിളമ്പുകയാണ്. ഏതോ രാഷ്ട്രീയനേതാവും മുറ്റത്തെ സംഘത്തിലുണ്ടാ യിരുന്നു.

ചാക്കോച്ചൻ മുതലാളി സലിമിനെയും വാസുവിനെയും കണ്ടില്ല. അദ്ദേഹം രാഷ്ട്രീയ നേതാവുമായി ഗൗരവതരമായ ചർച്ചയിലായി രുന്നു. സ്വല്പനേരം, തങ്ങളെ കാണാത്ത മുതലാളിയെയും നോക്കി അവർ നിന്നു. പിന്നെ തിരിച്ചുപോന്നു. അങ്ങനെ പോരുന്നതിനിടയിൽ ചാക്കോച്ചനേക്കാളും തങ്ങൾക്ക് പ്രിയങ്കരനായ മറ്റൊരു മുതലാ ളിയെ വിളിച്ച് പാർവതിയെ കൊടുക്കാം എന്നവർ തീരുമാനിച്ചു. നേരിട്ടുള്ള വഴിയെ പോകാതെ ഒന്നുരണ്ടു പറമ്പുകളിലൂടെ നടന്ന് ആ മുതലാളിയുടെ വീട്ടിൽ അവരെത്തി.

''ഏതു മുതലാളി?'' സി. ഐ പെട്ടെന്ന് സലിമിനോട് ചോദിച്ചു.

''കുഞ്ഞമ്പു!''

''ആര്?''

"കുഞ്ഞമ്പുവല്ലാ!" സലിം കുടിനീരിറക്കി. "കുഞ്ഞമ്പുവിന്റെ വാപ്പാ. കുഞ്ഞമ്പുവിന്റെ അപ്പൻ. വലിയരാമൻ! വലിയമൊതലാളി."

അതുകേൾക്കവെ എസ്. ഐ രാജേന്ദ്രൻ പല്ലുകൾ ഞെരിച്ചു. തന്റെ അമ്മാച്ചന്റെ നിതാന്ത ശ്രതു.! എഴുപതിലെത്തിയിട്ടും രാക്ഷസനേപ്പോലെ ജീവിക്കുന്ന ഒരാൾ! പേരക്കുട്ടിയുടെ പ്രായമുള്ള ഒരു പെണ്ണിനെ... ബാക്കി സംഭവങ്ങൾ പറയുവാൻ സലിം ബുദ്ധിമുട്ടുന്നുവെന്ന് എല്ലാവർക്കും മന സ്സിലായി. അയാളുടെ നെഞ്ചിൽ വാക്കുകൾ കുടുങ്ങിക്കിടന്നു. ജീവിത ത്തിലാദ്യമായി അയാൾക്ക് ഇടതുനെഞ്ചിൽ വേദന അനുഭവപ്പെട്ടു. സലിം തളരുകയായിരുന്നു. എങ്കിലും സലിം എല്ലാം തുറുന്നുപറഞ്ഞു.

വലിയരാമൻ വിശാലമായ മുറ്റത്തുകൂടി അത്താഴവും കഴിഞ്ഞ് നടക്കുകയായിരുന്നു. സാധാരണ രാത്രി രണ്ടുമണി കഴിഞ്ഞാണയാൾ ഉറങ്ങുന്നത്. സലിമും വാസുവും കൂടി സംഗതി പറഞ്ഞയുടൻ രണ്ടാമതൊ ന്നാലോചിക്കാതെ വലിയരാമൻ അവരുടെകൂടെ പുറപ്പെട്ടു. വലിയരാമന പ്പോൾ വെറുതെ ചിരിക്കുന്നുണ്ടായിരുന്നത്രേ.

വലിയരാമൻ വള്ളപ്പുരയിലെ ചായ്പിലേയ്ക്കു കയറി. റാന്തലിന്റെ തിരിനീട്ടിക്കൊണ്ട് അയാൾ നഗ്നയായി കിടക്കുന്ന പാർവതിയെ കണ്ടു. അവളുടെ കണ്ണുകൾ നിറഞ്ഞൊഴുകുന്നതയാൾ കണ്ടില്ല. അവളുടെ നഗ്നശരീരത്തിന്റെ ഭംഗി മാത്രം അയാൾ കണ്ടു. അവളുടെ വായിൽ തിരുകിവെച്ചിരുന്ന തുണി അയാൾക്ക് ശല്യമായി തോന്നി. പക്ഷേ, അതെടുത്തുമാറ്റുവാൻ പറ്റില്ലല്ലോ.

സലിമും വാസുവും മുറിയുടെ വാതിൽ ചാരിയിട്ടിട്ട് വെളിയിൽ കാവൽ നിന്നു. അകത്തുനിന്നും വന്യമൃഗം മുരളുന്നതുപോലുള്ള ശബ്ദം പുറത്തേക്കൊഴുകി. വിശന്നിരിക്കുന്ന സിംഹം ഇളംമാനിനെ കടിച്ചുകീറി തിന്നുംപോലെ വലിയരാമൻ പാർവതിയെ അനുഭവിച്ചുകൊണ്ടിരുന്നു. കുറേയേറെ നേരം കഴിഞ്ഞ് വിയർത്തുകുളിച്ച് വലിയരാമൻ വെളിയിലിറങ്ങി.

"സന്തോഷമായി പിള്ളേരെ" വലിയരാമൻ ചിരിയോടെ പറഞ്ഞു. "ഇത്ര ഇളം പ്രായത്തിലൊന്നിനെ കിട്ടീട്ട് ഒത്തിരി നാളായി. നാളെ സന്ധ്യയ്ക്ക് കുമഞ്ചേരി ഷാപ്പിലേയ്ക്കു പോരെ! നെനക്കൊക്കെ കൈനിറയെ കാശ് തന്നേക്കാം."

വലിയരാമനെ വീട്ടിലാക്കാൻ വാസു പോയ സമയം സലിം അകത്തുകയറി. പിന്നെ അവനായി അവന്റെ പരാക്രമമായി. അവൻ പാർവതിയെ ഉഴുതുമറിച്ചുകൊണ്ടിരുന്നു.

തിരിച്ചുവന്ന വാസു വാതിലിന്റെ മുമ്പിലിരുന്ന് ചാരായം കുടിച്ച് സമയംകളഞ്ഞു. അവസാനം സലിമും യുദ്ധം ജയിച്ച് വെളിയിലെത്തി.

"ചത്തോടാ" വാസു ചോദിച്ചു. "ശ്വാസംമുട്ടി ചത്തോ?"

"ഇല്ല അനക്കമൊണ്ട്."

"ശരി! തീർത്തേയ്ക്കാം. തെളിവ് ശേഷിക്കരുതല്ലോ. അവളുടുത്തു കൊണ്ടുവന്നതും കൂടി ബാഗിലിട്ട് ഞാനങ്ങ് കൊണ്ടുപോകും. കത്തിച്ചുകളഞ്ഞേക്കാം." ചിരിച്ചുകൊണ്ട് വാസു അകത്തേയ്ക്കു കയറി. അവൻ വാതിൽ ചാരിയില്ല. അവൻ ചെയ്യുന്നതൊക്കെയും സലിം കണ്ടു.

വാസു പാർവതിയുടെ വായിലെ തുണിയെടുത്ത് കളഞ്ഞിട്ട് സാവധാനം വളരെ ആസ്വദിച്ച് പാർവതിയെ തീർത്തുകളഞ്ഞു. പാർവതി മരിച്ചു. പിന്നെ സലിം വീണ്ടും ആ ശരീരത്തിലേയ്ക്ക്...

"ഹ!" എസ്. പി അജയ് അറിയാതിങ്ങനെയൊരു ശബ്ദം വെച്ചിട്ട് ഇരുന്നിടത്തു നിന്നും ചാടിയെഴുന്നേറ്റു. "മതി പറഞ്ഞത്! അവനെ വിലങ്ങുവെച്ചു കൊണ്ടുപോ! വാസുവിനെ ഇവൻ കാണിച്ചുതരും. വാസുവിനെ പിടിച്ചാലുടൻ ആ വലിയരാമനെയും അറസ്റ്റു ചെയ്യണം. മൂന്നിനെയും സന്ധ്യയ്ക്കു മുമ്പുതന്നെ നമുക്കു കിട്ടണം. ക്വിക്ക്"

ഒരു മണിക്കൂറിനകം വാസുവിനെ കണ്ടുകിട്ടി. പോലിസ് സംഘത്തിന് അലഞ്ഞുനടന്ന് പുലയരുടെ ശ്മശാനത്തിനടുത്തുള്ള അവന്റെ താമസസ്ഥലത്തേയ്ക്കു പോകേണ്ടിവന്നില്ല. വഴിയിൽവെച്ചുതന്നെ അവനെ പിടികൂടാൻ സാധിച്ചു.

അവൻ പട്ടാമുക്കിനടുത്തുള്ള ഒരു ഇടവഴിയുടെ ആരംഭത്തിൽ നില്ക്കുകയായിരുന്നു. ഇടവഴിയോരത്തുള്ള ആദ്യ വീടിന്റെ മുറ്റത്തൊരു മുട്ടനാടിനെ കെട്ടിയിട്ടിരുന്നു. ആ ആടിനെ കൊതിയോടെ നോക്കി നില്ക്കുകയായിരുന്ന അവൻ, ഇന്നുരാത്രി ആ ആടിനെ മോഷ്ടിക്കണമെന്ന് നിശ്ചയിച്ചുറച്ചു. ആടിന്റെ കരൾ പച്ചയ്ക്കു തിന്നശേഷം ചാരായം വെള്ളം തൊടാതെ കുടിക്കുന്നതായിരുന്നു അവന്റെ ഏറ്റവും വലിയ ആനന്ദം!

അപ്പോഴാണ് പോലീസ് ജീപ്പ് അവന്റെ മുമ്പിൽ വന്നു നിന്നത്. രണ്ട് ജീപ്പുണ്ടായിരുന്നു. ആദ്യത്തെ ജീപ്പിൽ നിന്നും എസ്. ഐ രാജേന്ദ്രനും കുറച്ചു പോലീസുകാരും കൂടി ചാടിയിറങ്ങി അവനെ വളഞ്ഞു.

"എന്നതാ സാറെ?" നിഷ്കളങ്കമായി അവൻ പോലീസുകാരോട് ചിരിയോടെ ചോദിച്ചു. അവനിൽ നിന്നും എപ്പോഴുമെന്നപോലെ രക്തത്തിന്റെയും ചാരായത്തിന്റെയും ഗന്ധം അപ്പോഴും ഉയരുന്നുണ്ടായിരുന്നു.

"നിന്റെ പേരെന്താടാ?"

"ഉള്ളാടൻ വാസു. എന്നതാ സാറെ വിഷയം?" അവൻ വീണ്ടും തിരക്കി. ആ സമയം രണ്ടാമത്തെ ജീപ്പിൽ നിന്നും കൈവിലങ്ങുകളിട്ട സലിമിനെ പോലീസുകാർ ഇറക്കി കൊണ്ടുവന്നു. അതുകണ്ട വാസു അന്തംവിട്ടുപോയി. അവൻ പെട്ടെന്ന് അവിടെനിന്നും കുതിച്ചുപായാനൊരുങ്ങിയതും പോലിസുകാരവന്റെ കാലിൽ തട്ടിമറിച്ചിട്ടതും ഒരേ നിമിഷമായിരുന്നു. പിന്നെയൊരു പ്രയോഗമായിരുന്നു. അവിടെ അടുത്തെങ്ങും

ആരുമുണ്ടായിരുന്നില്ല. അപ്പുറത്തുള്ള വീട്ടിലും ആളില്ലായിരുന്നു. വീടിന്റെ മുറ്റത്തു നിന്നിരുന്ന മുട്ടനാട് മാത്രം ഈ കാഴ്ച കണ്ട് മ്മേ.... മ്മേ.... എന്ന് കരഞ്ഞുവിളിച്ചു.

''ഇവന്റെ ശരീരത്തിനു വെളിയിൽ പരുക്കൊന്നും കാണരുത് ബാലകൃഷ്ണാ...'' രാജേന്ദ്രൻ പറഞ്ഞു.

''സർ'' ബാലകൃഷ്ണനാണ് ആദ്യം തുടങ്ങിയത്. ഇടതുനെഞ്ചുനോക്കി ഇടിക്കട്ടകൊണ്ടടിക്കുമ്പോലെ രണ്ടെണ്ണം. അതുകഴിഞ്ഞ് നാഭിക്കു മുകളിലായി ഇരുമ്പു ദണ്ഡുകൊണ്ട് പ്രയോഗിക്കുമ്പോലെ മൂന്നിടിയും ഒരു ചവിട്ടും. പിന്നെ കമഴ്ത്തി കിടത്തിയിട്ട് നടുവിനിട്ട് രണ്ടെണ്ണം!

''മതി!' അദൃശ്യനായി നിന്നുകൊണ്ട് ദൈവം പറഞ്ഞു. ''ഇവനെ തൂക്കിക്കൊന്നില്ലെങ്കിലും ഇവനീശിക്ഷ തന്നെ ധാരാളം. ചാകാതെ ചത്തോളും. ചക്രശ്വാസം വലിച്ചോളും.''

''എടുത്ത് വണ്ടിയിലിട് ബാലകൃഷ്ണാ'' രാജേന്ദ്രൻ പതുക്കെ ചിരിച്ചു,

''ബാക്കി സ്റ്റേഷനിൽ ചെന്നിട്ട്. സലിമിനെയും ഇവനെയും ഒന്നിച്ച് വിലങ്ങുവെയ്ക്ക്.''

''സർ''

വാസുവിനെയും സലിമിനെയും ഒന്നിച്ച് വിലങ്ങുവെച്ച് ജീപ്പിനകത്തെടുത്തിട്ടിട്ട് ജീപ്പുകൾ സ്റ്റേഷനിലേയ്ക്കു പാഞ്ഞു. രണ്ടുപേരെയും സി. ഐ. യുടെ മുമ്പിലിട്ടുകൊടുത്തിട്ട് ജീപ്പുകൾ വീണ്ടും തിരിച്ചു പാഞ്ഞു. അടുത്തതാണ് പ്രധാന ഇര. അയാളാണ് പ്രധാന പ്രതി! വലിയരാമൻ!

സി. ഐ. യ്ക്ക് ചില കാര്യങ്ങൾ കൂടി അറിയണമായിരുന്നു.

''പറയെടാ പാർവതിയുടെ മൃതദേഹം ആരാണ് വയലിൽ കൊണ്ടിട്ടത്?''

''ഞങ്ങൾ രണ്ടുപേരും കൂടി പൊക്കിയെടുത്താണ് വയലിൽ കൊണ്ടുപോയത്. അവളെ ഒരു പ്രത്യേകരീതിയിൽ അവിടെ കിടത്തിയതും ഞാനാണ്''. സലിം പറഞ്ഞു. ഇനി ഞാൻ ഒന്നും ഒളിച്ചുവെയ്ക്കില്ല. സലിം മനസ്സിലുറപ്പിച്ചു. ഉമ്മാ, ഞാനിനി ഒരു കാര്യവും ചങ്കിൽ മറച്ചുവെയ്ക്കില്ല.

''ആ ചാക്കോച്ചന്റെ ബോട്ടിലെങ്ങനെയാണ് പാർവതിയുടെ വളക്കഷണങ്ങളും മുടിയിഴകളും കണ്ടത്?'' സി. ഐ. സലിമിനോടുതന്നെ ചോദിച്ചു.

''പാർവതിയുടെ ശരീരം കൊണ്ടിട്ടശേഷം വെറുതെ വള്ളപ്പുരയിലെ ചായ്പ് പരിശോധിച്ചപ്പോൾ വളക്കഷണങ്ങളും മുടിയിഴകളും കണ്ടു. ബാക്കിയെല്ലാം വാസു മാറ്റിയിരുന്നു. അതെല്ലാം കൊണ്ട് അവൻ പോയപ്പോൾ ഞാനീ വളകളും മുടിയിഴകളും എടുത്ത് പട്ടണത്തിലേയ്ക്കുപോയി. പുത്തൻതോടിന്റെ കരയിലൂടെ നടന്നാണ് പോന്നത്. അപ്പോഴാണ് ചാക്കോച്ചൻ മുതലാളിയുടെ ബോട്ടു കെട്ടിയിട്ടിരിക്കുന്നത് കണ്ടത്. ആ

ബോട്ടിലേയ്ക്ക് ഞാനാ വളകളും മുടിയിഴകളും ഇട്ടിട്ട് പോന്നു''.

''എന്തിനാടാ നീ അങ്ങനെ ചെയ്തത്?'' സി. ഐ. തെല്ല തിശയത്തോടെ ചോദിച്ചു.

''അറിയില്ല സാർ. ഞാൻ ചെയ്തതൊന്നും എന്തിനാണെന്ന് എനിക്ക റിയില്ല ഏമാനെ!'' സലിം പെട്ടെന്നു പൊട്ടിക്കരഞ്ഞുകൊണ്ട് സി.ഐ. യുടെ കാല്ക്കലേയ്ക്കു വീണു.

സി. ഐ. ശങ്കരമേനോൻ സ്തബ്ധനായിപ്പോയി. മനുഷ്യപ്രകൃതി യോളം മനസ്സിലാക്കാൻ സാധിക്കാത്ത ഒരു പ്രതിഭാസം ഈ പ്രപഞ്ചത്തിലില്ലാ എന്നദ്ദേഹത്തിനു തോന്നി.

സലിം സി. ഐ. യുടെ കാൽക്കൽ വീണു കരയുന്നത് കണ്ടിട്ട് വാസുവിന് സഹിക്കാൻ പറ്റിയില്ല. അവൻ സർവതും മറന്ന് പൊട്ടിച്ചിരിച്ചു. ഉള്ളിലുള്ളതെല്ലാം ഇടിയേറ്റ് കലങ്ങിപ്പോയെങ്കിലും അതിന്റെ പ്രയാസങ്ങളൊന്നും തത്ക്കാലം അനുഭവപ്പെടാത്തതുകൊണ്ട് ഉച്ചത്തിലുച്ചത്തിൽ അവൻ ചിരിച്ചുകൊണ്ടിരുന്നു.

കുറേനാളായി ആരേയും ഉപദ്രവിക്കാതിരുന്ന സി. ഐ. ശങ്കരമേനോൻ വാസുവിന്റെ ചിരിക്കുന്ന മുഖമടച്ച് ആഞ്ഞടിച്ചു. പലതവണ. അവസാനം സലിമിന്റെ അരികിലേയ്ക്ക് വാസു മറിഞ്ഞുവീണു!

പിന്നെയും അവനിട്ടിടിക്കണമെന്നൊരാവേശം അദ്ദേഹത്തിനു ണ്ടായിരുന്നു. പക്ഷേ, ആ ആവേശം സി. ഐ മനസ്സിൽ സൂക്ഷിച്ചുവെച്ചു. ഉടനെ എത്തുമല്ലോ മറ്റവൻ. വലിയരാമൻ. സി. ഐ ശങ്കരമേനോൻ പല്ലുകൾ ഞെരിച്ചു.

വല്യരാമനും മകൻ രഘുരാമനും കൂടി ഹാളിലിരിക്കുകയായിരുന്നു. അച്ഛനും മകനും വർദ്ധിച്ച ആഹ്ലാദത്തിലാണ്.

രഘുരാമന് രണ്ടു ഭാര്യമാരാണ്. ചേട്ടത്തിയും അധിയത്തിയും. കു റച്ചപ്പുറത്ത് പണിതിരിക്കുന്ന മനോഹരമായ ഔട്ട്ഹൗസിലാണ് അവർ താമസിക്കുന്നത്. അവരിരുവരും ഒരേസമയം ഗർഭിണികളായിരിക്കുന്നു.

ഹ!ഹ!ഹ!ഹ! വലിയരാമൻ വലിയ ശബ്ദത്തിൽ പൊട്ടിച്ചിരിച്ചു. കൂടെ മകനും.

രഘുരാമന്റെ അമ്മ അവരുടെ മുറിയിലിരുന്ന് ദേവിഭാഗവതം വായിച്ചു.

അച്ഛനും മകനും ഒരുപോലെ ഉപയോഗിക്കുന്ന മദാലസയായ വേലക്കാരി അടുക്കളയിലിരുന്ന് കരിമീൻ മപ്പാസും മധുരപ്പത്തിരിയും കഴിക്കുകയായിരുന്നു അപ്പോൾ.

'അച്ഛാ!' രഘുരാമൻ എന്തോ ഓർത്തിട്ടെന്നപോലെ ചോദിച്ചു. ''ആ എസ്.ഐ. ചെറുക്കനൊണ്ടല്ലോ, നമ്മടെ മൂത്ത പെലേന്റെ പെങ്ങടെ മോൻ. അഞ്ചാറു വയസ്സുവരെ നമ്മുടെ നാട്ടിലാ ജീവിച്ചതെന്ന് അച്ഛൻ പറഞ്ഞിരുന്നല്ലോ! അതിനുശേഷം എന്തോ സംഭവമൊണ്ടാ

യതുകൊണ്ട്അവനും അമ്മയും കൂടി അച്ഛന്റെ വീടായ കാവാല ത്തേയ്ക്ക് പോയെന്നും പിന്നെ അവൻ തിരിച്ചുവന്നിട്ടേയില്ലെന്നും അച്ഛൻ പറഞ്ഞിട്ടുണ്ടല്ലോ! ഇപ്പോൾ ജോലിക്കാര്യത്തിനായിട്ടാ ണ് അവൻ വന്നത്. എന്നതായിരുന്നു അച്ഛാ അന്ന് സംഭവിച്ചത്!''

''ഞാനാ സംഭവം ഇപ്പോഴും ഓർക്കുന്നുണ്ട്. മക്കളേ'' വലിയരാമൻ പറഞ്ഞു.

''ചുരുക്കിപ്പറഞ്ഞാൽ മതിയച്ചാ!''

''ആ എസ്. ഐ. ചെറുക്കന്റെ പേരെന്നതാ ങ്ങാ, രാജേന്ദ്രൻ. അവന് ഒരിരിട്ട സഹോദരനുണ്ടായിരുന്നു. രണ്ടും നല്ല ചുണക്കുട്ടന്മാർ. എനിക്കു പോലും ആ പിള്ളേരെ ഇഷ്ടമായിരുന്നു. മറ്റവന്റെ പേർ രാമൂന്നോ മറ്റോ ആയിരുന്നു'' വലിയരാമൻ നിർത്തി.

''എന്നിട്ട്? വളരെ ചുരുക്കി പറഞ്ഞാ മതി അച്ഛാ!'' രഘുരാമന് എന്തോ ധൃതിയുള്ളതുപോലെ തോന്നി.

ആ പിള്ളേർ രണ്ടും കൂടി വൈകിട്ട് വയലിലെ പടിഞ്ഞാറെ ചിറ യിൽ കളിക്കാൻ പോകുമായിരുന്നു. നമ്മ്ടെ ഈ എസ്. ഐ. ചെറു ക്കനെ മറ്റവൻ 'ഡാ, രാജുവേ' എന്നായിരുന്നു വിളിച്ചോണ്ടിരുന്നത്. ഒരു ദിവസം വൈകുന്നേരം കളികൾക്കിടയിൽ ഈ രാജേന്ദ്രൻ കൂടപ്പിറപ്പിനെ പറ്റിയ്ക്കാൻ അവനെ ചിറയിൽ ഒറ്റയ്ക്കാക്കിയിട്ടോടിക്കളഞ്ഞു. 'ഡാ രാജുവേ...' എന്നു വിളിച്ചോണ്ട് ആ ചെറുക്കൻ അവിടം മുഴുവൻ ഓടിന ടന്നു! അന്നാ സ്ഥലത്ത് നല്ല കാടുണ്ടായിരുന്നു. അങ്ങനെ അവൻ എടാ രാജുവേ എന്ന് വിളിച്ചുകൊണ്ടോടി നടക്കുന്നതിനിടയിൽ അവനെ ഏതോ കടും വിഷമുള്ള പാമ്പ് കടിച്ചു, കടിയേറ്റയുടൻ അവൻ കുഴഞ്ഞുവീണു. അവന്റെ അലറിയുള്ള കരച്ചിൽ കേട്ട് ആൾക്കാരോടിക്കൂടി. കൂട്ടത്തിൽ രാജേന്ദ്രനും ഉണ്ടായിരുന്നു.

രാജേന്ദ്രനെ കണ്ടയുടൻ 'ഡാ രാജുവേ' എന്ന് വിളിച്ചോണ്ട് ചാടിയെ ഴുന്നേല്ക്കാനൊരുങ്ങിയെങ്കിലും അവൻ വീണുപോയി. വീണിടത്തു കിടന്ന് കരച്ചിൽ നിർത്തി ചിരിയോടെ 'ഡാ രാജുവേ' എന്ന് വിളിച്ചോണ്ട് അവിടെത്തെന്നെകിടന്നവൻ മരിക്കുകയും ചെയ്തു.'' അവിദഗ്ദ്ധമായി വലിയരാമൻ മകനോട് പഴയ ചരിത്രം പറഞ്ഞു കേൾപ്പിച്ചു.

''ആ ചെറുക്കൻ അന്ന് മരിച്ചത് നന്നായി'' രഘുരാമൻ വലിയ ശബ്ദത്തിൽ പൊട്ടിച്ചിരിച്ചു. ''അല്ലായിരുന്നെങ്കിൽ ഇന്നവനും രാജേന്ദ്രനെ പ്പോലെ എസ്. ഐ. ആയോ, സി. ഐ. ആയോ നമ്മുടെ മുമ്പിൽ വന്നു നിന്നാളുകളിച്ചേനെ!''

ആ സമയം രണ്ടു പോലീസ് ജീപ്പ് വലിയരാമന്റെ വീട്ടുപടിക്കൽ പാഞ്ഞുവന്നുനിന്നു. ജീപ്പു നിന്ന ഉടൻ വർഷങ്ങൾക്കപ്പുറത്തു നിന്നു മുള്ള ഒരു വിളി എസ്. ഐ രാജേന്ദ്രൻ വീണ്ടും കേട്ടു. ''ഡാ രാജുവേ...''

'ഓ' എസ്. ഐ. രാജേന്ദ്രൻ മനസ്സിലങ്ങനെ വിളികേട്ടുകൊണ്ട് ജീപ്പിൽ ഒരുനിമിഷം കണ്ണുകളടച്ചിരുന്നു. പിന്നെ വെളിയിലേയ്ക്ക് ചാടിയിറങ്ങി.

രാജേന്ദ്രനും ഒരുസംഘം പോലീസുകാരും വലിയരാമന്റെ ബംഗ്ലാവിലേക്കു പാഞ്ഞുകയറി.

ചന്ദ്രന്റെ ആത്മഹത്യയ്ക്കുശേഷം മാധവൻനായർ ഒരു ദിവസത്തേയ്ക്കു തളർന്നുപോയി, കിടന്നുപോയി.

പക്ഷേ, എല്ലാത്തിനെയും അദ്ദേഹം അതിജീവിച്ചു. ചന്ദ്രന്റെ മരണാനന്തരകർമ്മങ്ങൾ അദ്ദേഹം നടത്തുകയും ചെയ്തു. അതിനിടയിൽ കടയിലെ ജോലിക്കാർ ദേവിസ്റ്റോഴ്സ് വീണ്ടും തുറന്നു.

''കുറച്ചുനാൾ നിങ്ങൾ കട നടത്ത്!'' അദ്ദേഹം അവരോട് പറഞ്ഞു. ''സ്വന്തം സ്ഥാപനം പോലെയല്ലേ നിങ്ങൾ നേരത്തെ കടയിൽ ജോലി ചെയ്തിരുന്നത്. ഇനി ഇപ്പോൾ ദേവിസ്റ്റോഴ്സ് നിങ്ങളുടേതാണ്.''

അതുകേട്ട് ജോലിക്കാരുടെ കണ്ണുകൾ നിറഞ്ഞു.

ചന്ദ്രനുപകരം കടയിൽ മറ്റൊരാളെത്തി. ചന്ദ്രന്റെ കസേരയിൽ ആ പുതിയ ആളിരുന്നു. അത് ഗ്രേസിയായിരുന്നു. ഗ്രാമത്തിലെ വേശ്യയായിരുന്ന ഗ്രേസി!

''ആ ഗ്രേസി മരിച്ചുപോയി''. ഗ്രേസി പറഞ്ഞു. നാട്ടുകാരും അതുതന്നെ പറഞ്ഞു. ''ഒരു ജന്മത്തിൽ തന്നെയാണ് പുനർജന്മവും സംഭവിക്കുന്നത്! ഇതെന്റെ പുനർജന്മമാണ്.''

ചെറുപ്പം മുതൽ പുസ്തകങ്ങൾ വായിച്ച് വായിച്ച് ഗ്രേസിയുടെ മനസ്സ് അറിവിന്റെ കോളാർഖനിയായിത്തീർന്നിരിക്കുന്നു എന്ന് പലർക്കും അറിയാമായിരുന്നു.

ഗ്രേസിയുടെ വീട് അന്വേഷിച്ച് ഗ്രാമത്തിനു വെളിയിൽ നിന്നാരെങ്കിലും എത്തിയാൽ നാട്ടുകാർ ആ ആളെ കാര്യങ്ങൾ പറഞ്ഞു മനസ്സിലാക്കി തിരിച്ചുവിട്ടു. ഗ്രേസി ഏറ്റവും അധികം സ്നേഹിച്ചിരുന്ന ആൽഫി തിരുവല്ലായിൽനിന്നും ഓടിയെത്തിയിട്ടും അയാൾക്ക് ഗ്രേസിയെ കാണാനായില്ല! ഇനിയും അയാൾ ഗ്രേസിയെ തേടിവരില്ല. അവൾ അതെല്ലാം മറന്നിരിക്കുന്നു. തീർത്തും പുനർജന്മം!

അടുത്തുള്ള ഗ്രാമങ്ങളിൽ ആരോരുമില്ലാതെ കഷ്ടപ്പെട്ടിരുന്ന മൂന്ന് അമ്മൂമ്മമാർ ഇപ്പോൾ താമസിക്കുന്നത് ഗ്രേസിയുടെ വീട്ടിലാണ്. അതവർക്ക് ഗ്രേസിയുടെ വീടല്ല സ്വന്തം വീടാണ്. സ്വന്തം അടുക്കള. സ്വന്തം കിടപ്പുമുറി. സ്വന്തം മുറ്റം. സ്വപ്നങ്ങളും സ്വന്തം!

ഗ്രാമത്തിലെ സ്ത്രീകൾ ചേർന്ന് ഗ്രേസിയുടെ പറമ്പിൽ കൃഷി ചെയ്യുവാനാരംഭിച്ചു.

''ഈ മണ്ണിൽ നിന്നും നമുക്ക് എല്ലാ പച്ചക്കറികളും കൃഷി ചെയ്തുണ്ടാക്കണം.'' അവർ സംഘം ചേർന്ന് ഗ്രേസിയോട് പറഞ്ഞു. 'അഞ്ചുസെന്റ് സ്ഥലത്ത് നെല്ലും വിതയ്ക്കാം!'

ശരി! ഗ്രേസി ആഹ്ലാദപൂർവം ചിരിച്ചു. ശരി! ശരി! പറമ്പും പറമ്പിലെ വൃക്ഷങ്ങളും അത്യാഹ്ലാദപൂർവ്വം ചിരിച്ചു.

അന്ന് സമയം നാലുമണിയാകുന്നു. ദേവി സ്റ്റോഴ്സിനു മുന്നിൽ കടയിൽ നിന്നും സാധനം വാങ്ങാൻ വന്നവരും ഗ്രാമത്തിലെ മറ്റാൾക്കാരിൽ പലരും വഴിയിറമ്പിൽ കൂടി നില്ക്കുന്നതു കണ്ട് ഗ്രേസി തിരക്കി. ''എന്താ ഇവരിങ്ങനെ നില്ക്കുന്നത്?''

''ഗ്രേസിക്കുട്ടി അറിഞ്ഞില്ലേ?''

''ഇല്ല''

''മേശ പൂട്ടി വേഗം ഇറങ്ങി വാ. നല്ലൊരു കാഴ്ച കാണാം''

പണപ്പെട്ടി പൂട്ടി ഗ്രേസി ആൾക്കാരുടെ മുന്നിൽതന്നെ ചെന്നു നിന്നു. ആ സമയം രണ്ടു പോലീസ് ജീപ്പ് പാഞ്ഞുവന്ന് ആൾക്കൂട്ടത്തിനു മുമ്പിൽ സഡൻബ്രേക്കിട്ടു. ജീപ്പിൽ നിന്നും എസ്. ഐ രാജേന്ദ്രൻ ചാടിയിറങ്ങിയിട്ട് പോലീസുകാരോട് ആജ്ഞാപിച്ചു. ''അയാളെ വെളിയിലേയ്ക്കിറക്ക്''

നിമിഷങ്ങൾക്കകം കൈവിലങ്ങും അണിഞ്ഞ് ജീപ്പിൽ നിന്നും വലിയരാമൻ വെളിയിലേക്കിറങ്ങി. വലിയരാമൻ തലകുനിച്ചു പിടിച്ചാണ് നിന്നത്. ഗ്രാമത്തിലെ രാജാവ്!

അയാളുടെ അരികിൽ എസ്. ഐ രാജേന്ദ്രൻ നിന്നു. പുറകിൽ പോലീസ് സംഘവും.

''എല്ലാവരും കണ്ടല്ലോ'' എസ് ഐ രാജേന്ദ്രൻ പരിഹാസത്തോടെ എല്ലാവരോടുമായി പറഞ്ഞു. ''നിങ്ങളുടെ പ്രിയപ്പെട്ട പാർവതിയെ നശിപ്പിച്ചുകൊന്നവരിൽ പ്രധാനിയാണിയാൾ.''

ഗ്രേസി ആദരപൂർവം എസ്. ഐ രാജേന്ദ്രനേയും പോലീസുകാരേയും നോക്കിനിന്നു. പോലീസുകാരോടുള്ള എല്ലാ വെറുപ്പും അവളുടെ മനസ്സിൽ നിന്നും ആരോ ഇപ്പോൾ തുടച്ചുമാറ്റിയിരിക്കുന്നു. പോലീസുകാരനായ അപ്പൻ ചെയ്ത എല്ലാ അതിക്രമങ്ങളും ഗ്രേസി മറന്നു കഴിഞ്ഞിരുന്നു.

''പാർവതിയെ നശിപ്പിച്ച പ്രതികളെ അറസ്റ്റു ചെയ്ത പോലീസ്സുകാർക്ക് നാട്ടുകാരുടെ അഭിനന്ദനം ഞാൻ ആദരപൂർവം അറിയിക്കുന്നു.''

ഗ്രേസി അങ്ങനെ പറഞ്ഞപ്പോൾ കൂടിനിന്നിരുന്നവർ പെരുമ്പറ മുഴങ്ങും പോലെ കൈയടിച്ചു. ഗ്രേസി പോലീസുമുറയിൽ എസ്. ഐക്കും പോലീസുകാർക്കും സല്യൂട്ടു കൊടുക്കുകയും ചെയ്തു.

ആ കൈയടിയും സല്യൂട്ടും പുഞ്ചിരിയോടെ സ്വീകരിച്ചുകൊണ്ട് വലിയരാമനേയും കയറ്റി എസ്. ഐ രാജേന്ദ്രനും പോലീസ് സംഘവും ജീപ്പിൽ പാഞ്ഞുപോയി.

പോലിസ് സംഘം കണ്ണിൽ നിന്നും മായുംവരെ ജനങ്ങൾ കൈയടിച്ചു കൊണ്ടിരുന്നു. ജീപ്പ് മറഞ്ഞപ്പോൾ ഗ്രേസി വീണ്ടും സല്യൂട്ട് ചെയ്തു.

പോലീസുകാർക്ക് ഗ്രേസിയുടെ സല്യൂട്ട്!

www.ingramcontent.com/pod-product-compliance
Lightning Source LLC
LaVergne TN
LVHW060125051026
849517LV00007B/2394
* 9 7 8 9 3 9 1 0 8 5 1 5 5 *